दिशा... बांधकाम नवनिर्मितीची

प्रकाश मेढेकर

स्थापत्य अभियंता

सकाळ प्रकाशन

सकाळ प्रकाशन

Disha Bandhkam Navnirmitichi
© Prakash Medhekar, Civil Engineer

दिशा बांधकाम नवनिर्मितीची

© **प्रकाश मेढेकर,** स्थापत्य अभियंता

प्रथम आवृत्ती	:	एप्रिल २०१७
पाचवी आवृत्ती	:	एप्रिल २०२१
मुखपृष्ठ	:	मधुमिता शिंदे
अक्षरजुळणी	:	एडिट मित्र, पुणे
प्रकाशक	:	सकाळ मीडिया प्रा. लि. ५९५, बुधवार पेठ, पुणे ४११ ००२

ISBN	:	978-93-86204-39-4
संपर्क	:	०२०-२४४० ५६७८ / ८८८८८ ४९०५० sakalprakashan@esakal.com

ज्यांच्या अथक परिश्रमामुळे मी स्थापत्य अभियंता बनलो
आणि
ज्यांच्या आशीर्वादाने हे लेखन घडले
त्या माझ्या आईवडिलांना हे पुस्तक अर्पण

मनोगत

बांधकामक्षेत्राचा इतिहास हा प्राचीन काळातील खडकामधे खोदलेल्या गुहेपासून आजच्या काळातील गगनचुंबी इमारती, पूल, बोगदे, प्रचंड धरणे असा आहे. प्रत्येक प्रकल्पाच्या उभारणीमध्ये ज्ञात आणि अज्ञात कल्पक अभियंते, रचनाकार, संरचनाकार, संशोधक यांचा मोलाचा वाटा असतो. व्यवसाय अथवा नोकरी करताना माझ्या शोधक नजरेला खूप काही दिसले, सुचले आणि ते कागदावर उतरवण्यासाठी मी थोडे परिश्रम घेतले इतकेच.

१९८२मध्ये मी पुण्यातील अभियांत्रिकी कॉलेजमधून स्थापत्य अभियांत्रिकीची पदवी विशेष श्रेणीत संपादन केली. त्यानंतर बांधकामक्षेत्रात माझे पाऊल पडले. पहिली नोकरी मिळवताना त्या काळात आलेले बरेवाईट अनुभव आजही माझ्या स्मरणात आहेत. आपल्याकडे पदवी आहे परंतु अनुभव नाही; आणि नोकरी केल्याशिवाय अनुभव नाही हे आजही अनेक अभियंत्यांच्या बाबतीत घडते. शेवटी 'प्रयत्नांती परमेश्वर' या उक्तीप्रमाणे पुण्यातील एका छोट्याशा बांधकाम कंपनीत मला नोकरी लागली. माझ्यासारख्या तरुण, पदवीधर, अनुभवासाठी उत्सुक असणाऱ्या, उत्साही अभियंत्याची त्यांना गरज होती. सुरुवातीच्या काळात पगारापेक्षा अनुभव किती लाख मोलाचा असतो हे कालांतराने समजले. पहिल्या कंपनीतील अनुभवाच्या शिदोरीवर १९८४मध्ये इराक देशात काम करण्याची संधी मिळाली. इराकची राजधानी असलेल्या बगदाद शहरातील पायाभूत सुविधा एखाद्या 'स्मार्ट सिटी'सारख्या होत्या. तेथील बांधकाम प्रकल्पावर प्रिकास्ट तंत्रज्ञान, रेडी मिक्स काँक्रीट, स्प्रे प्लॅस्टर, पीव्हीसी टाईल्स, तयार किचन ओटा, रोलर पेंटिंग इत्यादी अनेक नवीन गोष्टी उमेदीच्या काळातच शिकायला मिळाल्या. घरापासून दूर राहिल्याने स्वावलंबन, चिकाटी, आत्मविश्वास, श्रम करण्याची सवय यांचे धडे मिळाले. भारतात परतल्यानंतर मी निवासी, व्यापारी, औद्योगिक, महामार्ग, पूल अशा कामांचा अनुभव घेतला. परदेशातील दुसरी संधी १९९४मध्ये ओमान देशात मिळाली. अतिशय उष्ण तापमानात भर समुद्रात ब्रेक वॉटर बनवण्याचा अनुभव विलक्षण होता. बांधकाम प्रकल्प किती आव्हानात्मक असतात हे जाणवले. १९९६मध्ये मलेशियाची राजधानी क्वालालंपूर शहरात मेट्रो कामावर प्रकल्प अभियंता म्हणून नेमणूक झाली. भारतीय कामगारांच्या साहाय्याने उत्कृष्ट दर्जाची रेल्वे स्टेशन बांधण्याचे काम मी पूर्ण केले. सर्वेक्षणासाठी उपयुक्त असणाऱ्या लेझर लेवल आणि टोटल स्टेशन, आयएसओ प्रमाण पद्धती, हाय ग्रेड काँक्रीट, ॲल्युमिनियम फॉर्मवर्क, प्रीकास्ट तंत्रज्ञान अशा अनेक गोष्टी परदेशात शिकायला मिळाल्या.

मलेशियात केलेल्या प्रकल्प नेतृत्वाचे २००९मध्ये तत्कालीन राष्ट्रपती ए.पी.जे. अब्दुल कलाम यांनी कौतुक केले. पुण्यातील त्यांची भेट आयुष्यातील वेगळे वळण ठरले. आपण मिळवलेल्या ज्ञान आणि अनुभवांचा समाजाला उपयोग झाला पाहिजे असे त्यांनी सुचवले. याच भेटीच्या दै. सकाळमधील बातमीने माझ्या लेखन प्रवासाची सुरुवात झाली. माझ्या वडिलांना लेखनाची आवड असल्याने त्यांचीच लेखणी माझ्या हातात आली. सकाळच्या मुक्तपीठ आणि वास्तू पुरवणीतून लेखन करण्याच्या या नवीन संधीचे सुवर्णसंधीत रूपांतर करण्याचे मी मनोमन ठरवले. माझी पत्नी सौ. अंजलीने माझ्या

प्रत्येक लेखाचे शुद्धलेखन आणि सर्वसामान्य वाचक म्हणून अवलोकन केले. बांधकामाची व्याप्ती प्रचंड असल्यामुळे लेखनासाठी विषय भरपूर होते. भारतरत्न श्री. मोक्षगुंडम विश्वेश्वरैया यांच्या अभियांत्रिकीतील कारकिर्दीचा प्रभाव माझ्या मनावर कायम कोरला गेला. लेखनात सातत्य ठेवल्यामुळे उत्साह आणि जबाबदारी वाढत गेली. थोर साहित्यिक श्री. पु.ल. देशपांडे यांनी म्हटले आहे, 'यशस्वी लेखक होण्यासाठी काय लिहावे यापेक्षा काय लिहू नये हे कळले पाहिजे.' लेखनातील माझा दृष्टिकोन सदैव सकारात्मक होता. शब्द हे शस्त्र असल्याने लेखनस्वातंत्र्याचा गैरवापर मी कधी केला नाही. साधी माध्यमांचे पाठबळ आणि वाचकांचा उत्स्फूर्त प्रतिसाद हेच माझ्या लेखमालेचे यश म्हणता येईल. खोदाई विरहित तंत्र, पर्यावरणपूरक बांधकाम पद्धती, पाणी शुद्धीकरणासाठी फायटोरीड तंत्र, प्लास्टिक आणि काँक्रीट वेस्टचा पुनर्वापर, ॲल्युमिनियम फॉर्मवर्क, फ्लाय ॲश विटा इत्यादी लेख प्रकाशित झाल्यानंतर बांधकामात त्यांचा प्रत्यक्ष वापर सुरू झाला. गेल्या दहा वर्षांत विविध माध्यमांद्वारे अंदाजे २०० लेख प्रसिद्ध झाले. परंतु हे लेखन पुणे शहरापुरते मर्यादित राहिले होते. महाराष्ट्रातील विविध शहरांतील सर्वसामान्यांपर्यंत ते पोहोचले पाहिजे ही इच्छा मनात होती. त्यासाठी लेखांचे सादरीकरण पुस्तकरूपाने करणे हा एकमेव उपाय होता. घरांच्या निर्मितीबाबत असणारी माहिती सर्वसामान्यांपर्यंत पोहोचवण्यासाठी पुस्तक होणे आवश्यक होते. त्यासाठी 'सकाळ माध्यम समूहा'ची मदत घेण्याचे मी ठरवले. सकाळ समूहाचे श्री. महेन्द्र पिसाळ, श्री. सुनील माळी आणि श्री. आशुतोष रामगीर यांनी उत्स्फूर्तपणे मान्यता दिली. पुस्तकाची मांडणी, सजावट, अक्षरजुळणी यांसाठी प्रकाशनाच्या दीपाली चौधरी, ऐश्वर्या कुमठेकर आणि 'एडिट मित्र'च्या अस्मिता साठे यांनी परिश्रम घेतले. माझ्या गुरुस्थानी असणारे डॉ. नीलकंठ पटवर्धन यांनी प्रस्तावना लिहिली. पुस्तकनिर्मितीत डॉ. सुनील कुटे आणि कै. प्रा. एस.वाय. पतकी सर यांचे प्रोत्साहन मोलाचे होते.

आज चार वर्षांत पुस्तकाची पाचवी आवृत्ती प्रकाशित होताना मनाला समाधान आणि आनंद होणे साहजिक आहे. आता महाराष्ट्राच्या कानाकोपऱ्यात पुस्तक पोहोचले असून, त्यास उदंड प्रतिसाद मिळतो आहे. आजही अनेक अभियंते देशात आणि परदेशात विविध प्रकारच्या बांधकामांवर काम करण्याची इच्छा बाळगून आहेत. पुस्तकातून त्यांना नवे तंत्रज्ञान, बांधकाम साहित्य, मशिनरी यांची ओळख होईल. अभ्यास करण्याची दृष्टी विकसित होऊन ज्ञान आणि कौशल्य द्विगुणित होईल. बांधकामे पाहताना चिकित्सक विचार जागृत होतील. विद्यार्थीदशेतच व्यावसायिक नजर तयार होईल. शैक्षणिक आणि प्रत्यक्ष काम यांमधील पोकळी भरून निघेल. सध्याच्या स्पर्धात्मक युगात स्वतःच्या पायावर उभे राहून आत्मनिर्भरतेने राष्ट्रनिर्मितीत योगदान देता येईल. घर बांधण्याचे स्वप्न उराशी बाळगणाऱ्या सर्वसामान्यांनाही बांधकाम जगताची ओळख या पुस्तकाच्या माध्यमातून होण्यास निश्चित मदत होईल.

प्रकाश मेढेकर
स्थापत्य अभियंता, पुणे

प्रस्तावना

*दै.सकाळ*च्या वास्तू पुरवणीमधून श्री. प्रकाश मेढेकर यांनी बांधकामविषयक विविध प्रकारचे लेखन आजपर्यंत केले आहे. त्यावर आधारित पुस्तक असणे फार आवश्यक होते. सदरच्या पुस्तकाची प्रस्तावना मी लिहावी अशी त्यांची इच्छा होती. मी स्वतः काही पुस्तकांचे लिखाण केले आहे. परंतु स्वत:चे पुस्तक लिहिणे आणि दुसऱ्याच्या पुस्तकाची प्रस्तावना लिहिणे ही भिन्न कामे आहेत. श्री. प्रकाश मेढेकर यांचे लिखाण अनेक वर्षांपासून नियमितपणे चालू आहे. त्यांनी केलेल्या अफाट लिखाणावर प्रस्तावनेतून माझे विचार मांडणे हे माझ्यासाठी अवघड काम होते. परंतु त्यांच्या आग्रहाखातर मी ते स्वीकारले. त्यांच्या लेखांचा वाचक अत्यंत चाहता आहे. या लेखांमधून बांधकामविषयक माहिति सर्वांना वाचायला मिळाली. पुस्तकरूपाने ती भविष्यात जास्त उपयोगी ठरणार आहे. बांधकाम व्यवसायाची आजची व्याप्ती अफाट आहे. केवळ काँक्रीट या विषयावरच त्यांनी अनेक लेख लिहिले आहेत. ते सर्वच्या सर्व उपयोगी आणि वाचनीय आहेत. उदा. फेरोक्रीट या विषयावरील त्यांचे लिखाण मला फार आवडले. मला स्वत:ला फेरोक्रीटचे काम करण्याची संधी मिळाली होती. प्रीकास्ट कामात फेरोक्रीटच्या स्लॅब, वॉल फार उपयोगी पडतात. पाण्याच्या टाक्या, धरणाच्या भिंती यासुद्धा फेरोक्रीटमध्ये बांधणे सोयीचे ठरते. अशा सर्व गोष्टींचा त्यांच्या लेखात उल्लेख केला आहे. बांधकामासारख्या मोठा आवाका असलेल्या विषयावर उपयुक्त लिखाण आणि तेही आपल्या मातृभाषेत होणे अभिनंदनीय आहे. मराठीत अशा प्रकारचा ग्रंथ आवश्यकच होता. त्यासाठी *दै. सकाळ* आणि श्री. प्रकाश मेढेकर या दोघांचेही अभिनंदन.

श्री. प्रकाश मेढेकर हे पुणे इंजिनिअरिंग कॉलेजचे १९८२ सालचे विशेष श्रेणीतील पदवीधर आहेत. त्यांचा भारत, इराक, ओमान, मलेशिया आदी देशांतील प्रत्यक्ष कार्याचा अनुभव मोलाचा आहे. शैक्षणिक गुणवत्ता आणि देशविदेशांतील विविध बांधकाम प्रकल्पांवरील प्रत्यक्ष अनुभव यांचे प्रतिबिंब त्यांच्या लेखनातून जाणवते. त्यामुळेच त्यांचे बांधकामविषयक शंभराहून अधिक लेख आजपर्यंत प्रसिद्ध झाले आहेत. त्यातील अनेक विषय आपल्याला वाचायला नवीन वाटतील. नमुन्यासाठी खालील विषय नमूद करता येतील. काँक्रीट या विषयातील काही लेख वाचून आपले ज्ञान वाढते. उदा. सेल्फ कॉम्पॅक्टिंग काँक्रीट, फायबर रीइनफोर्स्ड काँक्रीट, मायक्रोसिलिका, हाय ग्रेड काँक्रीटसाठी अल्कोफाईनचा वापर इ. बांधकामातील फ्लाय ॲश, सीलिंग टाइल्स, बायसन बोर्ड, बांबू अशा विविध पर्यावरणपूरक साहित्यांवर लिखाण केले आहे. तंत्रज्ञानातील टनेल बोरिंग मशीन, वॉटरजेट, नॅनो तंत्रज्ञान, जीपीएस प्रणाली, पाणी शुध्दीकरणासाठी फायटोरीड इ. पद्धती आजच्या काळात अत्यंत उपयुक्त आहेत. या पुस्तकाचा स्थापत्य अभियांत्रिकीचा अभ्यास करणारे डिप्लोमा आणि डिग्रीचे विद्यार्थी, आयटीआयचे विद्यार्थी, तसेच बांधकामाशी निगडित असणारे अभियंते, बिल्डर्स, डेव्हलपर्स, सप्लायर्स, साईट सुपरवायझर आणि सर्व स्तरांतील लोकांना फायदा होईल असा माझा पूर्ण विश्वास आहे. ज्यांना स्वतःचे घर बांधताना नवीन साहित्य आणि अद्ययावत तंत्रज्ञानाचा

उपयोग करावयाचा आहे त्यांनाही हे पुस्तक उपयुक्त ठरेल. तसेच या क्षेत्रातील आधुनिक तंत्रज्ञानाबद्दल उत्सुकता असणाऱ्या सर्वांसाठीसुद्धा या पुस्तकातून उपयुक्त अशी माहिती मिळेल, असे मला वाटते. बांधकाम क्षेत्र दिवसेंदिवस मोठ्या प्रमाणात विस्तारत आहे. त्याकडे पाठ फिरवून चालणार नाही. प्रस्तावना लिहिताना काही गोष्टींची आठवण झाली. श्री. मोक्षगुंडम विश्वेश्वरैया म्हणतात 'ज्ञान हीच शक्ती'. आजचा काळ सांगतो 'वाचाल तर वाचाल.' स्वामी विवेकानंदांनी जगाला दिलेला संदेश 'उत्तिष्ठ जागृत वरानि बोधत:'.

- डॉ. नीलकंठ पटवर्धन

ज्येष्ठ बांधकाम तज्ज्ञ, अभ्यासक व मार्गदर्शक

अनुक्रम

घराच्या स्वप्नपूर्तीसाठी... .... १३

वैविध्यपूर्ण बांधकाम साहित्य १४

पारंपरिक बांधकाम साहित्य १५

सिमेंट : अग्रगण्य बांधकाम साहित्य १७

पर्यावरणपूरक पोझोलना सिमेंट १९

स्टील : इमारतीच्या ताकदीसाठी २०

सौंदर्यपूर्ण नैसर्गिक दगड २२

काचेच्या सुरक्षित भिंती २५

जलद बांधकामासाठी ॲल्युमिनिअम फॉर्मवर्क २७

प्रकाशाच्या नियंत्रणासाठी ॲल्युमिनिअम लुवर्स २९

चकचकीत 'स्टेनलेस स्टील' ३१

पर्यावरणपूरक फ्लाय ॲश ३३

पर्यावरणपूरक सीलिंग टाइल्स ३५

वैशिष्ट्यपूर्ण 'स्वआधारित' छत ३७

उष्णतारोधक बोर्ड ३९

बहुपयोगी बायसन बोर्ड ४१

आर.सी.सी. बांधकामासाठी प्लॅस्टिक फॉर्मवर्क ४३

बांबू : लाकडास उत्तम पर्याय ४५

बांधकामात पाणीबचत करणारे मॉर्टर ४८

प्लंबिंग पाइपची विविधता ५०

खिडक्यांसाठी विविध पर्याय ५२

अष्टपैलू कॉंक्रीट ५३

कॉंक्रीटची प्रगती ५४

सेल्फ कॉम्पॅक्टिंग कॉंक्रीट ५६

फायबर रिइनफोर्स्ड कॉंक्रीट ५८

मिनरल ॲडमिक्श्चर : अल्कोफाईन ६०

ग्लास फायबर कॉन्क्रीट (GFC) ६१

प्रीकास्टच्या भिंती ६३

सेल्युलर कॉंक्रीट ६५

'हाय ग्रेड कॉंक्रीट'साठी मायक्रोसिलिका ६७

उष्ण तापमानातील काँक्रीट ६९
भूकंपप्रतिकारक फेरोक्रीट ७१
काँक्रीटच्या सुलभतेसाठी : ॲडमिक्श्चर ७३
पारदर्शक काँक्रीट ७५
अष्टपैलू रेडी मिक्स काँक्रीटचे विविध प्रकार ७७
काँक्रीटच्या ताकदीचे महत्त्व ७९
काँक्रीट आणि बदलते वातावरण ८१
कागदापासून बनवलेले पेपरक्रीट ८३
काँक्रीट कापण्यासाठी डायमंड प्रणाली ८५

अत्याधुनिक यंत्रप्रणाली ८७
काँक्रीट मिक्सर आणि वे बॅचर ८८
बहुपयोगी जेसीबी ९०
खोदकामांसाठी हायड्रॉलिक एक्सकॅव्हेटर ९२
कठीण खडक फोडणारा रॉकब्रेकर ९४
बोगद्यासाठी आधुनिक यंत्रप्रणाली ९६
अजस्र बुलडोझर ९८
रस्तेबांधणीसाठी मोटर ग्रेडर १००
भरावाच्या धुमसणीसाठी उपयुक्त संयंत्रे १०२
बांधकाम साहित्य वाहतुकीसाठी हायड्रॉलिक लोडर १०४
डांबरीकरणासाठी टॅण्डम व्हायब्रेटरी रोलर १०५
रस्तेबांधणीसाठी व्हायब्रेटरी रोलर १०७
बहुमजली इमारतींसाठी टॉवर क्रेन १०९
काँक्रीटच्या वाहतुकीसाठी ट्रान्झिट मिक्सर १११
जलद उभारणीसाठी काँक्रीट पंप ११३
काँक्रीट बॅचिंग प्लॅन्ट ११५
काँक्रीट रस्त्यांसाठी सेन्सर पेव्हर ११८
डांबरीकरणासाठी सेन्सर पेव्हर १२०
शिअरलाईन व ट्विन मास्टर १२२
असावा सुरक्षित प्लॅटफॉर्म १२४
रस्तेबांधणीसाठी ॲस्फाल्ट बॅचिंग प्लॅन्ट १२६

इमारतींसाठी उपयुक्त बांधकाम तंत्रज्ञान १२८
इमारतींसाठी अग्निप्रतिबंधक यंत्रणा १२९
पाण्याच्या नियोजनासाठी १३२

कचरा वर्गीकरणासाठी गार्बेज शूट १३४
सुरक्षित बांधकामासाठी डेब्री शूट १३६
छतगळती : कारणे व उपाययोजना १३८
ड्राय वॉल तंत्रज्ञान १४०
उत्कृष्ट प्लंबिंगचे मूलमंत्र १४२
पाण्याच्या बचतीसाठी वॉटरलेस युरिनल १४६
गरज भूकंपप्रतिकारक इमारतींची १४८
उत्कृष्ट रंगकामाचा मूलमंत्र १५२
इमारती जमीनदोस्त करण्यासाठी १५६
प्रीइंजिनिअर्ड बिल्डिंग १५८
बांधकाम क्षेत्रात नॅनो तंत्रज्ञानाचा वापर १६०

शहरांसाठी उपयुक्त बांधकाम तंत्रज्ञान १६२
खोदाईविरहित जगाची ओळख १६३
उपयुक्त 'वॉटरजेट' प्रणाली १६५
ड्रेनेज सफाईसाठी परिपूर्ण यंत्रणा १६७
भूजल सर्वेक्षण तंत्रज्ञान १७०
सर्वेक्षणासाठी जीपीएस (GPS) प्रणाली १७२
फ्लायओव्हर बांधण्यासाठी प्रीकास्ट तंत्रज्ञान १७४
चारचाकी पार्किंगसाठी अद्ययावत यंत्रणा १७६
'काँक्रीट वेस्ट'चा पुनर्वापर १७८
रस्तेबांधणीसाठी प्लॅस्टिक वेस्टचा पुनर्वापर १८०
पाणी शुद्धीकरणासाठी 'फायटोरीड' प्रणाली १८१
रस्तेबांधणीसाठी रबराचा प्रभावी पुनर्वापर १८३

शब्दसूची १८५

घरांच्या स्वप्नपूर्तीसाठी...

प्रत्येक माणसाच्या जिव्हाळ्याची गोष्ट म्हणजे त्याचे घर. आपले स्वतःचे घर असावे असे स्वप्न अनेक जण उराशी बाळगून असतात. आणि ते पूर्ण होण्याची वेळ ज्या वेळी येते, तेव्हा त्यांचा संबंध येतो बलाढ्य बांधकाम क्षेत्राशी. घर बांधताना एकाबाजूला ग्राहक असतो आणि दुसरीकडे असतात वास्तू रचनाकार, संरचनाकार, बिल्डर, विकसक, स्थापत्य अभियंता, साईट सुपरवायझर. चांगल्या घराच्या निर्मितीसाठी प्रथमतः सर्वांनी एकमेकांच्या गरजा समजून घेण्याची गरज असते. घरांची निर्मिती चांगल्या दर्जाची होण्यासाठी विविध यंत्रे, उपलब्ध मनुष्यबळ, बांधकाम साहित्य, आणि तंत्रज्ञान यांची योग्य सांगड घालावी लागते. आपल्या घरासाठी लागणाऱ्या गोष्टींबाबत ग्राहकांच्या मनात कुतूहल असते. त्या गोष्टींची माहिती जाणून घेण्यास ते उत्सुकही असतात. घराचे काम दर्जेदार होण्याबाबत आजचा ग्राहक निश्चितच जागरूक आहे.

आज पारंपरिक बांधकाम साहित्यांना उत्तम पर्याय म्हणून पर्यावरणपूरक साहित्य बाजारात उपलब्ध झाले आहे. पर्यावरणाचे संतुलन राखण्यासाठी अशा साहित्यांचा जास्तीत जास्त वापर होण्याची आवश्यकता आहे. घरांची निर्मिती जलद गतीने होण्यासाठी विविध यंत्रांचा वापर केला जातो. कामासाठी लागणाऱ्या अचूक यंत्रांची निवड कशी करावी याची माहिती अभियंत्यांना असण्याची गरज असते. नियोजित वेळेत आणि खर्चात गुणवत्तेशी कोणतीही तडजोड न करता सुरक्षितपणे बांधकाम पूर्ण करणे हे कसोटीचे काम असते. या क्षेत्रात रोज नवीन तंत्रज्ञानाचे पदापर्ण होत आहे. त्याविषयीची सखोल माहिती जाणून त्याचा प्रत्यक्ष बांधकामात उपयोग करणे म्हणजेच काळाबरोबर राहण्यासारखे असणार आहे.

एकीकडे घरांची निर्मिती करताना दुसरीकडे शहराचा विकास समतोल कसा राहील याकडे आपल्यालाच लक्ष केंद्रित करावे लागेल. शहर विकासासाठी उपलब्ध असणारे तंत्रज्ञान अतिशय उपयुक्त आहे. आजच्या काळातील बहुसंख्य इमारती आर.सी.सी. पद्धतीने बांधल्या जातात. त्यासाठी काँक्रीट हा अविभाज्य घटक बनला आहे. काँक्रीटच्या गुणवत्तेशी कधीच तडजोड करता येत नाही. काँक्रीट मधील सातत्यपूर्ण संशोधनाने घरबांधणीसाठी त्याचा वापर अनेक ठिकाणी विविध पद्धतीने करणे साध्य झाले आहे. बांधकाम क्षेत्राशी निगडित असणाऱ्या सर्वांनाच त्याची माहिती असण्याची गरज आहे. स्मार्ट सिटींची निर्मिती आणि अस्तित्वात असणाऱ्या शहरांचे त्यामध्ये रूपांतर करणे काळाची गरज आहे. शहरात उत्पन्न होणाऱ्या वेस्टचा पुनर्वापर त्याच शहराच्या पायाभूत सुविधा बळकट करण्यासाठी होऊ शकतो. इमारती पाडल्यानंतर निर्माण होणारा राडारोडा, प्लॅस्टिक पिशवी, रबराचे जुने टायर, ड्रेनेजचे सांडपाणी इ. यांचा बांधकामात पुनर्वापर करण्याचे नवीन तंत्रज्ञान आज उपलब्ध झाले आहे. त्याचा जास्तीत जास्त वापर भविष्यात आपणास करावा लागेल.

सर्वसामान्य व्यक्तींना बांधकाम क्षेत्राशी निगडित असणाऱ्या विविध गोष्टींची माहिती झाली तर बांधकामाचा दर्जा अधिक उंचावण्यास मदतच होणार आहे. जागतिकीकरणाच्या प्रवासात अनेक देशांनी, शहरांनी आपापली प्रगती केली. या स्पर्धेत टिकून राहण्यासाठी बांधकाम क्षेत्राला आपल्या प्रगतीचा आलेख उंचावत ठेवण्याचे प्रयत्न सातत्याने करावे लागतील.

♦♦♦

वैविध्यपूर्ण बांधकाम साहित्य

आजच्या प्रगत काळात बांधकाम साहित्यामध्ये अनेक नवनवीन साहित्याची निर्मिती होत आहे. बांधकामासाठी त्यातून अचूक साहित्यांची निवड करणे कौशल्याचे असते. साहित्य निवडताना ते पुनर्प्रक्रियेतून बनवलेले, भूसंपदेचा विनाश न करणारे, ऊर्जा आणि पाण्याची बचत करणारे, आल्हाददायक अंतर्गत वातावरण निर्मिती करणारे असणे ही काळाची गरज आहे. दर्जेदार बांधकामासाठी साहित्यही तसेच असणे आवश्यक असते. बांधकामात त्यांचा प्रत्यक्ष वापर होण्याअगोदर त्यांचे चाचणी निष्कर्ष योग्य असण्याची गरज असते. या विभागात बांधकामाशी निगडित असणाऱ्या विविध साहित्याची ओळख आपल्याला होणार आहे.

पारंपरिक बांधकाम साहित्य

बांधकामासाठी आवश्यक असणाऱ्या पारंपरिक साहित्यांमध्ये वाळू, खडी, विटा, लाकूड, टाईल्स यांचा समावेश करता येईल. बांधकाम करताना चांगल्या दर्जाचे साहित्य निवडणे अत्यंत आवश्यक असते. अशा साहित्याची योग्य चाचणी परीक्षा झाल्यानंतरच त्यांचा प्रत्यक्ष वापर बांधकामात करणे उचित ठरते.

नैसर्गिक आणि कृत्रिम वाळू

वाळू ही नैसर्गिक साधनसंपत्ती समजली जाते. तिचा बांधकामात वापर करताना पर्यावरणाची हानी होणार नाही याची काळजी घ्यावी लागते. कॉंक्रीट, वीटकाम, प्लॅस्टर, वॉटर प्रूफिंग, फ्लोअरिंग इ. करताना वाळूची आवश्यकता असते. पाणी, वारा, ऊन यांमुळे खडकांची झीज होऊन वाळूची निर्मिती होते. खनिज व खडक यांच्या ४.७५ मिलिमीटर आकारमानापर्यंतच्या कणांचा समुदाय म्हणजे वाळू. वाळूचे बारीक कण गोलाकार अथवा अणकुचीदार असतात. समुद्र, नदी, नाले, ओढे, तलाव अशा ठिकाणी वाळूचे स्रोत असतात. क्वार्ट्झ हा वाळूतील प्रमुख घटक असतो. काचेच्या निर्मितीमध्ये त्याचा मोठ्या प्रमाणात वापर होतो. वाळूच्या कणांच्या आकारानुसार तिचे जाडसर, मध्यम, बारीक, सूक्ष्म असे प्रकार आहेत. कठीण धातू किंवा नैसर्गिक दगड कापणाऱ्या वॉटर जेट तंत्रज्ञानात सूक्ष्म वाळूचा वापर केला जातो. वाळूत माती, रसायने, मीठ असे घटक असू शकतात. बांधकामात वापरण्यासाठी ती स्वच्छ असणे आवश्यक असते. वाळूतील मातीचे प्रमाण सात टक्क्यांहून अधिक असता कामा नये. अन्यथा तिचा धुऊन वापर करावा. प्रयोगशाळेत वाळूचे विविध चाळण्यांतून पृथक्करण करून फाईननेस मॉड्यूल काढावा लागतो. तो २ ते ३पर्यंत असेल, तर वाळू बांधकामासाठी योग्य समजली जाते.

गेल्या काही वर्षांत नैसर्गिक वाळूचा अनिर्बंध उपसा घडल्याने नागरी प्रशासनाला वाळूचा लिलाव, साठे, वापर यावर कडक बंधने आणण्याची वेळ आली. ऋतुमानानुसार पावसाचे प्रमाण दिवसेंदिवस कमी झाल्याने वाळूचे नैसर्गिक स्रोत कमी झाले. याचा विपरीत परिणाम बांधकाम क्षेत्रावर होऊन त्याचा वेग मंदावला. अशा काळात खडकांपासून बनवलेल्या कृत्रिम वाळूने (क्रश सॅन्ड) नैसर्गिक वाळूला उत्तम पर्याय उपलब्ध करून दिला. खडी क्रशरवर व्हीएसआय यंत्रणा बसवली असता क्रश सॅन्ड तयार करता येते. खडकांच्या गुणवत्तेनुसार क्रश सॅन्डचा दर्जा ठरतो. क्रश सॅन्डमध्ये डस्टचे प्रमाण एक टक्क्यापेक्षा अधिक नसावे. या वाळूला पाण्याची गरज कमी लागते. हाय ग्रेड कॉंक्रीट, वीटकाम, प्लॅस्टर, फ्लोअरिंग करण्यासाठी क्रश सॅन्डचा वापर उपयुक्त ठरत आहे.

खडी अथवा कोर्स ॲग्रीगेट

आपल्या देशात खडकांचे अग्निजन्य, स्तरित आणि रूपांतरित असे तीन मुख्य प्रकार आढळतात. महाराष्ट्रात बेसाल्ट हा उत्तम दर्जाचा अग्निजन्य खडक मोठ्या प्रमाणावर आढळतो. क्रशरवर मोठ्या बेसाल्टचे बारीक तुकडे करून बनवलेल्या खडीचा बांधकामात मोठ्या प्रमाणात वापर होतो. खडी बनवताना ती दोन, एक, पाऊण, अर्धा इंच व्यासाची बनवली जाते. तिची गुणवत्ता तपासण्यासाठी प्रयोगशाळेत चाचणी घेतली जाते. त्या वेळी तिची दाब, आघात, घर्षण आणि पाणी शोषण करण्याची क्षमता तपासली

जाते. त्याचबरोबर घनता, चपटेपणा, तन्यता, विशिष्ट गुरुत्वबल इ. गोष्टी तपासल्या जातात. कॉँक्रीटमधील चपट्या आकाराच्या खडीमुळे पृष्ठभागाचे क्षेत्रफळ वाढते व अधिक सिमेंट मॉर्टर लागते. याउलट खडीचा आकार गोलाकार असेल, तर कॉँक्रीट चांगल्या दर्जाचे होते आणि सिमेंट कमी प्रमाणात लागते.

मातीच्या विटा

बांधकामातील भिंती बांधण्यासाठी मातीच्या विटांचा वापर पूर्वापार होत आहे. ज्या मातीपासून विटा बनतात, त्यामध्ये ॲल्युमिना, सिलिका यांचे प्रमाण अधिक असते, तर चुना, आयर्न, मग्नेशिया इ. कमी प्रमाणात असतात. बांधकामात सर्वसाधारणपणे ९ इंच, ६ इंच आणि ४ इंच जाडीच्या भिंती बांधल्या जातात. त्यासाठी योग्य आकाराच्या विटांची निवड करावी लागते. बांधकामात विटांचा प्रत्यक्ष वापर करण्याअगोदर त्यांची चाचणी परीक्षा करणे आवश्यक असते. त्यामध्ये रंगांचे सातत्य, कानेकोपरे, काटकोन, आकार, पाणी शोषण क्षमता, खळगा इ. गोष्टींचा समावेश असतो. चांगल्या भाजलेल्या दोन विटा एकमेकांवर आपटल्या असता खणखणीत आवाज येतो. चांगली वीट २ फूट उंचीवरून जमिनीवर आडवी सोडली असता तिचे तुकडे होत नाहीत. विटांची तुटफूट एकूण संख्येच्या ५ टक्क्यांहून अधिक नसावी.

लाकूड

घर बांधताना दरवाजे, खिडक्या, जिना, छत, फॉर्मवर्क, स्कॅफोल्डिंग, आर्च, फर्निचर इ. ठिकाणी लाकडाचा वापर करतात. याव्यतिरिक्त संगीत वाद्ये, खेळाची साधने, रेल्वे स्लिपर्स, तात्पुरते पूल, बोटी, खेळणी इ. अनेक गोष्टी लाकडापासून बनवल्या जातात. आपण सागवान, साल, बर्मा, बाभूळ, आंबा, देवदार, अर्जुन, ओक, पाम, पाईन, सुंद्री अशा अनेक झाडांचे लाकूड बांधकामात वापरतो. नवीन झाडांमध्ये ५० टक्के पाणी असते. लाकूड वापरण्याआधी झाडातील पाणी काढून ते संपूर्णतः कोरडे करावे लागते. लाकडामध्ये हवेतील आर्द्रता शोषण करण्याचा गुणधर्म असतो. पाण्याच्या संपर्कात आल्यावर लाकूड कुजण्यास सुरुवात होते. चांगल्या प्रतीच्या लाकडातून उष्णतेचे वहन होत नाही. उलट त्यामध्ये ज्वलनरोधकता असते. लवचिकतेमुळे लाकूड वाकते, परंतु जास्त दाबामुळे तुटू शकते. विटांप्रमाणे चांगले लाकूड एकमेकांवर आपटले असता खणखणीत आवाज येतो. उत्तम प्रतीचे लाकूड कठीण, गडद रंगाचे, गाठी आणि तडे विरहित असते. त्यावर वाळवी, रसायने यांचा परिणाम होत नाही. लाकडाची ज्वलनरोधकता वाढवण्यासाठी पृष्ठभाग स्वच्छ करून त्यावर सोडियम आर्सेनेट अथवा सिलिकेटचे आवरण दिले जाते.

टाइल्स

बांधकामातील तळ (फ्लोअरिंग) आणि उभी भिंत (डॅडो) करण्यासाठी टाइल्सचा वापर केला जातो. आज बाजारात मोझॅक, ग्लेझ्ड, सिरॅमिक, व्हिट्रिफाईड इ. अनेक प्रकारच्या आणि आकारातील टाइल्स उपलब्ध आहेत. टाइल्सची ताकद, पाणी शोषण क्षमता, झीज आणि घर्षण प्रतिबंधकता, चकाकी, काटकोन, सरळपणा, जाडी, आकार, तडे आणि खळगे इ. चाचणी परीक्षा प्रयोगशाळेत घेण्याची गरज असते. टाइल्स व्यतिरिक्त ग्रॅनाईट, मार्बल, कोटा, तंदूर, कडप्पा, स्लेट, शहाबाद अशा नैसर्गिक दगडांचा फ्लोअरिंग आणि डॅडो यांच्यासाठी वापर केला जातो.

♦♦♦

सिमेंट : अग्रगण्य बांधकाम साहित्य

सिमेंट हा बांधकाम साहित्यामधील अविभाज्य घटक आहे. सिमेंटनिर्मितीमध्ये चीनपाठोपाठ भारताचा जगात दुसरा क्रमांक लागतो. देशाच्या आर्थिक प्रगतीमध्ये सिमेंटनिर्मिती क्षेत्राचा जवळपास ८ टक्के वाटा आहे. आजच्या जागतिकीकरणाच्या काळात अनेक परदेशी कंपन्यांनी, वित्तीय बँकांनी देशातील सिमेंटनिर्मितीसाठी मोठ्या प्रमाणावर गुंतवणूक केली आहे. आपल्या देशात वर्षाकाठी अंदाजे ५००

दशलक्ष टन सिमेंटचे उत्पादन होते. त्यासाठी वर्षाला दहा दशलक्ष टन कोळसा आणि अंदाजे सहा अब्ज युनिट विद्युत ऊर्जा खर्च होते. खासगी क्षेत्र, सरकारी क्षेत्र, पायाभूत सुविधा, निर्यात यांच्या मागणीमुळे प्रतिवर्षी सिमेंटच्या मागणीमध्ये वाढ होत आहे. २०२०च्या अखेरीस वार्षिक सिमेंट उत्पादन ५५० दशलक्ष टन अपेक्षित आहे. आज आपल्या देशात ७०हून अधिक कंपन्यांचे ५००हून अधिक छोटे-मोठे सिमेंटचे प्लान्ट कार्यान्वित आहेत. बाजारामध्ये आज सिमेंटचे अंदाजे ३० ब्रँड उपलब्ध आहेत.

सिमेंटचा पूर्वेतिहास :

अतिप्राचीन काळात बांधकामासाठी चुना, जिप्सम, ज्वालामुखीतून बाहेर पडणारी राख इ.चा वापर होत असे. रोमन आणि इजिप्त साम्राज्यातील अनेक बांधकामांसाठी याचा वापर करण्यात आला. प्राचीन इजिप्तचे पिरॅमिड, रोमन मंदिरे आजही आपले अस्तित्व टिकवून आहेत. बांधकाम क्षेत्रामध्ये १८व्या शतकात खऱ्या अर्थाने काही महत्त्वपूर्ण घडामोडींना सुरुवात झाली. जोसेफ ॲस्परिन या ब्रिटिश गवंडीकाम करणाऱ्याने १८२४मध्ये सिमेंटचा शोध लावला. पोर्टलँड शहरात आढळणाऱ्या करड्या रंगाच्या दगडाशी साम्य असल्यामुळे हे सिमेंट 'पोर्टलँड सिमेंट' म्हणून सर्वत्र ओळखले जाऊ लागले. भारतात १९व्या शतकाच्या सुरुवातीला कोलकाता शहरामध्ये सिमेंटनिर्मितीस प्रथम सुरुवात झाली; परंतु पहिल्या महायुद्धानंतर खऱ्या अर्थाने सिमेंटनिर्मिती क्षेत्रात क्रांती घडली. सिमेंटची निर्मिती आणि पुरवठा, किंमती यांवर नियंत्रण ठेवण्यासाठी १९५६पासून भारत सरकारतर्फे सुरुवात झाली. सिमेंटनिर्मितीसाठी १९६०पर्यंत पाण्याचा वापर (wet process) करण्यात येई. त्यासाठी विद्युत ऊर्जाही जास्त प्रमाणात

खर्च होत असे. आजच्या काळात सिमेंटनिर्मितीसाठी पर्यावरणपूरक असणारी कोरडी पद्धत (dry process) वापरली जाते. कोळशाची आयात, पेट्रोलजन्य पदार्थांच्या किमतीत होणारी वाढ, मागणी आणि पुरवठा या सर्वांचा परिणाम सिमेंटची किंमत ठरवताना होतो. तरीदेखील अद्ययावत तंत्रज्ञान आणि संगणक क्षेत्रातील प्रगती यांच्या साहाय्याने भारतात निर्माण होणारे सिमेंट आज जागतिक दर्जाचे बनले आहे.

सिमेंट बनविण्याची प्रक्रिया :

सिमेंटनिर्मितीसाठी प्रामुख्याने कच्चा माल म्हणून चुनखडीचा वापर केला जातो. साधारणत: १ टन सिमेंट तयार करण्यासाठी दीड टन चुनखडी वापरली जाते. आपल्या देशातील अंदाजे ९० अब्ज टन चुनखडीचे साठे उत्तर प्रदेश, मध्यप्रदेश, हरियाणा, राजस्थान इ. राज्यांत विखुरले आहेत. त्यामुळे देशातील सिमेंटनिर्मितीचे प्लॅन्ट या राज्यात मोठ्या प्रमाणावर आहेत. महाराष्ट्रात चंद्रपूर येथे सिमेंटनिर्मितीचे प्लॅन्ट आहेत. सिमेंट बनवताना खाणीमधील चुनखडी क्रशरच्या साहाय्याने बारीक केली जाते. त्यामधील सिलिका, अॅल्युमिना, आयर्न आणि चुना यांचे प्रमाण मोजले जाते. हे सर्व घटक कोरडे दळून पुन्हा बारीक केले जातात. त्यांचे योग्य प्रमाणातील मिश्रण भट्टीमध्ये अंदाजे ९०० अंश से. तापमानापर्यंत गरम करून त्यामधून कार्बन डायऑक्साईड (CO_2) हा वायू विलग केला जातो. उष्णतेच्या पुढील प्रक्रियेत सर्व घटक १३०० अंश से. तापमानापर्यंत पुन्हा तापवून ते जलदगतीने ९० अंश से.पर्यंत थंड केले जातात. या वेळी सर्व घटकांचे एकत्रीकरण घडून त्यापासून क्लिंकर (Clinker) तयार होते. क्लिंकरचे गोळे दळून त्यामध्ये ३ ते ४ टक्के जिप्सम मिसळून पोर्टलँड सिमेंट तयार होते. त्याच वेळेस फ्लाय अॅश, फर्नास स्लॅग योग्य प्रमाणात मिसळून सिमेंटचे इतर प्रकार बनवले जातात. व्हाईट सिमेंट बनविताना इंधन म्हणून कोळशाऐवजी फ्युएल ऑइलचा वापर केला जातो.

सिमेंटचे विविध प्रकार :

सिमेंटमध्ये खडी, वाळू, विटा, दगड, लोखंड इ. घटकांना एकसंध आणि ताकदवान बनविण्याचे गुणधर्म असतात. सिमेंट ३३, ४३ आणि ५३ अशा ग्रेडमध्ये बनवले जाते. हा दर्जा सिमेंटच्या २८ दिवसांच्या दाबशक्तीनुसार (compressive strength) ठरवला जातो. सिमेंटमध्ये ऑर्डिनरी पोर्टलँड सिमेंट (OPC), पोर्टलँड पोझोलना सिमेंट (PPC), ब्लास्ट फर्नास स्लॅग सिमेंट (BFSC), सल्फेट प्रतिबंधक सिमेंट, व्हाईट सिमेंट इ. प्रमुख प्रकार असतात. बांधकामाच्या प्रकारानुसार कोणते सिमेंट कोठे वापरायचे ते ठरवले जाते. सिमेंटच्या प्रत्येक बॅगवर त्याचे वजन, दर्जा, उत्पादनाचा आठवडा, वर्ष यांची नोंद असते.

♦♦♦

पर्यावरणपूरक पोझोलना सिमेंट

नवनवीन क्षेत्रांमध्ये विकास होत असताना आपल्याला पर्यावरणाकडे दुर्लक्ष करून चालणार नाही. विद्युतनिर्मिती करताना वापरल्या जाणाऱ्या कोळशामुळे मोठ्या प्रमाणात फ्लाय अॅश निर्माण होतो. फ्लाय अॅशचे उपयुक्त गुणधर्म लक्षात आल्यामुळे देशातील सिमेंटनिर्मिती करणाऱ्या कंपन्यांनी त्याचा वापर करण्यासाठी पुढाकार घेतला आहे. फ्लाय अॅश असणाऱ्या पोर्टलॅन्ड पोझोलना सिमेंटची निर्मिती करून पर्यावरणाचा समतोल राखण्यास एक प्रकारे मदत झाली आहे. देशामध्ये वर्षाकाठी अंदाजे ५५० दशलक्ष टन सिमेंटची निर्मिती होते. त्यापैकी जवळपास ७०% सिमेंट हे पोझोलना सिमेंट असते. मध्यप्रदेश, कर्नाटक आणि महाराष्ट्राच्या सीमा प्रदेशातील विविध कंपन्यांचे सिमेंट प्लॅन्ट पोर्टलॅन्ड पोझोलना सिमेंटची निर्मिती करत आहेत.

पोझोलनाचा पूर्वेतिहास :

पोझोलनामध्ये सिलिका आणि अॅल्युमिना हे मूलभूत घटक असतात. ज्वालामुखीतून बाहेर पडलेली राख, चुनामिश्रित माती, फ्लाय अॅश, मायक्रोसिलिका हे सर्व या प्रकारात येतात. काचेसारखे चकाकणारे घटक ज्या वेळी चुना आणि पाणी यांच्या संपर्कात येतात, तेव्हा त्यामध्ये सिमेंटशी साधर्म्य असणारे गुणधर्म आढळतात. पूर्वीच्या काळात ज्वालामुखीतून बाहेर पडलेली राख बांधकामासाठी वापरत असत. इटली देशातील 'पोझुली' शहरात ती सर्व प्रथम सापडल्यामुळे तिला 'पोझोलना' हे नाव पडले. प्राचीन रोमन अथवा ग्रीक काळातील चर्च, मंदिरे, स्टेडियम आणि इतर वास्तूंसाठी अशा बांधकामसाहित्याचा उपयोग करण्यात आला. अशा बांधकाम साहित्यातील ताकद आणि टिकाऊपणामुळे त्या काळातील वास्तू आजही आपल्या अस्तित्वाची साक्ष देताना आढळतात. त्या काळात काँक्रीटही होत असे; परंतु त्यामध्ये विटांचे तुकडे, मार्बल, ग्रॅनाईट, चुना, राख, प्राण्यांची चरबी, दूध, पाणी यांचा वापर होत असे. आजच्या काळात काँक्रीटमध्ये फ्लाय अॅश, मायक्रोसिलिका यांचा वापर 'पोझोलना' म्हणून केला जातो. भारतातील भाक्रा नांगल, कृष्णार्जुनसागर, कोयना अशी धरणे बांधताना 'सुरखी' या चुनामिश्रित मातीचा पोझोलना म्हणून वापर केला गेला. सध्याच्या काळातील नर्मदा सरोवर धरणासाठी पोर्टलँड पोझोलना सिमेंटचा वापर करण्यात आला.

पोर्टलँड पोझोलना सिमेंटचे फायदे :

बांधकामाच्या प्रत्येक ठिकाणी ऑर्डिनरी पोर्टलँड सिमेंटला पर्याय म्हणून पोझोलना सिमेंट वापरता येते. अनेक ठिकाणी याच सिमेंटचा वापर करणे अधिक उपयुक्त ठरते. काँक्रीटमध्ये पोझोलना सिमेंट वापरल्याने, त्यामधून उष्णतेचे उत्सर्जन कमी प्रमाणात होते. प्लॅस्टर, बांधकाम कामासाठी याचा वापर करता येतो. या सिमेंटमुळे मॉर्टरमध्ये पाणी कमी प्रमाणात लागते, त्यामुळे पाण्याची बचत होते. काँक्रीटमधील अंतर्गत पाणी झिरपण्याचे प्रमाण कमी होते. पृष्ठभागावरील तडे पडण्याचे प्रमाण नियंत्रित होते. काँक्रीटमधील अंतर्गत घटक एकत्रित राहून वापर सुलभतेने करता येतो. पर्यावरणाचे संतुलन राखण्यासाठी या सिमेंटचा जास्तीत जास्त वापर होणे गरजेचे आहे.

स्टील : इमारतीच्या ताकदीसाठी

स्टीलनिर्मिती हा भारतातील एक प्रमुख, अग्रगण्य उद्योग समजला जातो. १९९२च्या सुमारास भारतीय अर्थव्यवस्थेचे उदात्तीकरण झाले, तेव्हापासून या क्षेत्रात भरघोस आर्थिक गुंतवणूक झाली आहे. प्रतिवर्षी हजारो कोटींची उलाढाल करणारा भारतातील स्टीलउद्योग आज जगात पाचव्या क्रमांकावर आहे. स्टीलची नवनिर्मिती आणि या क्षेत्रात गुंतवणूक करण्यास प्रचंड वाव असल्यामुळे २०१९ अखेरपर्यंत १५० दशलक्ष टन निर्मिती झाली आहे. त्यासाठी कमी पडणारा कच्चा माल परदेशातून आयात केला जाणार आहे. संपूर्ण बांधकाम क्षेत्र आणि पायाभूत सुविधा बळकट करण्यासाठी भविष्यात भारताला मोठ्या प्रमाणावर उच्च दर्जाच्या स्टीलची गरज भासणार आहे.

आज अत्याधुनिक तंत्रज्ञानाच्या साहाय्याने स्टील निर्माण करणे शक्य झाले आहे. नवीन स्टील बनवताना जुन्या भंगार लोखंडाचे विघटन करून त्यावर पुनर्प्रक्रिया केली जाते. म्हणून स्टीलची गणना पर्यावरणपूरक बांधकाम साहित्यात होते.

स्टीलनिर्मितीचा पहिला टप्पा

स्टील हे कॉईल, सळई, शीटस्, वायर, रोप, पाइप, केबल, अँगल, गर्डर इ. विविध स्वरूपात बनवले जाते. बांधकाम क्षेत्रात प्रामुख्याने सळई आणि केबल अशा स्वरूपात स्टील वापरले जाते. स्टीलच्या सळया Fe५००, Fe५००d, Fe५५०, Fe५५०d, Fe६०० अशा ग्रेडमध्ये बनवल्या जातात. महाराष्ट्रातील जालना जिल्ह्यात स्टीलनिर्मितीचे असंख्य प्लान्ट्स आज कार्यरत आहेत. निर्मितीसाठी लागणारा कच्चा माल शेजारच्या राज्यातून अथवा थेट परदेशातून आयात केला जातो. कच्चा माल म्हणून स्पॉन्ज आयर्न, जुने भंगार लोखंड, निवडक धातूंचे तुकडे यांचा वापर केला जातो. अशा जुन्या लोखंडाचा ८०% पर्यंत उपयोग करता येतो. सर्व कच्च्या मालाचे विद्युत भट्टीमध्ये अंदाजे १६०० अंश सेल्सिअस तापमानाला विघटन केले

जाते. उच्च तापमानात टिकण्यासाठी भट्टीच्या अंतर्भागात सिलिकाचे आवरण आणि बाहेरून थंड पाण्याची यंत्रणा असते. एकाच वेळी अंदाजे २५ टन स्टीलनिर्मिती करण्याची क्षमता भट्टीमध्ये असते. विघटन झालेले तप्त स्रावातील अशुद्ध घटक, हवा आणि अपायकारक वायू विलग करण्यासाठी नायट्रोजन गॅसचा वापर केला जातो. यामुळे मिश्रण एकजीव होते. अशा मिश्रणामध्ये अंदाजे पंचवीस विविध घटक असतात. त्यापैकी कार्बन, फॉस्फरस, सल्फर, मँगेनीज, सिलिका हे प्रमुख घटक असतात. स्टीलमध्ये योग्य ताकद येण्यासाठी या घटकांचे अंतर्गत प्रमाण अचूक तेवढेच ठेवणे आवश्यक असते; अन्यथा स्टीलच्या दर्जावर विपरीत परिणाम होऊ शकतो. स्पेक्ट्रोमीटर या अत्याधुनिक उपकरणाच्या साहाय्याने अशा सर्व घटकांचे प्रमाण आपणास मोजता येते व त्यानुसार आवश्यक तो बदल करता येतो. योग्य प्रमाण नियंत्रित झाल्यानंतर तप्त स्राव तांब्याच्या चौकोनी साच्यात ओतला जातो. कालांतराने तो थंड होऊन त्याचे चौकोनी लांबलचक बिलेट्समध्ये रूपांतर होते. हेच तयार बिलेट्स स्टीलपासून सळई बनविण्यासाठी वापरतात.

स्टीलसाठी उष्णतेची प्रक्रिया

स्टीलच्या सळया बनविण्यासाठी बिलेट्स गॅसभट्टीमध्ये अंदाजे १००० अंश तापमानापर्यंत पुन्हा तापविले जातात. तप्त झालेले बिलेट्स सरकत्या टेबलावरून जाताना रोलरच्या मदतीने दाब देऊन त्यांचा आकार हळूहळू कमी करत त्याचे गोलाकार सळईमध्ये रूपांतर केले जाते. अशा प्रकारे विविध व्यासांच्या सळया बनवल्या जातात. काँक्रीटला घट्ट पकडून ठेवण्यासाठी सळईच्या पृष्ठभागावर खाचे (Ribbing) पाडले जातात.

सळईची ताकद, लवचिकता आणि भूकंपप्रतिकारक शक्ती वाढविण्यासाठी त्यावर उष्णतेची विशिष्ट प्रक्रिया केली जाते. १९८०च्या सुमारास जर्मनीमध्ये थर्मेक्स या प्रक्रियेचा शोध लागला. या प्रक्रियेत अंतिम टप्प्यावर तप्त सळई गोलाकार ट्यूबमधून जलद गतीने नेली जाते. त्या वेळी त्यावर बाहेरून थंड पाण्याचा फवारा मारला जातो. त्यामुळे १००० अंश तापमानाची सळई ३०० अंश तापमानापर्यंत त्वरित थंड केली जाते. यामुळे सळईच्या बाह्य पृष्ठभागावर काठीण्याचे विशिष्ट आवरण तयार होते. अंतर्गत भाग मात्र उष्ण राहतो. जो कालांतराने नैसर्गिकरीत्या थंड होतो. अशा सळयांना थर्मोमेकॅनिकली ट्रीटेड अथवा टीएमटी (TMT) सळई असे संबोधले जाते. ही पूर्ण प्रक्रिया स्वयंचलित असते.

स्टीलसाठी गुणवत्ता चाचणी

बांधकामासाठी प्रामुख्याने ८ मि.मी.पासून ३२ मि.मी. व्यासाच्या सळया वापरल्या जातात. अशा सर्व सळयांमध्ये योग्य दर्जाची ताकद, लवचिकता, गंजरोधक क्षमता, काटेकोर वजन, एकजिनसीपणा, अचूक व्यास, वेल्डिंग क्षमता, अग्निरोधक आणि भूकंपप्रतिकारक शक्ती आवश्यक असते. स्टील सळया साधारणत: ४० फूट लांबीच्या बनवल्या जातात. सळयांवर ISI मार्क, सळईचा दर्जा आणि TMT असे नमूद केलेले असते. नवनिर्मिती होणाऱ्या प्रत्येक स्टीलची गुणवत्ता चाचणी होणे आवश्यक असते. त्यानंतरही प्रत्यक्ष बांधकामाच्या ठिकाणी स्टील आल्यानंतर पुन्हा एकदा चाचणी परीक्षा करणे सुरक्षित ठरते.

♦♦♦

सौंदर्यपूर्ण नैसर्गिक दगड

वास्तुबांधणीसाठी लागणारे विविध बांधकाम साहित्य उदा. दगड, वाळू, चुना, लाकूड इ. निसर्गच निर्माण करतो. वास्तुबांधणीसाठी नैसर्गिक दगडांचा वापर अनादिकाळापासून होत आला आहे. नैसर्गिक दगड हे खडकांपासून तयार होतात. खडकांचे अग्निजन्य, स्तरित आणि रूपांतरित असे तीन प्रमुख प्रकार आढळतात. ज्वालामुखीतून बाहेर पडलेला तप्त लाव्हारस थंड झाल्यावर बेसाल्ट, ग्रॅनाईट यासारखे अग्निजन्य खडक निर्माण होतात. समुद्र, नदी, नाले, ओढे यांमधून वाहून आलेल्या गाळाचे एकावर एक थरांमध्ये संचयन होऊन लाइमस्टोन, सँडस्टोन असे स्तरित खडक तयार होतात. भूपृष्ठांतर्गत खडकांवर तीव्र ऊर्जा, उष्णता आणि वरील थरांचा दाब पडून झालेल्या रासायनिक प्रक्रियेतून स्लेट, मार्बल, क्वार्टझाईट यासारखे रूपांतरित खडक निर्माण होतात.

इतिहासकालीन वास्तुबांधणी :

वास्तुविशारद आणि स्थापत्य अभियंते यांना नैसर्गिक दगडांचा वापर बांधणीसाठी करून घेण्याचे आकर्षण पूर्वीपासून अगदी आजपर्यंत असलेले दिसते. प्राचीन किल्ले, चर्च, मंदिरे, स्मारके, प्रासाद, राजवाडे, लेणी, भव्य शिल्पकला अशा अनेक ठिकाणी नैसर्गिक दगडांचा वापर केलेला दिसतो. अंदाजे २६३० इ.पू. वर्षांपूर्वी इजिप्तमध्ये बांधलेला गिझाचा पिरॅमिड जगातील सात आश्चर्यांपैकी एक गणला जातो. ४५० फूट उंचीचा हा पिरॅमिड बांधण्यासाठी दोन कोटी तीस लक्ष लाइमस्टोन वापरले गेले. या प्रत्येक दगडाचे वजन अंदाजे २.५ टन होते. इतक्या अजस्र वजनाचे दगड रचण्यासाठी केवळ मनुष्यबळाचा वापर केला गेला. आग्रा येथील ताजमहाल हा वास्तुशास्त्रातील एक चमत्कार समजला जातो. १६४८मध्ये ताजमहाल बांधण्यासाठी राजस्थानातील मकराना मार्बलचा वापर केला गेला. राजधानी दिल्लीमधील कुतुबमिनार, लाल किल्ला या वास्तू बांधण्यासाठी लाल आणि फिकट पिवळ्या रंगातील सँडस्टोनचा वापर केला आहे, तर बेसाल्ट, ग्रॅनाइट यांसारख्या दगडांपासून देशातील अनेक

मंदिरे, किल्ले, लेणी तयार झाल्या आहेत. कोणार्कचे सूर्यमंदिर, हंपी, बदामी, गोवळकोंडा किल्ला, अजंठा, वेरूळ, एलिफंटा, खजुराहो इ. अनेक ऐतिहासिक प्रेक्षणीय वास्तूंसाठी नैसर्गिक दगडांचा वापर केला गेला. देशाच्या संपन्नतेमध्ये या वास्तूंचा फार मोठा वाटा आहे.

नैसर्गिक दगडांच्या खाणी :

जगामध्ये भारत, इटली, तुर्कस्तान, स्पेन, चीन, कॅनडा, अमेरिका इ. देशांमध्ये नैसर्गिक दगडांच्या खाणी आहेत. भारतात तमिळनाडू, कर्नाटक, राजस्थान, गुजरात, उत्तर प्रदेश, आंध्र प्रदेश या राज्यांमध्ये विपुल प्रमाणात नैसर्गिक दगडांच्या खाणी आढळतात. खाणीतून एकसंध दगड विलग करण्यासाठी अद्ययावत यंत्रणा आणि नियंत्रित सुरुंगांचा वापर केला जातो. दगडांचे मोठे ब्लॉक्स ट्रकमधून वाहतूक करून फॅक्टरीमध्ये आणले जातात. मोठ्या लाद्या, पुन्हा कटिंग, पॉलिशिंग करून लहान आकारात तयार केल्या जातात. ग्रॅनाइटसारखा कठीण दगड कापण्यासाठी १२ ते १५ फूट लांबीच्या अतिवेगवान डायमंड ब्लेडचा वापर केला जातो. नैसर्गिक दगडांमध्ये ग्रॅनाइट, मार्बल, स्लेट, सँडस्टोन हे प्रमुख लोकप्रिय प्रकार समजले जातात.

वैविध्यपूर्ण मार्बल आणि ग्रॅनाइट :

मार्बल अथवा संगमरवर हा लाइमस्टोनपासून तयार होतो. यामध्ये पांढरा, लाल, काळा, करडा, गुलाबी, हिरवा इ. रंगांची विविधता असते. पॉलिशिंग केल्यानंतर त्याच्या पृष्ठभागावर असणारी नैसर्गिक रचना उठून दिसते. प्रत्येक मार्बलमध्ये ती वेगवेगळी असते. पॉलिशिंग करतेवेळी आरशासारखे प्रतिबिंब (mirror polish) दिसणारा पृष्ठभागसुद्धा तयार करता येतो. मार्बलमधील अंतर्गत घटकांनुसार त्याचा रंग बदलतो. शुभ्र पांढरा रंग त्यामधील कॅल्साइटमुळे येतो. काळा अथवा करडा रंग ग्रॅफाइटमुळे येतो, तर मॅग्नेशियम ऑक्साइडमुळे गुलाबी अथवा लाल रंग निर्माण होतो. या दगडावर वातावरणातील बदलांचा कोणताही विपरीत परिणाम लवकर होत नाही. मार्बलची ताकद कित्येक वर्षे टिकून राहते. त्यामुळेच पूर्वीच्या काळातील मार्बलमधील वास्तू आजही नवीन वाटतात. किचन ओटा, लिव्हिंग रूम, पोर्च, वॉल, बाथरूम अशा ठिकाणी मार्बलमधील आकर्षक डिझाइन करता येतात. तुर्कस्तान, स्पेन, इटली या देशांमधून मार्बल भारतामध्ये आयात केला जातो.

ग्रॅनाइट हा अतिकठीण दगड समजला जातो. यामध्येही रंगांची विविधता आढळते. परंतु रंगसंगती थोडी फिकट असते. मार्बलप्रमाणेच घरातील विविध जागी ग्रॅनाइटचा वापर करता येतो. ग्रॅनाइटवरती फ्लेमिंग, लेदर फिनिश, स्टोन ब्लास्टिंग अशा प्रक्रिया करून वेगळा पृष्ठभाग बनवता येतो.

स्लेट आणि सँडस्टोन :

माती आणि दगड यावर रासायनिक प्रक्रिया घडून स्लेट हा रूपांतरित दगड तयार होतो. भारताप्रमाणेच चीन, आफ्रिका, अमेरिका, इटली या देशांमध्ये या दगडांच्या खाणी आहेत. कठीण स्लेटच्या पृष्ठभागावर पडलेले पाणी चटकन वाळते. काळ्या अथवा करड्या रंगामध्ये हा दगड उपलब्ध असतो. ८ मि.मी. पासून १४ मि.मी. जाडीपर्यंत स्लेट कापता येतो. स्लेटचा वापर प्रामुख्याने छताकरिता केला जातो. याव्यतिरिक्त वॉल, फ्लोअरिंग, गार्डन इ. ठिकाणी एका वेगळ्या पद्धतीने स्लेट वापरता येतो. उत्तर भारतात प्रामुख्याने स्लेटच्या खाणी आढळतात.

सँडस्टोन हा स्तरित खडक असून, वाळूचे असंख्य कण आणि नैसर्गिक सिमेंट म्हणजे सिलिका यांच्या एकत्रीकरणाने सँडस्टोन तयार होतो. सँडस्टोनमध्ये लाल आणि गुलाबी रंग प्रामुख्याने आढळतात. अत्यंत कठीण, स्वच्छ करण्यास सोपा, पाय न घसरणारा, अग्निप्रतिबंधक ही सँडस्टोनची प्रमुख वैशिष्ट्ये आहेत. वॉलक्लॅडिंग, विंडोसील, आर्चपिलर्स, फेन्सपोस्ट, माइलस्टोन, पेव्हिंग, फ्लोअरिंग इ. असंख्य ठिकाणी सँडस्टोनचा वापर केला जातो.

नैसर्गिक दगड कोणत्याही अपायकारक वायूंचे उत्सर्जन करत नाहीत. त्यामुळे हे पर्यावरणपूरक असून, अशा दगडांचा वापर वास्तुबांधणीमध्ये जास्तीत जास्त करणे, ही काळाची गरज आहे.

♦♦♦

काचेच्या सुरक्षित भिंती

काचेचे अस्तित्व जगामध्ये इ.स. पूर्व हजारो वर्षांपासून आहे. ज्वालामुखीतून बाहेर पडणारा तप्त लाव्हारस थंड होऊन 'ऑब्सिडियन' (obsidian) नावाची नैसर्गिक काच बनली. अश्मयुगातील मानव स्वसंरक्षणासाठी अशा काचेपासून बनवलेली शस्त्रे वापरत असे. इ.स. पूर्व पहिल्या शतकात फुंकणीच्या (Blow Pipe) साहाय्याने मानव काचेच्या वस्तू बनवू लागला. रोमन साम्राज्यात काच बनविण्याची प्रक्रिया भरभराटीला आली. मणी, दिवे, चिमण्या, काठ्या, भांडी, अत्तराच्या बाटल्या, बांगड्या यांसाठी काचेचा वापर होऊ लागला. अशा वस्तू वापरणे त्या काळात श्रीमंतीचे लक्षण समजले जात असे. १९०२मध्ये आयर्विन कोलबर्न (USA) यांनी यांत्रिक पद्धतीने काच बनविण्याचा शोध लावला. पुढील काळात हे तंत्रज्ञान विकसित होत गेले. १९५०मध्ये सर ॲलस्टेअर पिलकिंग्टन (UK) यांनी लादी स्वरूपातील (Float) काच बनविण्याची पद्धती शोधली. याच तंत्रज्ञानाच्या आधारे जगातील सर्व प्रमुख देशांमध्ये काच बनविली जात आहे.

पुरातत्त्व खात्यानुसार, भारतात अंदाजे इ.स. पूर्व २००० वर्षांपूर्वीपासून काचेचा वापर होत आहे. उत्तर प्रदेशातील फिरोजाबाद येथील बांगड्या बनविण्याचा उद्योग हा देशातील सर्वांत मोठा उद्योग समजला जातो.

काचेची वैशिष्ट्ये :

सुबक, सुंदर, पारदर्शक, गुळगुळीत, आकर्षक, ध्वनिरोधक, उष्णता परावर्तित करणारी, ऊन, वारा, पाऊस यांपासून संरक्षण देणारी, साफ करण्यास सोपी अशी व इतर अनेक वैशिष्ट्ये काचेमध्ये आढळतात. खिडक्या, दरवाजे, शोरूम्स, ऑफिसेस, मॉल यांमधील फर्निचर, आरसे, लिफ्ट, सरकते दरवाजे, रेलिंग, स्कायलिफ्ट, पार्टिशन वॉल, गॉगल, प्रयोगशाळेतील उपकरणे, बाथरूम, कार या सर्वांसाठी काचेचा वापर बहुमूल्य ठरत आहे. आधुनिक तंत्रज्ञानाने पारदर्शक, रंगीत, बुलेटप्रुफ, आवरणयुक्त अशा, २ मि.मी.पासून २५ मि.मी. जाडीपर्यंतच्या काचा आवश्यक त्या आकारानुसार व विविध रंगछटांमध्ये बनवणे शक्य झाले आहे.

काच बनविण्याची प्रक्रिया :

सिलिका सँड (SiO_2) हा काच बनविण्यासाठी प्रमुख घटक असतो. याचे प्रमाण ७० टक्के असते. काचेची द्राव्यता कमी करण्यासाठी त्यामध्ये कॅल्शिअम ऑक्साईड (CaO) हे १२ टक्के, तर मॅग्नेशिअम ऑक्साईड (MgO) हे ४ टक्के मिसळले जाते. लवचिकता व ताकद वाढविण्यासाठी ॲल्युमिनिअम ऑक्साईड (Al_2O_3) हे २ टक्के वापरले जाते. द्रविभवन बिंदू (Melting Point) कमी करण्यासाठी सोडा ॲशचा (Na_2O) उपयोग करतात. याचे प्रमाण १२ टक्के असते. पुनर्प्रक्रियेसाठी काचेचे तुकडे, तर रंगीत काचेसाठी कलर पिगमेंटचा वापर होतो. चोवीस तास अखंडित असणाऱ्या भट्टीमध्ये हे सर्व मिश्रण अंदाजे १५५० अंश सेल्सियसपर्यंत तापविले जाते. इंधनासाठी फर्नास ऑइलचा वापर होतो. उष्ण मिश्रणाला त्यानंतर चकाकी येते. मिश्रणातील हवेचे बुडबुडे विलग करून स्राव द्रवरूपातील टीन धातूवर

ओतला जातो. सेन्सर्स रोलरच्या साहाय्याने काचेची जाडी व रुंदी ठरविली जाते. लादी स्वरूपातील काच त्यानंतर नियंत्रित तापमानात थंड केली जाते. अशा प्रकारे साधी काच बनविली जाते.

काचेवर उष्णतेची प्रक्रिया :

साध्या काचेला ताकदवान बनविण्यासाठी त्यावर उष्णतेची पुनर्प्रक्रिया केली जाते. काचेला पुन्हा ७०० अंश सेल्सियसपर्यंत तापवून ताबडतोब थंड हवेमध्ये नेण्यात येते. त्यामुळे काचेतील अंतर्गत दाब विरले जाऊन तिची ताकद पाचपट अधिक वाढते. साधी काच फुटली तर तिचे टोकदार तुकडे बनतात. प्रक्रिया केलेल्या काचेचे तुकडे एकमेकांना धरून राहतात. अशी काच सुरक्षित व आगीपासून संरक्षण देणारी असते.

उष्णतारोधक डबल ग्लास युनिट (DGU)

यामध्ये ॲल्युमिनिअम स्पेसर्सच्या साहाय्याने दोन काचांमध्ये हवेची पोकळी निर्माण केली जाते. वातावरणातील उष्णता शोषून घेण्यासाठी व दोन काचेमध्ये अंतर ठेवण्यासाठी अरगॉन गॅस भरला जातो. चहूबाजूने काचेला पॉलीयुरेथिन सीलंटच्या साहाय्याने बंद केले जाते. अशा प्रकारे विविध आकारांची ग्लास पॅनेल्स बनवता येतात. हॉस्पिटल, व्यापारी संकुले, हॉटेल्स, विमानतळ, नियंत्रणाचे मनोरे, रेल्वेच्या वातानुकूलित डब्यांच्या खिडक्या अशा ठिकाणी डबल ग्लास युनिट उपयुक्त ठरते.

लॅमिनेटेड ग्लास :

दोन अथवा अधिक काचांमध्ये पॉलिव्हिनाइल ब्यूटिराल (PVB) पॉलिमरची फिल्म वापरून अशा काचा बनविल्या जातात. बुलेटप्रूफ काच याच पद्धतीने बनविली जाते. आग, भूकंप, विस्फोट या सर्वांपासून या काचा संरक्षण देतात. अशा काचा ९९ टक्के अल्ट्राव्हायोलेट किरणे परावर्तित करतात. या काचेमुळे इमारतींचा अंतर्भाग थंड राहतो. वातानुकूलन यंत्रणेवरील ताण कमी होऊन पर्यायाने विद्युतऊर्जेची बचत होते. पंचतारांकित हॉटेल्स, म्युझियम, शॉपिंग मॉल्स, ज्वेलरी शॉप्स, बँका, पेट्रोलपंप, टोलनाका, प्रयोगशाळा, संशोधन केंद्र अशा ठिकाणी लॅमिनेटेड ग्लासचा वापर महत्त्वपूर्ण ठरतो. ६ मि.मी. जाडीपासून २५ मि.मी. जाडीपर्यंतच्या काचा अशा पद्धतीने बनवू शकतात.

काचेसाठी महत्त्वपूर्ण निकष :

काच बनविताना इमारतींची उंची, वाऱ्याचा दाब, मजल्याची उंची यांनुसार काचेची जाडी व आधाराचे फ्रेमिंग ठरविले जाते. उंच पॅनेलसाठी आडवे आधार आवश्यक असतात. काचेची गुणवत्ता ठरविताना तिची आघातक्षमता, ताकद, घर्षणक्षमता, आवरणाची जाडी, रंगाचे सातत्य, सरळपणा, हवेचे बुडबुडे, बारीक छिद्रे यांची तपासणी करणे गरजेचे असते. उंच इमारतींना काचेची तावदाने बसवताना सुरक्षिततेची सर्व काळजी घेणे आवश्यक असते.

♦♦♦

जलद बांधकामासाठी ॲल्युमिनिअम फॉर्मवर्क

बांधकामामध्ये आर.सी.सी. हा प्रमुख घटक मानला जातो. फॉर्मवर्क, स्टीलची बांधणी व काँक्रिटिंग अशा तीन टप्प्यांमध्ये त्याची विभागणी केली जाते. फॉर्मवर्कसाठी बांबू, लाकूड, प्लायवूड, लोखंडी प्लेट्स यांचा वापर पूर्वापार होत आहे. १९००च्या सुमारास मलेशियामध्ये फॉर्मवर्कसाठी ॲल्युमिनिअमचा वापर करण्यास सर्वप्रथम सुरुवात झाली. खरे तर मलेशियातील जंगलामध्ये उत्तम प्रतीचे लाकूड विपुल प्रमाणात उपलब्ध आहे; परंतु या धातूचे वैशिष्ट्य जाणून पारंपरिक फॉर्मवर्कला उत्तम पर्याय त्यांनी शोधला. अशा फॉर्मवर्कच्या निर्मितीने बांधकामासाठी होणाऱ्या लाकडाचा वापर कमी होऊन पर्यायाने पर्यावरणाचे संतुलन राखण्यास मदत झाली. ॲल्युमिनिअम फॉर्मवर्कचा उपयोग जगातील सर्व प्रगत देशांमध्ये सध्या मोठ्या प्रमाणावर होत आहे.

फॉर्मवर्कची आवश्यकता :

प्रत्यक्ष जागेवर अथवा प्लॅन्टमधून तयार केल्या जाणाऱ्या काँक्रीटला स्वत:ची ताकद निर्माण होईपर्यंत बाह्य आधाराची आवश्यकता असते. असा आधार म्हणजेच फॉर्मवर्क. काँक्रीटमध्ये अशी ताकद निर्माण झाल्यानंतर फॉर्मवर्कला विलग केले जाते. फूटिंग, कॉलम, बीम, वॉल, स्लॅब, जिना, बाल्कनी अशा आर.सी.सी. घटकांसाठी विविध पद्धतीने फॉर्मवर्क केले जाते. फॉर्मवर्क करताना व्हायब्रेटरची कंपने, प्रत्यक्ष कामावरील मनुष्यबळ, साहित्यसामग्री या सर्वांचे वजन गृहीत धरावे लागते. उत्तम फॉर्मवर्कमध्ये या सर्वांचे वजन पेलण्याची क्षमता असते. सर्वसाधारणत: प्लिंथचे काम पूर्ण झाल्यानंतर इमारतीच्या वरील भागाचे काम चालू होते. अशा ठिकाणी ॲल्युमिनिअम फॉर्मवर्कचा वापर करणे योग्य ठरते. या नवीन पद्धतीमुळे भिंती, कॉलम, बीम व स्लॅब या सर्वांचे एकत्रित काँक्रीट करणे शक्य झाले आहे.

पूर्वनियोजनाची गरज :

वास्तुरचनाकार, स्ट्रक्चरल डिझायनर आणि विकसक यांच्या एकत्रित समन्वयाने नियोजित इमारतीचा आराखडा सर्वप्रथम तयार केला जातो. या आराखड्यानुसार फॉर्मवर्कचे विविध भाग कसे बनवता येतील याचे स्वतंत्र ड्रॉईंग बनवले जाते. सर्व संमतीने हे ड्रॉईंग मंजूर झाल्यानंतर प्रत्यक्ष फॉर्मवर्कचे विविध भाग बनवण्याची प्रक्रिया कारखान्यामध्ये चालू होते. उच्च प्रतीच्या ॲल्युमिनिअमचे रूळ, ४.५ मि.मी. जाडीचा पत्रा व इतर अनेक भागांची जोडणी करून फॉर्मवर्क पॅनेलची निर्मिती होते. बीमचा तळ व बाजू, उभे आधार, स्लॅबचा तळ, कोपरे व भिंती, जिना, खिडक्या, दरवाजे यांसाठी अचूक मापानुसार पॅनेल बनवली जातात. एखाद्या प्रकल्पाचे संपूर्ण फॉर्मवर्क तयार करण्यासाठी अंदाजे दोन महिन्यांचा कालावधी अपेक्षित असतो.

प्रत्यक्ष कामावर उभारणी :

सोप्या पद्धतीने प्रत्यक्ष कामावर उभारणी करण्यासाठी फॉर्मवर्कच्या सर्व भागांना विशिष्ट रंग व क्रम दिला जातो.

ॲल्युमिनिअमची घनता स्टीलपेक्षा तीन पट कमी असल्यामुळे सर्व पॅनेल वजनाला हलकी असतात. एक व्यक्ती सहजपणे त्यांची ने-आण करू शकते. पॅनेलच्या जोडणीसाठी पिन, वेजेस व हलक्या हातोड्याचा उपयोग केला जातो. फॉर्मवर्कची उभारणी, स्टीलची बांधणी, अंतर्गत इलेक्ट्रिक अथवा इतर पाइप बसवणे आणि शेवटी काँक्रीटिंग असे नियोजन केले जाते. अशा क्रमाने कामगारांच्या विविध गटांद्वारे संपूर्ण मजल्याचे काम एका आठवड्यात पूर्ण होऊ शकते. पारंपरिक पद्धतीने अशा कामासाठी पंधरा ते वीस दिवसांचा कालावधी लागतो.

ॲल्युमिनिअम फॉर्मवर्कचे फायदे :

कुशल अथवा अकुशल कामगारांना योग्य मार्गदर्शनाद्वारे फॉर्मवर्कची जोडणी करता येते. संपूर्ण मजल्याचे काम पूर्ण करण्यासाठी कमी कालावधी लागतो. एका मजल्यावरून वरच्या मजल्यावर फॉर्मवर्क नेण्यासाठी क्रेनची आवश्यकता नसते. संगणकीकृत तंत्रज्ञानाने अचूक मापाची पॅनेल बनवता येतात. इमारतीच्या भिंती व स्लॅबचे एकत्रित काँक्रीट केल्यामुळे सांधाजोड राहत नाही. काँक्रीटमधील पाण्याच्या गळतीचे प्रमाण कमी होते. कमी जाडीच्या भिंतीमुळे जास्त कार्पेट एरिया वापरण्यास मिळतो. कामाची गती वाढूनसुद्धा दर्जावर नियंत्रण ठेवणे शक्य होते. तयार होणाऱ्या उत्तम काँक्रीट पृष्ठभागावर अंतर्गत प्लॅस्टर करण्याची गरज नसते. उभे आधार न हलवता स्लॅबचे फॉर्मवर्क विलग करता येते. भूकंपविरोधक इमारतींसाठी असे फॉर्मवर्क उपयुक्त ठरते. एकदा वापरलेले फॉर्मवर्क पुन्हा अंदाजे २५० वेळा वापरता येते. पाणी, हवा, कीटक यांचा दुष्परिणाम फॉर्मवर्कवर होत नाही. लोखंडाप्रमाणे यावर गंज पकडत नाही. इमारत बांधण्याचा कालावधी कमी झाल्यामुळे एकूण मूलभूत खर्चामध्ये मोठी बचत होते. रो-हाऊस, टाऊनशिप, उंच इमारती उभारण्यासाठी ॲल्युमिनिअम फॉर्मवर्कने आपली उपयुक्तता सिद्ध केली आहे.

♦♦♦

प्रकाशाच्या नियंत्रणासाठी ॲल्युमिनिअम लुवर्स

सर्व प्रकारच्या प्रकाशांमध्ये सूर्यप्रकाश हा सर्वांत महत्त्वाचा नैसर्गिक ऊर्जास्रोत मानला जातो. प्रकाशाची तीव्रता मोजण्यासाठी लक्स (Lux) हे परिमाण असते. प्रकाशाची तीव्रता नैसर्गिक ऋतू, दिशा, भौगोलिक स्थिती यांनुसार बदलत असते. सूर्यापासून पृथ्वीवर येणारा प्रकाश अंदाजे १० हजार ते एक लाख लक्स (Lux) इतका असतो. यापैकी आपणास लिहिण्यासाठी अथवा वाचनासाठी ५०० ते १५०० लक्स प्रकाश पुरेसा असतो. आपल्यापैकी प्रत्येक जण दररोज वातावरणातील विविध विद्युत चुंबकीय लहरींच्या

संपर्कात येत असतो. आपणास जाणवणारा सूर्यप्रकाश हा अशाच लहरींपासून बनलेला असतो. या लहरींपैकी काही लहरी मानवी शरीरास उपयुक्त असतात, तर अनेक लहरी हानीकारक असतात. त्यांचा मानवी कृती व मनावर सातत्याने परिणाम होत असतो. उन्हाळ्यामधील सूर्यप्रकाशाचे चटके सर्वांनाच नकोसे वाटतात. म्हणूनच आपल्या सभोवतालचे वातावरण आल्हाददायक असणे आवश्यक असते. त्यासाठी प्रकाशाची तीव्रता कमी करणे गरजेचे आहे. इमारतीच्या अंतर्भागातील बैठकीची खोली, बेडरूम, ऑफिसची जागा या ठिकाणी विविध प्रकारचे पडदे लावून प्रकाश नियंत्रित करता येतो. त्याचप्रमाणे इमारतीच्या बाह्यभागात ॲल्युमिनिअम धातूचे लुवर्स बसवून प्रकाशाचे नियंत्रण करणे शक्य होते. सध्या असे लुवर्स अनेक ठिकाणी आढळून येतात. हॉलंडमधील 'हंटर डग्लस' कंपनी १९५०पासून असे लुवर्स बनविण्यासाठी अग्रेसर मानली जाते.

पर्यावरणपरिपूरक ॲल्युमिनिअम लुवर्स

लुवर्सचा वापर केल्यामुळे प्रकाशाची तीव्रता इमारतींच्या बाह्य भागातूनच नियंत्रित केली जाते. त्यामुळे इमारतीचा अंतर्भाग थंड राहतो. त्यामुळे वातानुकूलन यंत्रणेवरील ताण कमी होऊन पर्यायाने त्यासाठी आवश्यक असणाऱ्या विद्युत ऊर्जेची महत्त्वपूर्ण बचत होते. इमारतीच्या अंतर्भागात जास्तीत जास्त नैसर्गिक सूर्यप्रकाश खेळता ठेवल्यामुळे कृत्रिम प्रकाशाची आवश्यकता भासत नाही. ॲल्युमिनिअम लुवर्सचा कोन बदलता ठेवून उन्हाळ्यात थंड, तर हिवाळ्यात उबदार वातावरण राखता येते. वापरून जुन्या झालेल्या लुवर्सचे संपूर्णपणे विघटन करून पुनर्प्रक्रियेने १०० टक्के नवीन लुवर्स बनवता येतात.

ॲल्युमिनिअम लुवर्सचे विविध प्रकार

विविध आकारांमधील लुवर्स बाजारामध्ये उपलब्ध आहेत. त्यामध्ये इंग्रजी अक्षर Z, C, वक्राकार, अंडाकृती, सरळ, जाळीदार असे नमुने आहेत. त्यांची जाडी ०.५ मि.मी.पासून ३ मि.मी.पर्यंत असते, तर लांबी आवश्यकतेनुसार बनविता येते. लुवर्स बसवताना आधारासाठी स्टीलचे अथवा ॲल्युमिनिअमचे फ्रेमिंग करावे लागते. यात न गंजणाऱ्या स्क्रूचा वापर केला जातो. लुवर्सच्या पृष्ठभागावर पॉलीयुरेथिन रंगाचे आवरण असते. यामुळे प्रतिकूल हवामानाचा परिणाम त्यावर होत नाही. बसवताना त्याचा बाह्य कोन, एकमेकांमधील अंतर, आधाराचे मोजमाप ठरविणे आवश्यक असते. उघडझाप करण्यासाठी मॅन्युअल अथवा यांत्रिक दोन्ही पद्धती वापरता येतात.

सध्या अनेक इमारतींमध्ये वातानुकूलन यंत्रणा, पाणी, ड्रेनेज, पाइपलाइन अशा अनेक सोयींसाठी विविध डक्ट असतात. ॲल्युमिनिअम लुवर्स अशा ठिकाणी बसवून डक्ट आच्छादित करता येतात. बाहेरून झाकलेल्या अशा डक्टमध्ये खेळती हवा, उजेड असतो. देखभालीच्या वेळी पाहिजे त्या ठिकाणचे लुवर्स सहजपणे काढून पुन्हा बसविता येतात. इमारतीचे आकर्षक पोर्च, विमानतळाचे अंतर्गत सुशोभीकरण यासाठी यांचा वापर होत आहे.

ॲल्युमिनिअम लुवर्सचे फायदे

* शंभरहून अधिक विविध रंगछटांमध्ये लुवर्स बनविता येतात आणि रंगाचे सातत्य साधता येते.
* तापमानातील बदलांमुळे त्यांचे आकुंचन-प्रसरण झाले तरी ताकदीवर परिणाम होत नाही.
* लवचिकतेमुळे पाहिजे त्या आकारानुसार वळविणे शक्य होते.
* गरम हवा कोंडली न जाता शुद्ध खेळती हवा मिळू शकते.
* इमारतीसाठी लागणाऱ्या एकूण विद्युतऊर्जेपैकी अंदाजे ३३ टक्के ऊर्जेची बचत करता येते.
* विशिष्ट आवरणामुळे रंगावर कोणत्याही प्रकारचे चरे पडत नाहीत अथवा पापुद्रे निघत नाहीत.
* आग लागणे यासारख्या आपत्तीमध्ये यामधून कोणत्याही हानीकारक वायूचे प्रसरण होत नाही.
* अपायकारक अल्ट्राव्हायोलेट किरणे ९९ टक्के परावर्तित करता येतात.

♦♦♦

चकचकीत 'स्टेनलेस स्टील'

बांधकाम साहित्यांमध्ये स्टील महत्त्वपूर्ण घटक मानला जातो. स्टीलचे अनेक प्रकार आहेत. वैविध्यपूर्ण गुणधर्म असणाऱ्या स्टेनलेस स्टीलचा वापर बांधकाम क्षेत्रामध्ये सध्या मोठ्या प्रमाणावर होताना आढळतो. स्टील बनविण्यासाठी अनेक धातूंचे मिश्रण केले जाते. कार्बन, मँगेनीज, क्रोमियम, निकेल अशा धातूंचा यामध्ये समावेश असतो.

स्टेनलेस स्टीलचा इतिहास

पेरी बर्थीयर या फ्रेंच धातू अभियंत्याने १८२१मध्ये महत्त्वपूर्ण शोध लावला. स्टीलमधील क्रोमियम विशिष्ट प्रमाणात वाढवले असताना त्यावर आम्लाचा (Acid) परिणाम होत नाही, हे सर्वप्रथम त्याने ओळखले. अशा स्टीलपासून भांडी बनविण्यास त्यानंतर सुरुवात झाली. पुढील काळात स्टीलमधील कार्बन आणि क्रोमियम यांचे प्रमाण कमीजास्त ठेवण्याचे अनेक प्रयोग धातू अभियंत्यांनी केले. हॅरी ब्रेअर्ली (UK) हा धातू अभियंता १९१३मध्ये बंदुकीची नळी अधिक ताकदवान बनविण्यासाठी प्रयोग करीत असताना त्याने असे सिद्ध केले की, विशिष्ट प्रमाणात कार्बन आणि क्रोमियम असणाऱ्या स्टीलवर डाग पडत नाहीत. जगातील गंजरोधक स्टेनलेस स्टीलचा अशा प्रकारे शोध लागला. स्टील बनवताना त्यामधील कार्बनचे प्रमाण ०.१५ टक्के आणि क्रोमियम १३ ते २६ टक्के असताना हवेतील ऑक्सिजनच्या संयोगाने क्रोमियम ऑक्साईडचा थर स्टीलच्या पृष्ठभागावर तयार होतो. या थराला एक प्रकारची चकाकी असते. पाणी अथवा हवेचा या स्टीलवर कोणताही दुष्परिणाम होत नाही. सुरुवातीला भांडी, चमचे बनविणाऱ्या स्टीलने आता आपली उपयुक्तता बांधकाम क्षेत्रातही सिद्ध केली आहे.

स्टेनलेस स्टीलची वैशिष्ट्ये

साधे स्टील हवा अथवा पाण्याच्या संपर्कात आल्यास त्यावर गंज पकडण्याची प्रक्रिया त्वरित चालू होते. स्टेनलेस स्टील संपूर्णत: गंजरोधक असते. असे स्टील कापले किंवा त्यावर चरे पडले तर हवेतील ऑक्सिजनच्या संपर्कात आल्याने त्याच्या संयोगाने ऑक्साईडचा नवा थर लगेच तयार होतो. अत्यंत आकर्षक दिसणाऱ्या स्टेनलेस स्टीलच्या वस्तूंच्या देखभालीचा खर्च नगण्य असतो. या सर्वच वस्तू साफ करण्यास सोप्या असतात. या वस्तूंच्या किमती सर्वसामान्यांना परवडतील अशा असतात. हे स्टील अनेक आकारांमध्ये बनवले जाते. यामध्ये गोलाकार कॉईल, पत्रे, प्लेट्स, बार, वायर, ट्यूब अशांचा समावेश असतो.

स्टेनलेस स्टीलच्या विविध श्रेणी असतात. यामध्ये SS२००, SS३००, SS४०० असे प्रकार असतात. प्रत्येक ग्रेडमध्ये अंदाजे पंधरा प्रकार असतात. विविध वस्तू बनविताना विशिष्ट प्रकारच्या स्टीलचा वापर केला जातो. या स्टीलवर कोणत्याही रंगाचे आवरण देण्याची आवश्यकता नसते. चुंबकीय तत्त्वाचा परिणाम होणार नाही असे स्टेनलेस स्टीलसुद्धा बनवले जाते. सध्या जगात सर्वत्र पर्यावरणपूरक इमारती बनविण्याची संकल्पना रुजत आहे. यासाठी पर्यावरणपूरक बांधकाम साहित्याचा वापर केला जातो. त्यासाठी असणारे सर्व निकष स्टेनलेस स्टील पूर्ण करते. या स्टीलची १०० टक्के पुनर्प्रक्रिया

करता येते. किंबहुना, नवे स्टील बनविताना ५० टक्के जुन्या स्टेनलेस स्टीलचा उपयोग केला जातो. या स्टीलपासून वेगवेगळ्या प्रकारे उपयुक्त वस्तू बनविणे शक्य असते.

स्टेनलेस स्टीलचे उपयोग

कोणत्याही रोगजंतूंचा (Bacteria) प्रादुर्भाव होत नसलेल्या अशा स्टीलपासून वैद्यकीय क्षेत्रातील अनेक उपकरणे बनविली जातात. खाद्यपदार्थांची साठवण करण्यासाठी असणारे टँक व त्यांची ने-आण करणारे टँकर यांचा अंतर्भाग स्टेनलेस स्टीलपासून बनविला जातो. अशा स्टीलवर उष्णतेची पुनर्प्रक्रिया करून रेझर ब्लेड्स, स्वयंपाकाची भांडी, किचन सिंक, चमचे, सुऱ्या बनवतात. त्याचप्रमाणे दैनंदिन जीवनात लागणारे घड्याळाचे पट्टे, दागिने, हार्डवेअरचे विविध प्रकार यापासून बनतात. घरातील फर्निचर बनविताना खुर्च्या, टेबल, शोकेस यासाठी स्टीलचा वापर केला जातो. हॉस्पिटल, शॉपिंग मॉल, बँका, रहिवासी अथवा व्यापारी संकुले, विमानतळ अशा ठिकाणी जिन्याची रेलिंग, बाल्कनी रेलिंग, सरकते दरवाजे यासाठी स्टेनलेसस्टीलचा उपयोग होतो आहे.

इमारतींचा बाह्यभाग सुशोभित करण्यासाठी आज अनेक जण या चकाकणाऱ्या धातूची निवड करत आहेत. मलेशियातील ४५२ मीटर उंचीचा पेट्रोनास ट्विन टॉवर स्थापत्यशास्त्राचा उत्कृष्ट नमुना समजला जातो. टॉवरचा बाह्यभाग सुशोभित करण्यासाठी सात लाख स्क्वेअर फूट स्टेनलेस स्टील आणि आठ लाख स्क्वेअर फूट काचेचा वापर केला आहे. ऑस्ट्रेलियाची राजधानी कॅनबेरा येथील पार्लमेंट हाऊससमोरील ध्वजस्तंभ बनविण्यासाठी २२० टन स्टेनलेस स्टील वापरले आहे. आपल्या देशातील वैद्यकीय, कृषी, औद्योगिक, ऑटोमोबाईल, खाद्य आणि बांधकाम क्षेत्रामध्ये स्टेनलेस स्टील बहुपयोगी ठरत आहे.

♦♦♦

पर्यावरणपूरक फ्लाय ॲश

आपल्या देशात विद्युतनिर्मिती करण्यासाठी कोळसा, पाणी, औष्णिक, पवन, सौर ऊर्जा अशा विविध प्रकारांचा उपयोग केला जातो. या प्रकारांत कोळशापासून विद्युतनिर्मिती करण्याचे प्रमाण सर्वात जास्त आहे. पुढील पंचवीस वर्षे पुरेल एवढा नैसर्गिक कोळशाचा साठा सध्या देशात उपलब्ध आहे. कोळशावर चालणारे सुमारे १५५ प्रकल्प भारतात आहेत. त्यासाठी वर्षाला अंदाजे ६०० दशलक्ष टन एवढा कोळसा वापरला जातो. त्यामुळे अंदाजे १७५ दशलक्ष टन फ्लाय ॲशची निर्मिती होते. एकूण फ्लाय ॲशच्या ३२ टक्के म्हणजे ५६ दशलक्ष टन फ्लाय ॲश विविध प्रकारे उपयोगात आणली जाते. उर्वरित ११९ दशलक्ष टन फ्लाय ॲशचे रूपांतर द्रवरूपात करून ती फेकून द्यावी लागते. हेच सध्या पर्यावरणासमोरील एक मोठे आव्हान आहे. विजेच्या वाढत्या मागणीनुसार २०२०अखेरीस अंदाजे २२५ दशलक्ष टन फ्लाय ॲश निर्माण होण्याची शक्यता आहे. तिचा उपयोग करणे अथवा विल्हेवाट लावणे, ही समस्या आहे. जगातील इतर प्रगत देशांमध्ये तेथे निर्माण होणाऱ्या फ्लाय ॲशपैकी ८० टक्के एवढा वापर केला जातो, परंतु आपल्या देशात सध्या हे प्रमाण फक्त ३० टक्के एवढेच आहे.

फ्लाय ॲशची निर्मिती

कोळशामध्ये मुख्यत: कार्बन, हायड्रोजन, नायट्रोजन, सल्फर असे ज्वलनशील घटक असतात. त्याचप्रमाणे माती, क्वार्ट्झ, चुनखडी असे इतरही घटक असतात. विद्युतनिर्मिती करताना प्रथम कोळशाची पावडर तयार केली जाते. भट्टीमध्ये ही पावडर अंदाजे १५०० अंश तापमानापर्यंत तापवली जाते. त्यानंतर काही सेकंदांमध्ये २०० अंश तापमानापर्यंत ती थंड केली जाते. या वेळी ज्वलनशील घटक संपूर्णत: जळतात, तर इतर घटक जळून त्यांचे रूपांतर राखेमध्ये होते. राखेचे असंख्य कण या वेळी भट्टीतील हवेमध्ये उडतात. म्हणूनच या राखेला 'फ्लाय ॲश' असे संबोधले जाते. कोरडी राख थंड झाल्यावर एकत्रित जमा करून तिच्यावर पुनर्प्रक्रिया केली जाते. त्यामुळे जाडसर राखेचे अत्यंत बारीक, गुळगुळीत,

गोलाकार, चकचकीत कणांमध्ये रूपांतर होते. राखेच्या कणांचे आकारमान ५० मायक्रॉनपेक्षाही कमी असते. तिच्या वैशिष्ट्यपूर्ण गुणधर्मांमुळे बांधकामामध्ये तिचा अनेक प्रकारे वापर केला जातो.

पर्यावरणपूरक फ्लाय ॲश

शुद्ध सिलिकाचे मुबलक प्रमाण असणाऱ्या फ्लाय ॲशमध्ये सिमेंटशी साधर्म्य असणारे गुणधर्म आढळतात. भारतातील सिमेंट उत्पादन करणाऱ्या कंपन्यांनी त्यामुळे फ्लाय ॲशचा मोठ्या प्रमाणावर वापर करण्यास सुरुवात केली आहे. सरकारतर्फे त्याला विशेष सहकार्य आणि प्रोत्साहन दिले जात आहे. या पद्धतीने तयार केलेले सिमेंट (Portland Pozzolana Cement) बाजारात सर्वत्र उपलब्ध आहे. अशा सिमेंटच्या निर्मितीमुळे ऊर्जेची महत्त्वपूर्ण बचत, चुनखडीसारख्या (Limestone) नैसर्गिक साधनसंपत्तीची बचत, उत्पादन खर्च आणि हवेतील कार्बन उत्सर्जनाचे प्रमाण कमी राखण्यास मदत होते.

काँक्रीट आणि विटा तयार करण्यासाठी

काँक्रीट तयार करताना सिमेंटला पर्यायी किंवा काँक्रीटमधील एक घटक म्हणून फ्लाय ॲश वापरता येते. घटक म्हणून वापरण्याचे प्रमाण साधारणतः १५ ते २०% असून, त्यात वाढ करता येते. काँक्रीटमध्ये फ्लाय ॲशचा वापर केल्याने त्याची ताकद वाढते. प्रवाहीपणा, स्टीलची गंजरोधक क्षमता वाढते. त्याचप्रमाणे उत्सर्जन, उष्णता आणि पाणी झिरपण्याची प्रक्रिया कमी होते.

काँक्रीटप्रमाणेच पारंपरिक विटांना उत्तम पर्याय म्हणून फ्लाय ॲश विटांचाही वापर सर्वत्र केला जात आहे. इमारतीच्या बाह्य अथवा अंतर्गत भिंतीसाठी अशा विटा वापरणे उपयुक्त ठरत आहे. अधिक ताकद, पाण्याचे कमी शोषण, आकारमानातील अचूकता, तूटफुटीचे नगण्य प्रमाण इ. अनेक वैशिष्ट्ये या विटांमध्ये आढळतात. फ्लाय ॲश विटा वापरण्याने इमारतीचे आयुष्यमान वाढण्यास मदत होते. सिमेंटनिर्मिती, विटा अथवा ब्लॉक्स बनणे, काँक्रीट रस्तेबांधणी, भराव, टाइल्स, पेव्हिंग ब्लॉक्स काँक्रीटचे तयार घटक (precast) अशा सर्व ठिकाणी फ्लाय ॲशने आपली उपयुक्तता आणि गुणवत्ता सिद्ध केली आहे. पर्यावरणाला धोका असणारी फ्लाय ॲश आता पर्यावरणपूरक म्हणून ओळखली जात आहे.

♦♦♦

पर्यावरणपूरक सीलिंग टाइल्स

इमारतींचे मुख्य बांधकाम पूर्ण झाल्यानंतर अंतर्गत सुशोभीकरणास सुरुवात होते. त्यासाठी रंग, प्लायवूड, सीलंट, ॲडेसिव्ह, कार्पेट इ. साहित्यांचा प्रामुख्याने वापर केला जातो. अशा साहित्यांमधून फॉर्माल्डिहाईड (Formaldehyde) या रंगविरहीत अपायकारक वायूचे उत्सर्जन होते. इमारतीचे अंतर्गत तापमान आणि वातावरणातील दमटपणा यावर हे उर्त्सजनाचे प्रमाण कमीअधिक होत असते. या वायूमुळे डोळ्यांना खाज अथवा जळजळ, डोकेदुखी, घसा खवखवणे, श्वसनाचा त्रास, दमा असे आजार माणसांना होऊ शकतात. वायूचे हवेमधील प्रमाण व व्यक्तींमधील प्रतिकारशक्ती यानुसार हा त्रास जाणवतो. अशा गोष्टी टाळण्यासाठी इमारतीच्या अंतर्गत भागात भरपूर खेळती हवा, जास्तीत जास्त सूर्यप्रकाश असणे आवश्यक असते. नवीन बांधकाम साहित्य तयार करताना त्यामध्ये जर पुनर्प्रक्रिया (Recycle) केलेले घटक असतील तर फॉर्माल्डिहाईड वायूचे उत्सर्जन कमी प्रमाणात होते. पर्यायाने इमारतीचे अंतर्गत वातावरण आरोग्यदायी बनते.

अंतर्गत प्रकाशयोजना :

इमारतीची अंतर्गत प्रकाशयोजना योग्य असेल, तर विजेचा वापर कमी करता येतो. कमीत कमी विद्युत ऊर्जेपासून जास्तीत जास्त आल्हाददायक प्रकाशनिर्मिती हेच यामागचे प्रमुख उद्दिष्ट असते. प्रकाशाची तीव्रता कमी असेल, तर इमारतीमधील रहिवासी अथवा कर्मचारी यांना काम करताना डोळ्यांवर ताण येत नाही. समप्रमाणातील मंदप्रकाश अशा वेळी कार्यक्षमता वाढविण्यासाठी उपयुक्त ठरतो. प्रकाशयोजना करताना समोरून (direct) अथवा एका बाजूने (indirect) करता येते. दुसऱ्या

पद्धतीमध्ये अनेक फायदे असल्यामुळे अनेक ठिकाणी तिचा वापर केला जातो. उत्कृष्ट प्रकाशयोजना करण्यासाठी सीलिंग (False ceiling) अतिशय महत्त्वाचे असते. अमेरिकेतील आर्मस्ट्राँग कंपनीने यासाठी पर्यावरणपूरक सीलिंग टाइल्सची निर्मिती केली आहे. त्यासाठी कंपनीला LEEDचे गुणवत्ता प्रमाणपत्र मिळाले आहे.

वैशिष्ट्यपूर्ण सीलिंग टाइल्स :

आकाराने २' x २' अथवा ४' x २' असणाऱ्या टाइल्स मुख्यत: पांढऱ्या रंगामध्ये उपलब्ध असतात. टाइल्सची जाडी ९ मि.मी.पासून २० मि.मी.पर्यंत असते. टाइल्स बनवताना मिनरल वूल, नैसर्गिक काच, स्टार्च, माती, पूर्ण प्रक्रिया केलेला कागद, जुन्या टाइल्स यांचा वापर केला जातो. पुनर्प्रक्रिया केलेल्या घटकांचे प्रमाण ३५ ते ६० टक्के असते. टाइल्स बनविण्याची पद्धत अत्यंत सोपी असते. गंजरोधक गॅल्व्हनाईज स्टीलचे फ्रेमवर्क करून टाइल्स त्यावर बसविल्या जातात. या टाइल्स वजनाला अत्यंत हलक्या व साफ करण्यास सोप्या असतात. टाइल्समधून कोणत्याही अपायकारक वायूचे उत्सर्जन होत नाही. आगीसारख्या आपत्कालीन प्रसंगी टाइल्समध्ये एक तासाची ज्वलनरोधक क्षमता असते. टाइल्समध्ये आर्द्रता शोषली जात नाही. त्यांच्यावर बुरशी अथवा जिवाणूंचा प्रादुर्भाव होत नाही. या टाइल्समध्ये ध्वनिशोषण करण्याची क्षमता असल्यामुळे खोलीमधील आवाज इतरत्र पसरला जात नाही. प्रकाश परावर्तन करणाऱ्या या टाइल्समुळे विद्युत उपकरणे, विद्युत ऊर्जा, वातानुकूलन यंत्रणा यांना लागणाऱ्या खर्चामध्ये बचत होते.

कॉन्फरन्स हॉल, स्टुडिओ, ऑफिस, रेस्टॉरंट, कॉलेज, मॉल, अंतर्गत स्विमिंग पूल, बाथरूम अशा अनेक ठिकाणी या टाइल्स बसवणे उपयुक्त ठरते. पर्यावरणपूरक गुणधर्म असणाऱ्या प्रत्येक बांधकाम साहित्याला भविष्यात मोठी मागणी असणार आहे.

♦♦♦

वैशिष्ट्यपूर्ण 'स्वआधारित' छत

छत बनवताना त्यासाठी लागणारा आधार आणि त्यावरील आच्छादन अशी विभागणी केली जाते. पूर्वीच्या काळी छताच्या आधाराकरिता लाकडी तुळया, दगडी लिंटेल, बांबू यांचा वापर केला जात असे, तर आच्छादनासाठी झाडांची पाने, गवत, मातीची कौले वापरली जात. आजच्या काळात आधारासाठी लाकूड, स्टीलचे गर्डर, आर.सी.सी. बीम, कॉलम यांचा वापर केला जातो, तर आच्छादनासाठी दणकट काच, फेरोक्रिट, फायबर ग्लास, पी.व्ही.सी. काँक्रीट, ॲल्युमिनिअम, गॅल्व्हनाईज पत्रे इ. अनेक पर्याय आता उपलब्ध आहेत. छताचे प्रमुख उद्दिष्ट हे त्यावर पडणाऱ्या पाण्याला योग्य वाट करून देणे हे असते. त्यासाठी छताला आवश्यक तेवढा उतार आणि पाणी वाहून नेणारी यंत्रणा गरजेची असते. रेन वॉटर हार्वेस्टिंगसारखी यंत्रणा अशा वेळी उपयुक्त ठरू शकते.

जलदगतीने छत उभारणी करणारे नवीन तंत्रज्ञान आता उपलब्ध झाले आहे. अमेरिकन तंत्रज्ञानाचा वापर केलेले 'प्रोफ्लेक्स रूफिंग' या नावाने ते उपलब्ध आहे.

स्वआधारित छत

छत उभारणीच्या नेहमीच्या पद्धतीमध्ये ट्रस, पर्लिन, बीम अथवा कॉलम अशा बाह्य आधाराची गरज असते. प्रोफ्लेक्स पद्धतीमध्ये फक्त दोन्ही बाजूंच्या (End) आधारावर छत उभारले जाते. मध्य भागात कोणताही आधार दिला जात नाही. छतासाठी गॅल्व्हाल्यूम पत्र्याचा वापर केला जातो. त्यासाठी

स्टील धातूवर उष्णतेची प्रक्रिया करून झिंक आणि ॲल्युमिनिअम धातूचे आवरण चढवले जाते. अशा आवरणामुळे पत्र्याची गंजरोधक क्षमता कमीत कमी चाळीस वर्षापर्यंत टिकते. छत उभारणीसाठी अशा

पत्र्यांची ३ फूट रुंदी असणारी रिळे (coils) उपलब्ध असतात. छताला योग्य असणाऱ्या लांबीनुसार त्यांचे कटिंग केले जाते. अद्ययावत मशिनरीच्या साहाय्याने सरळ पत्र्याला वक्राकार आकार दिला जातो. त्यानंतर पत्र्याला इंग्रजी 'V' आकारामध्ये बदलले जाते. मशिनरीमधील रोलरच्या साहाय्याने पत्र्याला दाते (Corrogation) पाडले जातात. यामुळे पत्र्याची वजन पेलण्याची क्षमता वाढते. वक्राकार पत्र्याचे तीन भाग एकमेकांना सांधाजोड (hook and helm joint) पद्धतीने जोडून मोठा आर्च तयार केला जातो. क्रेनच्या साहाय्याने आर्च उचलून प्रत्यक्ष जागेवर जोडणी केली जाते. जोडणी करताना प्रत्येक आर्चची उंची समान ठेवली जाते. छताच्या दोन्ही बाजूला पावसाळी पाण्याचा निचरा करणारे गटर बांधले जाते. पाइपलाइनच्या साहाय्याने सर्व पाणी जमिनीपर्यंत आणले जाते.

या पद्धतीचे फायदे

अत्यंत जलदगतीने आणि सुरक्षितपणे केवळ १२ तासांत २० हजार स्क्वेअर फूट छताची उभारणी करता येते. छताची जोडणी करताना कोठेही छिद्रे पाडली जात नाहीत. तसेच नटबोल्ट, सीलंट यांचा वापर केला जात नाही. अशा छतामधून पाणी गळती होत नाही. पत्र्यामध्ये उच्च प्रतीची ज्वलनरोधक आणि भूकंपरोधक क्षमता असते. या पद्धतीने छत तयार करणे सुरक्षित असते. या पद्धतीने ३६ मीटर रुंदीपर्यंत (span) कोणत्याही मध्य आधाराशिवाय छत बनविता येते. अशा प्रकारच्या छतामध्ये १०० किलो प्रतिस्क्वेअर मीटर हलते वजन (live load) पेलण्याची क्षमता असते. अनेक ठिकाणी पक्षी आपले घरटे बांधण्यासाठी छताचा आधार घेतात; परंतु अशा पद्धतीच्या छतामध्ये तशी मोकळी जागा पक्ष्यांना मिळत नाही. त्यामुळे त्यांच्यामुळे होणारा त्रास वाचतो.

दिसायला अत्यंक आकर्षक असणारे हे छत विविध रंगांमध्ये उभारता येते. हवा आणि उजेडासाठी छतामध्ये आवश्यक तेथे झरोके ठेवता येतात. खेळत्या हवेसाठी पवन ऊर्जेवर चालणारे पंखे, तर उजेडासाठी काचेचा वापर केला जातो. यामुळे अंतर्गत तापमान थंड राहून विद्युत ऊर्जेची बचत करणे शक्य होते.

♦♦♦

उष्णतारोधक बोर्ड

विविध ऊर्जांपैकी सूर्यप्रकाश हा सर्वांत प्रमुख नैसर्गिक ऊर्जास्रोत मानला जातो. सूर्याचे पृथ्वीपासूनचे अंतर अंदाजे १५० दशलक्ष किलोमीटर आहे. इतक्या लांब अंतरावरूनसुद्धा सूर्यकिरणांची तीव्रता उन्हाळ्यात जाणवते. पृथ्वीपर्यंत पोहोचणाऱ्या सूर्यकिरणांपैकी ३३ टक्के सूर्यकिरण वातावरणात परावर्तित होतात. उर्वरित किरणांमुळे पृथ्वीचा पृष्ठभाग, समुद्राचे पाणी आणि वातावरण उष्ण बनते व निर्माण झालेली उष्णता वातावरणात वायुरूपाने साठवली जाते. वातावरणामध्ये अनेक वायूंचा समावेश असतो. नायट्रोजन, अरगॉन, ऑक्सिजन यामुळे तापमानात बदल होत नाही. परंतु कार्बन डायऑक्साईड, मिथेन, ओझोन, पाण्याची वाफ आणि हवेतील अपायकारक किरणे यांच्या संयोगाने तापमानात वाढ होते.

उष्णतारोधक बोर्डचा वापर :

भिंती आणि गच्ची यांमधून सूर्याची उष्णता इमारतीच्या अंतर्भागात प्रवेश करत असते. अशा ठिकाणी उष्णतारोधक बोर्डचा वापर केल्याने अंतर्गत तापमान थंड राहण्यास मदत होते. यामुळे वातानुकूलन यंत्रणेवरील ताण कमी होऊन त्यासाठी लागणाऱ्या विद्युत ऊर्जेमध्ये मोठी बचत होते. अनेक कंपन्यांचे

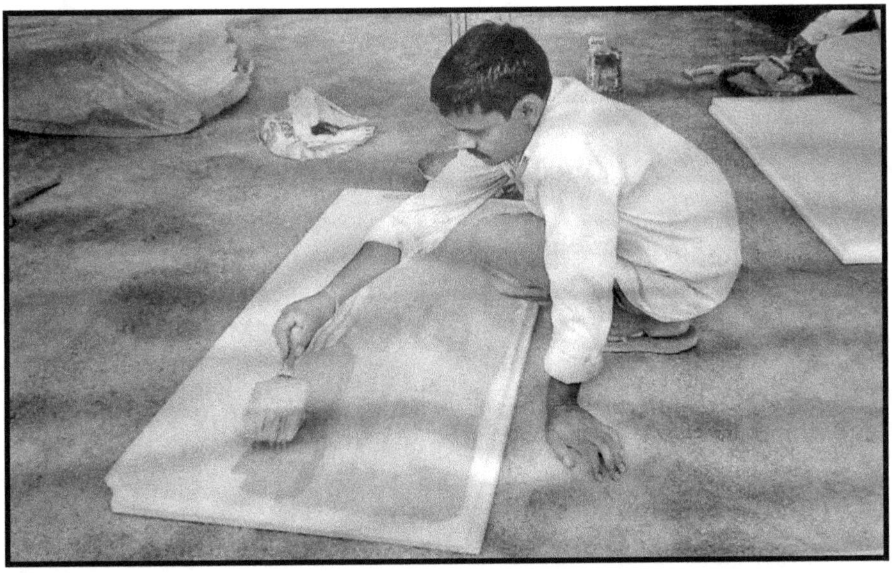

उष्णतारोधक बोर्ड आज बाजारामध्ये उपलब्ध आहेत. असे बोर्ड साधारणत: २५ मि.मी. ते १०० मि.मी. जाडीचे तर १ मी. x २ मी. या आकारामध्ये उपलब्ध आहेत. बोर्ड बनविण्यासाठी पॉलिस्टरीन या पेट्रोजन्य बाय प्रॉडक्ट तुकड्यांचा पुनर्वापर केला जातो. बाह्य भिंतीसाठी बोर्ड बसवताना दोन भिंतीच्या पोकळीमध्ये बोर्ड बसविला जातो. यामुळे उष्णता परावर्तित होण्याचे प्रमाण वाढते. गच्चीवर बोर्ड बसविण्यासाठी प्रथमत: स्लॅबचा पृष्ठभाग स्वच्छ करून त्यावर रासायनिक पद्धतीने वॉटरप्रुफिंग केले जाते.

कमीत कमी जाडीच्या काँक्रीट स्क्रिडच्या साहाय्याने पाणी वाहून जाण्यासाठी योग्य ठिकाणी उतार दिला जातो. स्क्रिडच्या पृष्ठभागावर बोर्डाची जोडणी केली जाते. दोन बोर्ड एकमेकांना जोडण्यासाठी विशिष्ट प्रकारे सांधाजोड केले जाते. सर्व सांधे पॉलिस्टर टेपच्या साहाय्याने बंद केले जातात. त्यानंतर बाँडिंग एजंटचा थर देऊन सर्वत्र वाळू पसरली जाते. सर्वांत शेवटी टाइल्स बसवून गच्ची आकर्षक बनवली जाते. स्लॅब आणि टाइल्स यामध्ये सँडविच केलेल्या बोर्डामुळे अंतर्गत तापमान ४ अंश सेल्सिअसपर्यंत कमी झालेले आढळते.

पर्यावरणपूरक बोर्डाचे फायदे :

असे बोर्ड एकसंध असून त्यांमध्ये उष्णतारोधक क्षमता असते. ते पाणी शोषून घेत नाहीत. त्यामुळे या बोर्डातून पाणी झिरपत नाही. अत्यंत टिकाऊ असणाऱ्या बोर्डावर तापमानातील कोणत्याही तीव्र बदलांचा परिणाम होत नाही. या बोर्डमधून कोणत्याही अपायकारक वायूचे उत्सर्जन होत नाही. नवीन बोर्ड तयार करण्यासाठी जुन्या बोर्डाचे विघटन करून पुनर्वापर करता येतो. बसविण्याची पद्धत अतिशय सोपी असते. त्यासाठी कोणत्याही विशिष्ट अवजारांची आवश्यकता नसते. निवासी इमारती, व्यापारी संकुले, हॉस्पिटल, शॉपिंगमॉल इ. ठिकाणी ऊर्जेची महत्त्वपूर्ण बचत करणाऱ्या अशा बोर्डचा महत्त्वपूर्ण उपयोग होणार आहे.

♦♦♦

बहुपयोगी बायसन बोर्ड

बांधकामाच्या विविध ठिकाणी लागणाऱ्या पार्टिशन वॉल, फॉल्स सीलिंग, दरवाजे, खिडक्या, पोटमाळे, कपाटे, वॉल क्लॅडिंग, फ्लोअरिंग, टेबल टॉप, किचन ट्रॉली, डक्ट झाकणे, बाथरूम सीलिंग, तात्पुरते ऑफिस, फार्म हाऊस, डेअरी, जिन्याचे टप्पे इत्यादी अनेक जागी बायसन बोर्ड वापरता येतात. ६ मि.मी.पासून ४० मि.मी. जाडी असणारे बोर्ड बाजारात उपलब्ध आहेत. त्यांचा आकार १०' x ४' अथवा ८' x ४' असतो. कारखान्यामध्ये बोर्ड तयार करताना पोर्टलँड सिमेंट ६२%, लाकूड २८%, पाणी आणि रसायने १०% यांचा वापर केला जातो. लाकडासाठी निलगिरी, कैलासपती या झाडांचा वापर केला जातो. बोर्ड बनविण्यासाठी त्यावर उच्चप्रतीचा दाब आणि उष्णतेची प्रक्रिया केली जाते. बोर्डचा रंग करडा असतो. त्यावर लॅमिनेट, रंग, टाईल्स बसवता येतात. कारखान्यामधून बोर्ड तयार करण्याआधी त्याची विविध पद्धतीने गुणवत्ता चाचणी केली जाते. बोर्ड वापरताना त्याची जाडी ८ मि.मी. पर्यंत असेल, तर त्यावर खिळे मारून बोर्ड बसवता येतो. पण, त्यापेक्षा जास्त जाडीच्या बोर्डला अगोदर भोके पाडून स्क्रूच्या साहाय्याने बसवता येते.

पार्टिशन वॉल उभारताना लाकूड, स्टील अथवा ॲल्युमिनिअम धातूच्या पट्ट्यांमध्ये फ्रेमिंग केले जाते. मजबुती आणि आधारासाठी प्रत्येक दोन फुटांवर उभी आणि आडवी पट्टी मारली जाते. तापमानामध्ये होणाऱ्या बदलामुळे कालांतराने बोर्डचे आकुंचन अथवा प्रसरण होण्याची शक्यता असते.

अशा वेळी फ्लोअरिंगसाठी बोर्ड बसवताना चहूबाजूने १० ते १५ मि.मी. मोकळी जागा सोडावी लागते. लाकूड, अ‍ॅल्युमिनिअम, पीव्हीसी कव्हरपट्टीच्या साहाय्याने ही जागा झाकता येते. वॉल पार्टिशन अथवा फ्लोअरिंग शक्यतो १६ मि.मी. अथवा त्यापेक्षा जास्त जाडीचे बोर्ड वापरून बनवावे. दरवाजे, खिडक्या यासाठीसुद्धा बायसन बोर्डचा उपयोग करता येतो. अशा वेळी योग्य आकारात कटिंग करून चारही बाजूंनी मजबुतीसाठी लाकडी, स्टील किंवा अ‍ॅल्युमिनिअमची लिपिंग पट्टी बसवावी लागते. दरवाजे, खिडक्या अधिक आकर्षक करण्यासाठी बोर्डच्या पृष्ठभागावर विविध रंगांची डिझाईन्स लॅमिनेट, व्हिनीयर बसवता येते. अनेक वेळा प्रायमरचा वापर करून बोर्डावर रंगकाम करता येते. फ्लोअरिंग करताना बोर्डवर पीव्हीसी टाईल्स अथवा कार्पेट अंथरले जाते.

उच्च घनतेमुळे बोर्डामध्ये अधिक ताकद निर्माण होते. बोर्डामध्ये पाणी शोषले जात नाही. त्यामुळे पाण्याचा अधिक वापर असणाऱ्या किचन, बाथरूम अशा ठिकाणी त्यांचा वापर करता येतो. बोर्ड तयार करताना, लाकडावर विशिष्ट प्रक्रिया केल्यामुळे वाळवी, बुरशी, जंतुसंसर्ग यांचा प्रादुर्भाव होत नाही. या बोर्डवर तापमानातील तीव्र बदलाचा परिणाम होत नाही. अ‍ॅसबेसटॉस, घटक नसणाऱ्या अशा बोर्डमधून कोणत्याही अपायकारक वायूचे उत्सर्जन होत नाही. त्यामुळे पर्यावरणाचे संतुलन राखण्यास मदत होते. सध्या सर्वत्र भेडसावणारी 'ग्लोबल वॉर्मिंग'सारखी समस्या सोडविण्यास यामुळे मदत होणार आहे. आगीसारख्या आपत्कालीन प्रसंगी अर्ध्या तासापासून ४ तासांपर्यंतची ज्वलनरोधक क्षमता अशा बोर्डमध्ये असते. बोर्डच्या जाडीप्रमाणे ती बदलते. ध्वनिनियंत्रण करण्याचे काम हे बोर्ड करतात. त्यामुळे ऑफिस, सिनेमागृह, स्टुडिओ अशा ठिकाणी यांचा वापर करून ३० ते ३७ डेसिबलपर्यंत ध्वनिनियंत्रण करता येते.

वजनाने हलक्या आणि बसवण्यास सोप्या बोर्डमुळे कमी कालावधीत जलद काम करता येते. बांधकाम क्षेत्राची प्रचंड व्याप्ती आणि सध्याची गतिमानता यांच्याशी सामना करण्यासाठी अशा बहुपयोगी साहित्याचा उपयोग होणार आहे.

♦♦♦

आर.सी.सी. बांधकामासाठी प्लॅस्टिक फॉर्मवर्क

आजच्या काळात बांधकामामध्ये आर.सी.सी. पद्धतीचा मोठ्या प्रमाणात वापर केला जातो. या कामाची फॉर्मवर्क, स्टीलची बांधणी आणि काँक्रीटिंग अशी विभागणी केली जाते. फॉर्मवर्कसाठी लाकडाचा वापर पूर्वापार होत आहे; परंतु अवैध जंगलतोडीमुळे पर्यावरणाचे संतुलन बिघडले आहे. यामुळे पुढील काळात लाकडाला पर्याय शोधणे गरजेचे आहे. सध्याच्या काळात लाकडाबरोबरच स्टील आणि ॲल्युमिनिअम धातूचे फॉर्मवर्क वापरात आहे. यामध्ये आता उच्च दर्जाच्या पॉलिमर प्लॅस्टिकमध्ये बनवलेल्या फॉर्मवर्कचे पदार्पण झाले आहे. इटली देशातील जिओस्काय, जिओट्यूब, जिओपॅनेल हे फॉर्मवर्क आता सर्वत्र उपलब्ध आहे. त्यामधील अनेक उपयुक्त गुणधर्मांमुळे ते लोकप्रिय होत आहे.

आर.सी.सी.मधील फॉर्मवर्कचे महत्त्व

काँक्रीटला विविध आकारांमध्ये सामावून घेण्यासाठी फॉर्मवर्क तयार करावे लागते. आर.सी.सी. कामातील फुटिंग, कॉलम, बीम, स्लॅब, जिना, लिफ्ट वॉल, शिअर वॉल, रिटेनिंग वॉल इ. सर्वांसाठी फॉर्मवर्क करावे लागते. काँक्रीट तयार केल्यानंतर त्यामध्ये ताकद निर्माण होण्यास काही कालावधी लागतो. या काळात काँक्रीटचे स्वत:चे वजन पेलण्याचे कार्य फॉर्मवर्क करते. योग्य ताकद निर्माण

झाल्याची खात्री पटल्यानंतर फॉर्मवर्क विलग करून त्याचा पुढील कामांसाठी पुनर्वापर केला जातो. फॉर्मवर्क विलग करण्याचा कालावधी काँक्रीटचा दर्जा, सिमेंटचा प्रकार, तापमान, स्लॅबचा स्पॅन इ.नुसार कमीअधिक होतो. फॉर्मवर्क जितके चांगले, तेवढा काँक्रीट पृष्ठभाग चांगला बनतो. अनेकदा अशा

चांगल्या पृष्ठभागावर (Formfinish) प्लॅस्टर करण्याची आवश्यकता भासत नाही. शक्यतो बांधकामाचा प्रकल्प आराखडा तयार करतानाच योग्य फॉर्मवर्कची निवड करणे उचित ठरते. फॉर्मवर्क करण्याअगोदर आर.सी.सी. डिझाइनर अथवा अन्य तज्ज्ञ व अनुभवी व्यक्तींचा सल्ला घेऊन, त्यानुसार डिझाइन करून ड्रॉइंग बनवणे आवश्यक असते. या ड्रॉइंगप्रमाणे प्रत्यक्ष कामावर कामगारांकडून फॉर्मवर्कची सुरक्षितपणे उभारणी करणे योग्य ठरते. काँक्रीटिंग अगोदर फॉर्मवर्कची योग्य प्रकारे तपासणी करणे आवश्यक असते. ज्या वेळी फॉर्मवर्क वापरात नसते, तेव्हा ते स्वच्छ आणि सुरक्षितपणे ठेवले तर त्याचे आयुष्य वाढते.

प्लॅस्टिक फॉर्मवर्कचे फायदे

अशी पॅनेल उच्च दर्जाच्या पॉलिमर प्लॅस्टिक पासून बनवली जातात. पॅनेलची लांबी २ फूट, ३ फूट, ४ फूट आणि रुंदी २ फूट असते. जाडी एकसारखी ८० मि.मी. असते. कॉलमसाठी गोलाकार, चौकोनी, आयताकृती पॅनेल बनवली जातात. सर्वांत मोठ्या पॅनेलचे वजन फक्त ११ किलो भरते. पॅनेल जरी वजनाला हलकी असली तरी, त्यामध्ये उच्च आघातक्षमता असते. फॉर्मवर्कची उभारणी करण्यासाठी नगण्य मनुष्यबळ लागते. एखाद्या १० फूट उंच कॉलमची उभारणी फक्त २५ मिनिटांमध्ये पूर्ण करता येते. दोन पॅनेल एकमेकांना जोडण्यासाठी नायलॉन हँडल, टायरॉड, वॉशर यांचा वापर केला जातो. नायलॉन हँडलमध्ये उच्च दर्जाची ताणशक्ती असते. लाल रंगामधील हँडल फक्त ९० अंशांमध्ये फिरवून दोन पॅनेलची घट्ट जोडणी करता येते. काँक्रीटमधील सिमेंट, पाणी पॅनेलमधून बाहेर येण्यास कोणतीही मोकळी जागा नसते. उणे ३० अंश सेल्सिअस ते उष्ण ७० अंश सेल्सिअस तापमानापर्यंत पॅनेलवर कोणताही विपरीत परिणाम होत नाही. फॉर्मवर्क उभारणीसाठी कोणत्याही अजस्र क्रेनची आवश्यकता नसते. फॉर्मवर्क विलग करताना काँक्रीट पॅनेलच्या पृष्ठभागाला चिकटत नाही. कॉलम अथवा वॉलसाठी लागणारी पॅनेल स्लॅबसाठी वापरता येतात. स्लॅबसाठी फॉर्मवर्क करताना उभ्या लोखंडी प्रॉपवर आडवे लाकडी बीम ठेवले जातात. त्यानंतर Y बीम, H बीम, वेज, पॅनेल आणि हँडलच्या साहाय्याने अत्यंत सोप्या पद्धतीने कमी वेळात संपूर्ण फॉर्मवर्क उभारता येते. स्लॅब काँक्रीटिंगनंतर फॉर्मवर्क विलग करण्याची पद्धतही सोपी असते. मुख्य बीमखालील आधार तसाच ठेवून स्लॅबची पॅनेल विलग करता येतात. रिटेनिंग वॉल करताना ३ मीटर उंची आणि ४० सेंमी जाडीपर्यंतचे फॉर्मवर्क अत्यंत सोप्या पद्धतीने उभारता येते. पॅनेल स्वच्छ करण्यासाठी फक्त पाण्याचा वापर केला जातो. योग्य काळजी घेतली, तर त्यांचा कमीत कमी शंभर वेळा पुनर्वापर करता येतो. खराब झालेल्या पॅनेलचे संपूर्णतः विघटन करून त्यावर पुनर्प्रक्रिया केली जाते. अशा फॉर्मवर्कसाठी सुरुवातीच्या काळातील खर्च कदाचित जास्त असतो; परंतु पुढील काळात जास्तीत जास्त वापर घडून मौल्यवान वेळ आणि मनुष्यबळाची मोठ्या प्रमाणावर बचत होते.

♦♦♦

बांबू : लाकडास उत्तम पर्याय

बांबू ही एक गवतवर्गीय वनस्पती असून, प्राचीन काळापासून मानवाने तिचा उपयोग विविध कारणांसाठी करून घेतला आहे. बांबूमधील अनेक वैशिष्ट्यपूर्ण गुणधर्मांमुळे चटया, टोपल्या तयार करण्यापासून ते फर्निचर तयार करणे, घरबांधणी; तसेच औषधे तयार करणे यासाठी बांबूचा उपयोग केला जातो. पर्यावरणपूरक घरांची निर्मिती करण्यासाठी लाकडास उत्तम पर्याय म्हणून बांबूचा वापर करणे आज आवश्यक झाले आहे. आपल्या देशात कृषी आणि बांधकाम हे दोन्ही महत्त्वाचे व्यवसाय आहेत. या दोन्ही व्यवसायांतील विकास उद्दिष्टे साध्य करण्यासाठी बांबू उद्योगाची बहुमूल्य मदत होणार आहे. भारतातील एकूण वनक्षेत्राच्या १२ टक्के क्षेत्र बांबूने व्यापले आहे. जगातील बांबू उद्योगाची वार्षिक उलाढाल अब्जावधी डॉलर्सची असून, त्यामध्ये चीन आणि भारत यांचा सिंहाचा वाटा आहे.

नैसर्गिक बांबू लागवड

बांबू मुख्यत: सेल्युलोज, लिग्निन, गर आणि सिलिकाचे आवरण यामुळे बनतो. सेल्युलोजचे प्रमाण यामध्ये सर्वाधिक ५५ ते ६० टक्के असते. बांबूच्या लागवडीसाठी भरपूर पाणी असणारी कोणत्याही प्रकारची जमीन चालू शकते. आपल्या देशात बांबूच्या एकूण बारा प्रजाती आढळतात. महाराष्ट्रात त्यापैकी कळक, मानवेल, मेस, माणगा या चार प्रमुख जाती आढळतात. बांबूचा व्यास १ इंचापासून १४ इंचापर्यंत असू शकतो. उंची ५ फूटापासून १५० फुटापर्यंत असू शकते.

बांबूची लागवड केल्यानंतर अंदाजे ५० वर्षांनंतर तो नष्ट होतो. बांबूचे बेट निकामी होऊन सर्व बांबू करपून जातात. या वेळी त्याला नवीन बी येऊन त्यापासून नवीन बेटाची निर्मिती होते. पाणी भरपूर असेल, तर बांबूची वाढ झपाट्याने होते. काही विशिष्ट प्रकारचे बांबू एका दिवसात आश्चर्यकारकरीत्या एकदम चार फूट उंच वाढू शकतात. बांबूची पूर्ण वाढ होण्यास साधारणत: तीन महिने लागतात; परंतु तो परिपक्व होऊन वापरण्यायोग्य होण्यास कमीत कमी तीन वर्षांचा कालावधी लागतो. घाईघाईने अगोदर कापून त्याचा वापर केल्यास त्याला कीड लागते किंवा त्यामधून पावडर पडून तो कुचकामी बनतो.

बांबू टिकाऊ बनविण्याची प्रक्रिया

बांबूमध्ये लवचिकता, ताकद आणि टिकाऊपणा असे उपयुक्त गुणधर्म असतात. बांबूवर नैसर्गिक अथवा रासायनिक प्रक्रिया करून, अशा गुणधर्मांत वाढ करता येते. पूर्वीच्या काळी तोडणी केलेले बांबू वाहत्या पाण्यात अथवा वाफेच्या चेंबरमध्ये ठेवले जात असत; परंतु आज यशस्वीरीत्या रासायनिक प्रक्रिया करून, बांबूचा टिकाऊपणा वाढविण्यात येतो. यासाठी पोटॅशियम डायक्रोमेट, मोरचूद, बोरिक पावडर आणि पाणी यांचे ठराविक प्रमाणातील मिश्रण वापरले जाते. प्रेशर पंपाच्या साहाय्याने अशा मिश्रणाचे इंजेक्शन बांबूच्या अंतर्भागात दिले जाते. त्यामुळे त्यामधील अंतर्गत 'सॉफ्ट टिश्यू' बाहेर पडण्यास मदत होते. म्हणून बांबूला कीड लागत नाही. बाष्प आणि पाणी यांच्या संपर्कातही बांबू वर्षानुवर्षे टिकतो. अशी प्रक्रिया केलेले बांबू कित्येक वर्षे ऊन, वारा, पाऊस यांना तोंड देऊ शकतात. प्रक्रियेनंतर बांबूमधील भूकंपप्रतिकारक क्षमता वृद्धिंगत होते.

बांबूमध्ये लाकडाच्या अडीचपट जास्त ताकद असते, ती त्याच्या तंतुमय रचनेमुळे. याशिवाय टिकाऊपणा आणि लवचिकता हे इतर उपयुक्त गुणधर्मही त्यामध्ये आढळतात. आपल्या घरांमध्ये भूकंपप्रतिकारक शक्ती असणे आवश्यक असते. आर.सी.सी. पद्धतीने घरे बांधताना अशी शक्ती वाढवण्यासाठी स्टीलचा वापर केला जातो. स्टील काँक्रीटमधील ताणशक्ती वाढवते. स्टील आणि बांबू यांच्यातील अनेक गुणधर्मांत साधर्म्य आढळते. म्हणून बांबूचा वापर करणे किफायतशीर ठरते. दक्षिण अमेरिकेतील बांबूची घरे ७.५ रिश्टर स्केल तीव्रतेच्या भूकंपानंतरही टिकून राहिल्याची उदाहरणे आहेत.

बांबूची उपयुक्तता :

बांबू अनेक प्रकारचे, आकाराचे, उंच अथवा बुटके असतात. त्यांचा आकार वरील भागात निमुळता होत जातो. त्यामुळे बांबूची जोडणी करताना उलटसुलट बाजूने केली जाते. बांबू अनेकदा वाकडे असतात. ते सरळ करण्यासाठी पाचरीसारख्या दुभाजकात घालून तापवून सरळ करतात. जोडणी करताना लोखंडी पिन, फास्टनर, रोप, क्लॅम्प्स इ.चा वापर केला जातो. रासायनिक प्रक्रिया करून बांबूचे आयुष्य वाढवता येते. त्यामुळे त्याला कीड, वाळवी लागत नाही. बांबू हा उष्णता आणि वीज अवाहक समजला जातो. इंग्रजांच्या काळात अनेक विद्युत ट्रान्सफॉर्मरमध्ये बांबूचा विद्युतरोधक म्हणून वापर केला गेला. तसेच पवन ऊर्जानिर्मितीसाठी पवनचक्कीचे पंखे बांबूचा वापर करून बनवले. आज बांधकामामध्ये ट्रस, कॉलम, बीम, पर्लिन, राफ्टर, डोम, पिरॅमिड, फेन्सिंग पोस्ट, गार्डन फर्निचर, जिना, ड्रेनेज जाळ्या, स्वच्छतागृहे, दरवाजे, खिडक्या, बांबू फ्लोअरिंग इ. अनेक ठिकाणी बांबूचा वापर करता येतो.

आधुनिक तंत्रज्ञानाचा वापर :

बांबूचा वापर करणारे नॅचरल फायबर कंपोझिट (NFC) हे तंत्रज्ञान विकसित झाले आहे. यामध्ये पॉलिस्टर रेझिन आणि बांबू यांचा एकत्रित वापर केला जातो.

विविध प्रकारचे साचे बनवून त्यामध्ये बांबू आणि रेझिन एकत्रित करून त्यांचे विविध भाग बनवले जातात. हुबेहूब लाकडासारखे दिसणारे; परंतु बांबूपासून बनवलेले हे भाग लाकडापेक्षा जास्त टिकतात, तर वजनाने हलके असतात. या भागांवर लाकडाप्रमाणेच सुतारकामातील सर्व अवजारे वापरून काम करता येते. अगदी ७ मीटर लांबीचा अखंडित ट्रससुद्धा NFC पासून बनवता येतो. पॉलिस्टर रेझिन हा पेट्रोलियम बायप्रॉडक्ट असल्यामुळे गेल्या काही वर्षांत त्याच्या किमतीमध्ये वाढ झाली आहे; परंतु, रेझिनला पर्याय म्हणून काँक्रीटचा वापर करता येतो. अशा प्रक्रियेला 'बांबू काँक्रीट कंपोझिट' म्हणतात. या पद्धतीने बनवलेल्या वस्तू वजनाने जड असतात; परंतु, अनेक उपयुक्त गुणधर्मामुळे त्यांचा वापर करणे उचित ठरते. या पद्धतीचा वापर आपल्याला घरबांधणीमध्ये पायापासून छतापर्यंत करता येतो.

♦♦♦

बांधकामात पाणीबचत करणारे मॉर्टर

बांधकामासाठी पाणी हा अत्यंत महत्त्वाचा घटक आहे. 'ग्रीन बिल्डिंग' या संकल्पनेमध्ये पाण्याचा योग्य वापर, पुनर्वापर, पाण्याची बचत यास प्राधान्य दिले आहे. बांधकामाच्या विविध टप्प्यांपैकी भिंती आणि प्लॅस्टर करताना पाण्याची मोठ्या प्रमाणात गरज असते. ही कामे करताना मॉर्टर तयार करावे लागते. पारंपरिक मॉर्टरला पर्याय असणारे आणि पाण्याची बचत करणारे तयार मॉर्टर आता बाजारात उपलब्ध झाले आहे. यामध्ये बिल्ड फास्ट, एको रेंडर, ग्रीन ग्राउट इ. पर्यावरणपूरक मॉर्टरचा समावेश आहे. पाण्याची कमतरता असलेल्या ठिकाणी अथवा पाण्याची बचत करून जलद बांधकाम करावयाचे आहे, अशा ठिकाणी हे नवीन तयार मॉर्टर उपयुक्त ठरणार आहे.

पारंपरिक मॉर्टर

पारंपरिक पद्धतीने भिंती बांधताना विटा, ब्लॉक्स यांना पाण्याने भिजवावे लागते. बांधकामासाठी मॉर्टर तयार करताना नैसर्गिक वाळू किंवा क्रश सँड, सिमेंट किंवा चुना, पाणी यांचे प्रमाणित मिश्रण लागते. हे मिश्रण म्हणजेच मॉर्टर होय. भिंती, अंतर्गत किंवा बाह्य प्लॅस्टर यासाठी हे प्रमाण वेगवेगळे असते. भिंती बांधल्यावर प्लॅस्टर करण्यासाठी दोन्ही कामांमध्ये काही कालावधी आवश्यक असतो. दोन्ही कामे पूर्ण झाल्यानंतर ठरावीक मुदतीपर्यंत पाणी मारून क्युरिंग केले जाते. त्यामुळे भिंतींमध्ये ताकद निर्माण होते. प्लॅस्टरला तडे जाण्याचे प्रमाणही कमी होते. दोन्ही प्रक्रियांमध्ये पाण्याचा वापर मोठ्या प्रमाणात होतो. पारंपरिक पद्धतींत योग्य देखरेख नसेल; तर बांधकाम साहित्याचे वेस्टेज मोठ्या प्रमाणात होऊन मूलभूत खर्चात वाढ होऊ शकते.

बांधकामासाठी तयार मॉर्टर

तयार मॉर्टर बनवण्यासाठी फ्लाय अॅश, पॉलिमर, राइस हस्क, नैसर्गिक खडकांचे तुकडे इ. साहित्याचा कच्चा माल म्हणून वापर केला जातो. या वेळी अनेक साहित्याचा पुनर्वापर होतो. पेस्ट स्वरूपातील मॉर्टर १५ किलोच्या सीलबंद बॅगमध्ये उपलब्ध असते. बंद पिशवी उघडल्यावर अंदाजे ८ तास त्यावर वातावरणाचा परिणाम होत नाही. त्यानंतर त्यावर सूक्ष्म थर तयार होतो. तो थर काढून मॉर्टर पुन्हा वापरता येते. सीलबंद बॅग अंदाजे तीन महिने सुरक्षित राहू शकते; परंतु त्या अगोदरच त्याचा वापर करणे योग्य ठरते. भिंती बांधण्यासाठी बिल्ट फास्ट; तर त्यांचे प्लॅस्टर करण्यासाठी ईकोरेंडर मॉर्टरचा वापर केला जातो. आर.सी.सी. कामातील पोकळी भरण्यासाठी ग्रीन रिपेअर मॉर्टर वापरले जाते. अनेकदा इमारतीच्या बाह्य भागात केलेल्या प्लॅस्टरला तडे पडलेले असतात. असे तडे भरण्यासाठी ग्रीन सीलचा उपयोग केला जातो. ग्राऊटिंग कामासाठी ग्रीन ग्राऊट वापरले जाते. मॉर्टरचा वापर करताना बांधकामावेळी विटा अथवा ब्लॉक्स पाण्याने भिजवण्याची गरज नसते. थापी, हँडलपत्रा अथवा नॉच ट्रॉवेलच्या मदतीने मॉर्टरचा वापर केला जातो. बांधकामाच्या दोन थरांमधील सांधे २ ते ४ मि.मी. इतक्या कमी जाडीचे ठेवणे शक्य होते. इमारतीच्या आतील बाजूचे प्लॅस्टर करताना प्लॅस्टरच्या पहिल्या थराची जाडी ४ मि.मी.पर्यंत करता येते. त्यानंतर दुसरा थर किंवा प्लॅस्टर ऑफ पॅरिस अथवा जिप्सम प्लॅस्टर केले जाते. बाह्य भागाचे

प्लॅस्टर करताना पारंपरिक वाळू आणि सिमेंट वापरून प्लॅस्टरचा पहिला थर दिला जातो. त्यावर ईकोरेंडरचा दुसरा थर आणि तिसऱ्या थरासाठी टेक्श्चर पेंटचा वापर केला जातो. यामुळे इमारतीच्या बाह्य भिंतींना अधिक मजबुती मिळते. अंतर्गत अथवा बाह्य प्लॅस्टर पूर्ण झाल्यानंतर त्यांना पाणी मारून क्युरिंग करण्याची आवश्यकता नसते. क्युरिंगची प्रक्रिया संपूर्णत: हवेच्या माध्यमातून घडते.

तयार मॉर्टरचे फायदे

पारंपरिक पद्धतीने बांधकाम अथवा प्लॅस्टर करताना एक ब्रास म्हणजे १०० स्क्वे. फूट कामासाठी अंदाजे ६०० ते ७०० लिटर पाणी वापरले जाते. नवीन पद्धतीमध्ये मॉर्टरसाठी फक्त ५० लिटर पाणी वापरले जाते. यामुळे पाणी, मनुष्यबळ, नैसर्गिक वाळू आणि वेळ या सर्वांची बचत होते. कोठेही सिमेंटचा वापर केला जात नाही. परिणामी, कार्बन डायऑक्साईडचे उत्सर्जन कमी होऊन जागतिक तापमानवाढ रोखण्यास मदत होते. पाण्याचा नगण्य वापर होत असल्याने पाणी वाहतुकीसाठी

लागणाऱ्या ऊर्जेची बचत होते. मॉर्टरची हाताळणी करताना कोणत्याही अपायकारक वायूचे उत्सर्जन होत नाही म्हणून कामगारांचे आरोग्य सुरक्षित राहते. ५ अंश सेल्सियस तापमानापासून ५० अंश सेल्सियस तापमानापर्यंत मॉर्टरचा वापर करता येतो.

♦♦♦

प्लंबिंग पाइपची विविधता

बांधकाम क्षेत्रामध्ये प्लंबिंगचे महत्त्व अनन्यसाधारण आहे. मानवी आरोग्याशी त्याचा थेट संबंध येत असल्यामुळे प्लंबिंग करताना ते अधिक चांगल्या दर्जाचे व योग्य पद्धतीने करणे गरजेचे असते. बांधकामामध्ये प्लंबिंगचा वापर पूर्वापार होत असल्याच्या नोंदी इतिहासात आढळतात. ग्रीक, रोमन, चायनीज, पर्शियन साम्राज्यात प्लंबिंग अस्तित्वात होते. त्या काळात प्लंबिंगसाठी लाकूड, माती, दगड, बांबू, शिसे इ.पासून बनविलेले पाइप वापरले जात.

आजच्या प्रगत काळात प्लंबिंग करण्यासाठी विविध आकारांचे आणि मटेरिअलचे पाइप उपलब्ध आहेत, प्रत्येकाचे वैशिष्ट्य वेगळे असल्यामुळे त्यांची अचूक निवड योग्य जागी होणे गरजेचे असते. प्लंबिंगची व्याप्ती प्रचंड आहे. निवासी इमारती, व्यापारी संकुले, रसायने, इंधन वाहिन्या, औद्योगिक क्षेत्र, शीतगृहे, वातानुकूलन यंत्रणा, सौर ऊर्जा, कृषी उद्योग अशा अनेक ठिकाणी प्लंबिंग करावे लागते. याव्यतिरिक्त शहरातील पायाभूत सुविधा पुरवताना ड्रेनेज, पाणीपुरवठा, पावसाळी पाण्याचा निचरा इ.साठी प्लंबिंग करताना पाइपचा वापर केला जातो. अशा वेळी पाइपचा दर्जा, त्यांची जोडणी योग्य नसेल, तर गळती आणि भविष्यातील देखभाल खर्च वाढू शकतो. आजच्या काळात, विशेषत: पाणीपुरवठा करताना, या गोष्टीकडे अधिक लक्ष केंद्रित करण्याची वेळ आली आहे.

प्लंबिंगसाठी काँक्रीट पाइप

प्लंबिंगसाठी पाइपची निवड करताना त्यांची ताकद, पाणी वाहून नेण्याची क्षमता, टिकाऊपणा, किंमत, देखभाल खर्च, तापमान, पर्यावरणावर होणारा परिणाम, सांधेजोड या सर्वांचा एकत्रितपणे विचार करावा लागतो. प्लंबिंग पाइपची तीन प्रकारांत विभागणी केली जाते. यामध्ये काँक्रीट पाइप, धातूचे पाइप, प्लॅस्टिक पाइप यांचा समावेश होतो. काँक्रीट बांधकामातील प्रमुख घटक मानला जातो. त्याच्या उच्च दर्जामुळे चांगल्या दर्जाचे पाइप बनविणे शक्य झाले आहे. काँक्रीटमध्ये उच्च दाब सहन करणारे (P) आणि दाबविरहित (NP) असे उपप्रकार असतात, तसेच काँक्रीट करण्याच्या पद्धतीनुसार फक्त काँक्रीटचे (P.C.C.) स्टील आणि काँक्रीटचे (R.C.C.) ताणलेले स्टील व काँक्रीट (Prestressed) प्रकारचे पाइप बनवले जातात. पाइपचा व्यास १०० मि.मी.पासून १८०० मि.मी.पर्यंत असू शकतो. ड्रेनेज, पावसाळी पाण्याचा निचरा, रोड क्रॉसिंग, केबलसाठी आवरण इ. कामांसाठी काँक्रीट पाइप वापरणे योग्य ठरते, या पाइपची वाहतूक करताना योग्य काळजी घेणे आवश्यक असते.

प्लंबिंगसाठी धातूचे पाइप

साधारणत: दुसऱ्या महायुद्धाच्या काळात शिसे या धातूचे पाइप वापरणे बंद झाले. त्या वेळेस तांब्याचे पाइप, पितळी फिटिंग यांचा उदय झाला. त्या काळात जलवाहिन्यांसाठी पोकळ बांबूभोवती स्टील आवरण असणारे पाइप वापरले जात असत. आजच्या काळात धातूच्या पाइपमध्ये स्टील, स्टेनलेस स्टील, गॅल्व्हनाइज्ड स्टील, माइल्ड स्टील, कास्ट आयर्न, डक्टाईल आयर्न, तांबे, पितळ इ. प्रकार उपलब्ध आहेत, पाणीपुरवठा करण्यासाठी धातूचे पाइप प्रामुख्याने वापरले जातात. माइल्ड

स्टील आणि जी.आय. पाइप स्वस्त असतात, परंतु त्यांना गंज लवकर पकडतो. कास्ट आयर्नचे पाइप पाटबंधारे आणि पाणीपुरवठा करण्यासाठी वापरले जातात. डक्टाईल आयर्नचे पाइप अशाच कामासाठी वापरले जातात. दोन पाइप जोडण्यासाठी रबर आणि फ्लॅन्ज (Flange) जॉइंटचा वापर केला जातो, थंड आणि गरम पाण्यासाठी तांब्याचे पाइप वापरणे योग्य ठरते. तांब्याच्या पाइपमध्ये X, Y, Z दर्जा असतो, धातूच्या सर्व पाइपमध्ये स्टेनलेस स्टील उच्च दर्जाचे समजले जातात, यामध्ये SS२०४, SS३०४, SS३१६ असा दर्जा असतो, उच्च दाबाचे पाणी अधिक लांबीपर्यंत नेण्याची क्षमता स्टेनलेस स्टील पाइपमध्ये असते. दोन पाइप जोडण्यासाठी वेल्डिंग केले जाते.

प्लंबिंगसाठी प्लॅस्टिक पाइप

प्लंबिंगसाठी विविध प्रकारे प्लॅस्टिक पाइप आज उपलब्ध आहेत. यामध्ये प्रामुख्याने पी.व्ही.सी., यू.पी.व्ही.सी., क्रॉसलिंक पॉलिइथेलीन, एच.डी.पी.ई., कंपोझिट पाइप आणि पॉलिप्रोपेलिन रॅण्डम यांचा समावेश आहे. पी.व्ही.सी. पाइप प्रामुख्याने थंड पाण्यासाठी वापरले जातात. प्लॅस्टिक पाइपला रेझिनचे आवरण देऊन अधिक ताकदीचा यू.पी.व्ही.सी. पाइप बनवला जातो. ४० मि.मी.पासून २०० मि.मी. व्यासापर्यंतचे यू.पी.व्ही.सी. पाइप उपलब्ध असतात. पाइपची जोडणी रबर जॉइंटने केली जाते. शेती आणि पाटबंधारे कामासाठी विशिष्ट प्रकारचे यू.पी.व्ही.सी. पाइप असतात. त्यांचा व्यास २० मि.मी.पासून ६०० मि.मी.पर्यंत असतो. अशा पाइपची जोडणी करण्यासाठी द्रवरूपातील ॲडेसिव्ह वापरले जाते. पी.व्ही.सी. पाइपवर क्लोरीनची प्रक्रिया करून सी.पी.व्ही.सी. पाइप बनवले जातात. ते १५ मि.मी.पासून १०० मि.मी. व्यासापर्यंत उपलब्ध असतात, थंड पाण्यासाठी त्यांचा वापर होतो, गरम पाण्यासाठी वापरताना त्यांची योग्य काळजी घ्यावी लागते. सी.पी.व्ही.सी. पाइपचे अनेक फायदे आहेत. लवचिकता, गंजरोधक, घर्षणमुक्त, बॅक्टेरियाची वाढ रोखणारे, वजनाला हलके, टिकाऊ, जोडणी व हाताळणीस सोपे या गुणधर्मांमुळे निवासी इमारती अथवा व्यापारी संकुलामध्ये प्लंबिंग करण्यासाठी ते अधिक योग्य ठरले आहेत. पाइपची जोडणी करताना त्यांचे कटिंग करून, कडा स्वच्छ करून त्यानंतर ॲडेसिव्हचा वापर केला जातो.

प्लॅस्टिक पाइपमध्ये गार आणि गरम पाण्यासाठी उपयुक्त असणारे क्रॉसलिंक पॉलिइथेलिन (PEX) हा अजून एक प्रकार आहे. १२ मि.मी.पासून १०० मि.मी. व्यासापर्यंत ते उपलब्ध असतात. या पाइपची जोडणी करताना त्यांना एकमेकांवर चढवून दाब दिला जातो. ॲल्युमिनिअम धातूच्या पाइपला अंतर्बाह्य पॉलिइथेलिनचे आवरण असणारे कंपोझिट पाइप उपलब्ध आहेत. ते १० मि.मी.पासून १०० मि.मी. व्यासापर्यंत उपलब्ध असतात. अशा पाइपमध्ये उष्णतेतील फरकामुळे होणाऱ्या आकुंचन आणि प्रसरण या प्रक्रियेचे प्रमाण नगण्य असते. ९५ सें. तापमानापर्यंत पाइप टिकाव धरू शकतात. हे पाइप ज्वलनरोधक क्षमतेचे असतात. त्यांची जोडणी करताना थ्रेडिंग करून फिटिंग करतात अथवा क्रिंपिंग केले जाते. अशा पाइपवर वातावरणातील अल्ट्राव्हायोलेट किरणांचा विपरीत परिणाम होत नाही. प्लॅस्टिक पाइपमध्ये पॉलिप्रोपेलिन रॅण्डम हा एक प्रकार उपलब्ध आहे. थंड व गरम पाण्यासाठी त्यांचा वापर होतो. यांची जोडणी करताना उष्णतेची प्रक्रिया केली जाते, परंतु हे पाइप ज्वलनशील असतात. म्हणून साठा व वापर त्यांची सुरक्षितता ठेवावी लागते.

♦♦♦

खिडक्यांसाठी विविध पर्याय

वास्तुरचनेमध्ये खिडकीचे स्थान महत्त्वपूर्ण असते. खिडकी म्हणजे घर उजळणाऱ्या सूर्यप्रकाशाचे प्रवेशद्वार. दरवाजा न उघडता बाहेरील व्यक्तीचा अंदाज घेता येणारी जागा. घरामध्ये बसून बाहेरील निसर्गसौंदर्य न्याहाळण्याचे सुरक्षित स्थान. बाह्य भिंतीतील खिडकीची जागा, आकार, दिशा, बांधकाम साहित्य योग्य असेल, तर ऊर्जेची बचत आणि अंतर्गत वातावरणनिर्मिती सहजपणे साध्य करता येते. घराची खिडकी बनवण्यासाठी लागणारे पर्यावरणपूरक बांधकाम साहित्य आता उपलब्ध झाले आहे. त्याची उपयुक्तता सर्वांना माहीत असणे आवश्यक आहे.

बांधकाम साहित्यातील बदल

पूर्वीच्या काळात नैसर्गिक जंगले विपुल प्रमाणात होती. त्यामुळे सागवान, शिसम, लिंब, आंबा, सालवूड, बर्माटिक, ओक, रोझवूड इत्यादी प्रकारचे लाकूड उपलब्ध होते. त्या काळात कुशल कारागीर असत. त्यामुळे दरवाजे, खिडकी, जिना, छत, तुळया, खांब यासाठी लाकडाचा वापर सररास होत होता. काही जुन्या वास्तूंमध्ये आजही उत्तम लाकूड आढळते. या वास्तू जमीनदोस्त होताना अतिशय मौल्यवान लाकडी दरवाजे, खिडक्या, तुळया, खांब उपलब्ध होतात. या सर्वांचा पुनर्वापर करता येतो. बदलत्या काळात लाकडी खिडकीची जागा लोखंडाने घेतली. त्याचाही पुनर्वापर करता येतो. परंतु वातावरणाचा विपरीत परिणाम होऊन लोखंड गंजण्याची शक्यता असते. त्यावर गंजरोधकतेचे आवरण चढवून प्रक्रिया करावी लागते. अशा खिडक्या वजनदार असतात, परंतु यातील अनेक खिडक्यांमध्ये फारशी आकर्षकता नसते. आता लोखंडाला पर्याय म्हणून ॲल्युमिनिअम धातूचा वापर होत आहे. ॲल्युमिनिअमची घनता लोखंडापेक्षा तीन पटीने कमी असते. त्यामुळे त्या खिडक्या वजनाने हलक्या असतात. लोखंडाप्रमाणे गंजत नाहीत. त्यावर पावडर कोटिंग अथवा ॲनोडायझिंग करून टिकाऊपणा वाढवता येतो. ॲल्युमिनिअमला उत्तम पर्याय आता यूपीव्हीसी या प्लॅस्टिकच्या प्रकाराने घेतला आहे.

पर्यावरणपूरक बांधकाम साहित्य

पीव्हीसी म्हणजे पॉलिव्हिनाइल क्लोराईड. याचा शोध १८३०मध्ये हेन्री व्हिक्टर या फ्रेंच पदार्थविज्ञान शास्त्रज्ञाने लावला. १९०० च्या शतकात यामध्ये बरेच संशोधन घडले. पीव्हीसी तयार करताना ५७ टक्के शुद्ध मीठ म्हणजे सोडियम क्लोराईड आणि ४३ टक्के इथेलिन वापरले जाते. लवचिकता आणण्यासाठी त्यामध्ये प्लॅस्टिसायझर मिसळतात. पीव्हीसीपासून प्लंम्बिंग पाइप, केबल, वायर इत्यादी बनवले जातात. ज्यावेळी प्लॅस्टिसायझरचा वापर होत नाही तेव्हा तेच प्लॅस्टिक कठीण आणि टिकाऊ बनते. त्यालाच यूपीव्हीसी म्हणतात. बांधकामातील खिडकी, दरवाजे, प्लंम्बिंग साहित्य यूपीव्हीसीपासून बनवले जातात. यूपीव्हीसीमध्ये अनेक उत्तम गुणधर्म आढळतात. त्याचा पुनर्वापर करता येतो. यूपीव्हीसी खिडकीमध्ये अग्निप्रतिबंधकता, उष्णतारोधकता, ध्वनिरोधकता, गंजरोधकता, सुरक्षितता, रंगाचे सातत्य उच्च दर्जाचे असते. ऊन, वारा, पाऊस, वाळवी, बुरशी यापासून टिकाव करण्याची ताकद असते. भविष्यातील देखभाल खर्च कमी येतो. घर बांधणीसाठी योग्य बांधकाम साहित्याची निवड महत्त्वाची असते.

अष्टपैलू कॉंक्रीट

आजच्या काळातील बांधकाम पद्धतीतील अविभाज्य घटक म्हणजे कॉंक्रीट. कॉंक्रीटचा दर्जा आणि त्यामधील अंतर्गत घटक यामध्ये आज आमूलाग्र बदल झाला आहे. बांधकाम प्रकल्पावर आज १०० श्रेणीचे कॉंक्रीट यशस्वीरीत्या होत आहे. कॉंक्रीटच्या विविध प्रकारांची ओळख आणि त्यांचा योग्य जागी वापर कसा करता येईल याची माहिती सर्वांनाच असणे गरजेचे आहे. प्रतिकूल वातावरणात नैसर्गिक बदलांना तोंड देत कॉंक्रीटचा दर्जा टिकवणे हे आजचे आव्हान आहे. या सदरात कॉंक्रीटचे अष्टपैलुत्व सर्वांसमोर उलगडण्याचा प्रयत्न केला आहे.

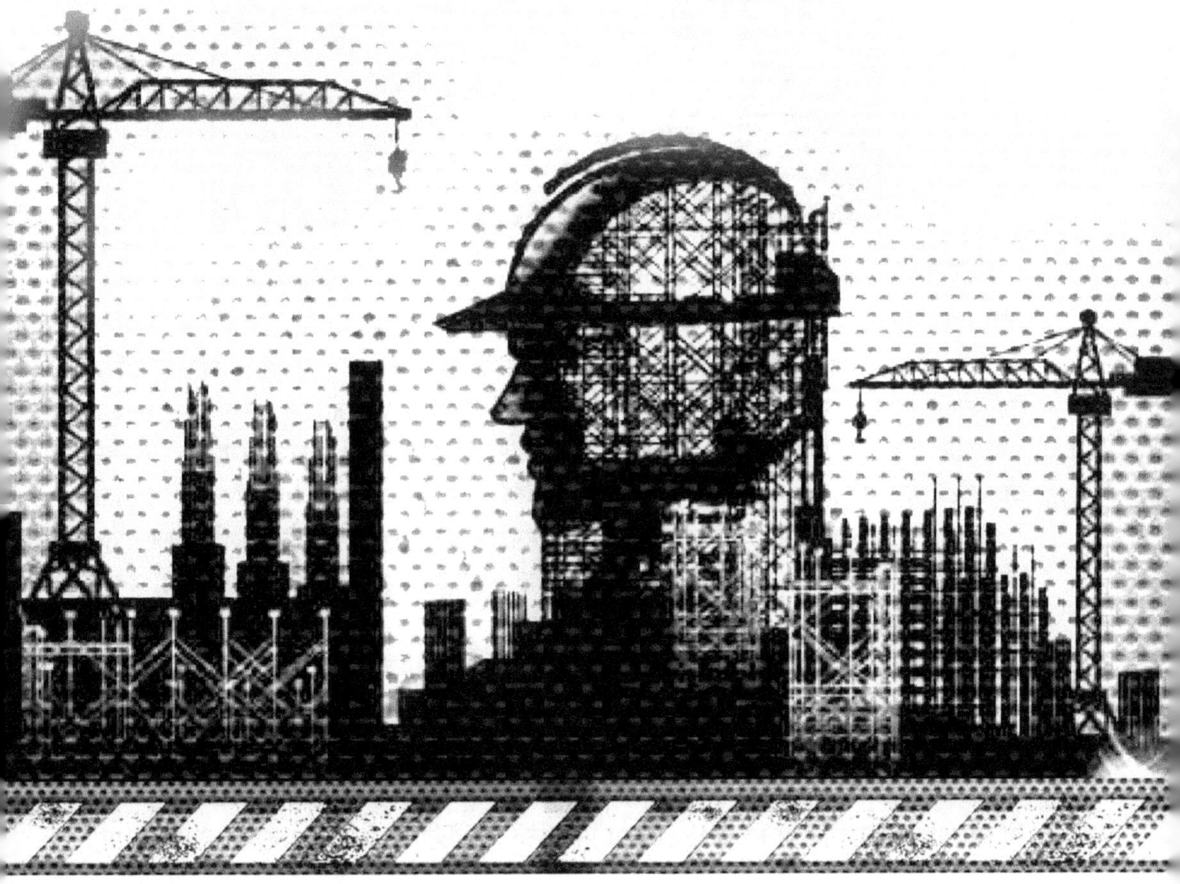

कॉंक्रीटची प्रगती

बांधकाम क्षेत्रामध्ये कॉंक्रीट हा अतिमहत्त्वाचा घटक मानला जातो. त्याच्या गुणवत्तेमध्ये आज आमूलाग्र बदल झाला आहे. बहुमजली इमारती, रस्ते, धरणे, विमानतळ, बोगदे, दूरदर्शनचे मनोरे अशा सर्व ठिकाणी कॉंक्रीटचा वापर अनिवार्य आहे.

कॉंक्रीट म्हणजे खडी, वाळू, सिमेंट व पाणी या सर्वांचे योग्य प्रमाणातील मिश्रण. सिमेंटचा शोध लागण्यापूर्वी कॉंक्रीटमध्ये चुन्याचा वापर केला जात. १८२४मध्ये जोसेफ ॲस्परिन यांनी पोर्टलॅंड सिमेंटचा शोध लावून स्थापत्यशास्त्रामध्ये एक इतिहास घडविला. त्यानंतर १८६७मध्ये जोसेफ मोनिएरने रिइनफोर्स्ड स्टीलचा शोध लावून R.C.C.चा (रिइनफोर्स्ड सिमेंट कॉंक्रीटचा) पाया रोवला. १९१३मध्ये भारतातील सिमेंट उत्पादन करणारा पहिला कारखाना अस्तित्वात आला. सुरुवातीच्या ३३ श्रेणीपासून आता ४३ ग्रेड ते ५३ ग्रेड दर्जाचे सिमेंट सर्वत्र वापरात आहे. १९६३मध्ये भाक्रानांगल हे भारतातील सर्वांत मोठे धरण बांधले गेले. त्यासाठी ४१ लाख घनमीटर कॉंक्रीटचा वापर केला गेला. आज प्रतिवर्षी अंदाजे नऊ अब्ज टन कॉंक्रीट साऱ्या जगभर तयार होत आहे. यावरून जगात केवढ्या मोठ्या प्रमाणात बांधकाम होत आहे, याची कल्पना येते.

लहान कामावर कॉंक्रीट करण्यासाठी एक बॅग मिक्सर वापरला जातो. मोठ्या कामाकरिता दोन बॅग मिक्सर, तर काही ठिकाणी मिनी बॅचिंग प्लॅन्टचा वापर होत आहे.

कॉंक्रीटसाठी लागणाऱ्या सर्व घटकांचे अचूक वजन करून उत्तम दर्जाचे कॉंक्रीट RMCमुळे शक्य झाले आहे. कॉंक्रीटमध्ये सिमेंट आणि पाणी यांचे प्रमाण खूप महत्त्वाचे असते. कॉंक्रीटची संपूर्ण ताकद या प्रमाणावर अवलंबून असते. MPa (मेगा पास्कल) हे कॉंक्रीटची ताकद मोजण्याचे परिमाण मानले

जाते. (१ MPa = १०.२१ Kg/Cm^2 at 28 days) सुरुवातीच्या काळात १५ MPa दर्जाचे काँक्रीट वापरले जाई. खडी, वाळू, सिमेंट, पाणी याचबरोबर मिनरल, केमिकल्स, अॅडमिक्श्चर, फायबर, कलर पिगमेंट इत्यादी विविध घटकांचा आता काँक्रीटमध्ये समावेश होत आहे. यामुळे त्याच्या दर्जामध्ये वाढ होऊन आता ८० ते १०० MPa इतक्या प्रचंड ताकदीचे काँक्रीट बनवणे शक्य झाले आहे. मायक्रोसिलिका हे मिनरल काँक्रीटसाठी वरदान ठरले आहे. सिमेंटपेक्षा शंभरपट सूक्ष्म असणाऱ्या या घटकामुळे काँक्रीट एकसंध बनते. त्यामधील सर्व सूक्ष्म छिद्रे बुजविली जातात. एकूण सिमेंटच्या ७ ते १०% प्रमाणात मायक्रोसिलिकाचा वापर केला जातो. पावडर व द्रवरूपात ती उपलब्ध असते. सध्या तरी ती परदेशातून आयात केली जाते.

कॅनडा व अमेरिका येथे सिलिकामिश्रित सिमेंट सध्या उपलब्ध आहे. त्याचा मोठ्या प्रमाणात वापर केला जातो. मुंबई-पुणे एक्सप्रेस हायवे, तारापूर अॅटोमिक पॉवर प्रोजेक्ट, बांद्रा-वरळी सेतू या सर्व ठिकाणी ७५ MPa दर्जापर्यंतचे काँक्रीट वापरले असून, त्यात मायक्रोसिलिका वापरली आहे.

कुशल कामगारांची कमतरता व ध्वनिप्रदूषणावर मात करून १९८० मध्ये जपानमध्ये सर्वप्रथम SCCचा (सेल्फ कॉम्पॅक्टिंग काँक्रीटचा) वापर यशस्वीरीत्या करण्यात आला. VMAचा (व्हिस्कॉसिटी मॉडिफायिंग एजंटचा) काँक्रीटमध्ये वापर करून त्याचा चिकटपणा कमी करून प्रवाहीपणा वाढवण्यास मदत होते. अशा प्रकारचे काँक्रीट हे स्वत:हून व्हायब्रेट होते. आवाज करणाऱ्या व्हायब्रेटरचा वापर करावा लागत नाही. एकाच जागी जास्तीत जास्त प्रमाणात लोखंडाचा वापर असला, तरी उत्तम दर्जाचे काँक्रीट SCCमुळे साध्य होते. गॅमन इंडिया कंपनीने २००३मध्ये भारतात सर्वप्रथम SCC चा वापर केला.

सध्या साऱ्या जगात उंचच उंच टॉवर बांधण्याची स्पर्धा चालू आहे. न्यूयॉर्कमधील वर्ल्ड ट्रेड सेंटरची उंची ४११ मी. होती. त्यानंतर मलेशियात ४५२ मी. उंचीचा पेट्रोनास ट्विन टॉवर बांधण्यात आला. कॅनडातील सीएन टॉवरने त्यावर मात करून ५४९ मी. उंची गाठली. सीएन टॉवरसाठी अंदाजे ४०,००० घनमीटर काँक्रीट, तर पाच हजार टन लोखंडाचा वापर करण्यात आला. पेट्रोनास टॉवरसाठी ६० ते ८० MPa दर्जाचे काँक्रीट वापरण्यात आले. एकूण एक लाख ६० हजार घनमीटर काँक्रीट व ३७ हजार टन लोखंडाचा वापर करण्यात आला. दुबईतील ८२८ मीटर उंचीचा बुर्ज खलीफा बांधण्यासाठी एकूण तीन लाख तीस हजार घनमीटर काँक्रीट व ३९ हजार टन लोखंड वापरण्यात आले. मायक्रोसिलिकाचा वापर या काँक्रीटमध्ये करण्यात आला. हे सर्व विक्रम मोडण्यासाठी सौदी अरेबियातील जेद्दाह येथे १ किमी उंचीच्या किंगडम टॉवरचे बांधकाम सुरु आहे. या टॉवरसाठी ५ लक्ष घनमीटर काँक्रीट आणि ८० हजार टन लोखंड वापरले जाणार आहे. पायासाठी ८५ MPa दर्जाचे काँक्रीट वापरले आहे. आगामी काळात टॉवरची उंची आणि काँक्रीटची ताकद किती वाढते याकडे साऱ्या जगाचे लक्ष लागले आहे.

♦♦♦

सेल्फ कॉम्पॅक्टिंग काँक्रीट

जपानने १९८०मध्ये सेल्फ काँपॅक्टिंग काँक्रीट (एससीसी) याची निर्मिती केली व अक्षरश: प्रगतीचे शिखर गाठले. त्या काळात जपानमध्ये कुशल कामगारांची कमतरता होती. जास्त स्टील असणाऱ्या अरुंद फॉर्मवर्कमधील काँक्रीट करताना अडचण निर्माण होत होती. टोकियो विद्यापीठाच्या डॉ. ओकामुरा यांनी अशा अडचणींवर मात करून एससीसीची यशस्वी निर्मिती केली. बहुपयोगी एससीसीचा वापर साऱ्या जगभर सध्या मोठ्या प्रमाणावर होत आहे.

सेल्फ काँपॅक्टिंग काँक्रीटची वैशिष्ट्ये

हे काँक्रीट स्वत:हून एका ठिकाणाहून दुसरीकडे वाहून जाऊ शकते. अशा वेळी त्यामधील घटक विलग न होता एकजीव राहतात. कोणत्याही आकाराच्या फॉर्मवर्कमध्ये जवळजवळ असणाऱ्या स्टीलमधून अडथळा निर्माण न होता नियोजित जागी ते पोचते. या काँक्रीटच्या कॉम्पॅक्शनसाठी व्हायब्रेटरची

आवश्यकता नसते. व्हायब्रेटरसाठी लागणाऱ्या मशिनरीची व मनुष्यबळाची त्यामुळे बचत होते. नेहमीचे काँक्रीट करताना होणारा व्हायब्रेटरचा आवाज एससीसी करताना होत नाही. त्यामुळे ध्वनिप्रदूषण होत नाही. कमी वेळामध्ये मोठ्या प्रमाणावर काँक्रिटिंग करता येते. कमी कालावधीत काँक्रीटमध्ये जास्त ताकद निर्माण होऊ शकते. एम२०पासून एम१०० दर्जाचे काँक्रीट बनवणे शक्य होते.

सेल्फ काँपॅक्टिंग काँक्रीट बनविण्याची प्रक्रिया

एससीसीमध्ये खडी, वाळू, सिमेंट, पाणी या व्यतिरिक्त फ्लाय ॲश, मायक्रोसिलिका, विशिष्ट केमिकल ॲडमिक्श्चरचा वापर केला जातो. खडीचे प्रमाण वाळू व इतर बारीक घटकांपेक्षा कमी ठेवावे लागते. खडीचा आकार सर्वसाधारणत: १२ ते २० मिलिमीटर असतो. फॉर्मवर्कमधील स्टील जवळजवळ नसेल, तर ४० मिलिमीटर आकारमानाची खडीसुद्धा वापरली जाते. पाणी व सिमेंट यांचे प्रमाण (W/C

Ratio) शक्यतो ०.४पेक्षा कमी ठेवले जाते. सिमेंट, फ्लाय ॲश, वाळू, मायक्रोसिलिका यामधील ७५ मायक्रॉन आकारमानापेक्षा कमी असणाऱ्या घटकांचे स्वतंत्र मोजमाप केले जाते. त्यांना पावडर असे संबोधले जाते.

एससीसीमध्ये पावडर व पाणी यांचे प्रमाण महत्त्वपूर्ण मानले जाते. असे प्रमाण ०.८ ते १.१ एवढे योग्य ठरते. फ्लाय ॲशच्या वापराने काँक्रीटमधील निर्माण होणारी उष्णता कमी होते, तर मायक्रोसिलिका अतिसूक्ष्म पोकळी भरून काढण्यास मदत करते. एससीसीमध्ये गोलाकार आकाराची खडी वापरली जाते. त्यामुळे काँक्रीटमधील अंतर्गत घर्षण कमी होऊन त्याच्या प्रवाहाची गती वाढते. चिकटपणा हा काँक्रीटचा प्रमुख गुणधर्म मानला जातो. एससीसी बनवताना यावर नियंत्रण ठेवण्यासाठी व्हिस्कॉसिटी मॉडिफाईंग एजंट (VMA) याचा वापर केला जातो. पाणी व सिमेंट यांचे प्रमाण कमी ठेवून काँक्रीट जास्त कार्यक्षम करण्यासाठी हायपर प्लॅस्टिसायझर (Etherbase) वापरले जाते.

सेल्फ कॉंपॅक्टिंग काँक्रीट करताना घेण्याची काळजी

जागेवरील सेल्फ कॉंपॅक्टिंग काँक्रीट अखंडितपणे होणे आवश्यक असते. यासाठी RMC प्लान्टची कार्यक्षमता, ट्रान्झिट मिक्सर साइटवर पोचण्यासाठी लागणारा कालावधी, काँक्रीट पंपाची रचना याचे योग्य नियोजन करणे गरजेचे असते. एससीसीसाठी बाहेरून पाणी मारण्याची प्रक्रिया (curing) लवकर चालू करावी लागते. कोणत्याही काँक्रीटचा टिकाऊपणा (durability) हा त्यामध्ये वापरलेले घटक, त्यांचे प्रमाण, बनविण्याची प्रक्रिया, कामावरील प्रत्यक्ष देखरेख (Quality Control), पाणी मारण्याची क्रिया यांवर अवलंबून असतो.

एससीसी करताना वरील सर्व गोष्टी काळजीपूर्वक करण्यासाठी अभियंत्यांना विशेष पूर्वप्रशिक्षणाची आवश्यकता असते. साइटवर एससीसी करताना त्याच्या आधी शटरिंगच्या उभ्या व आडव्या आधारांची तपासणी करणे योग्य ठरते. स्टील अथवा रेझिनचा पृष्ठभाग असणाऱ्या प्लायवूडचा वापर एससीसीसाठी करण्यात येतो. असे प्लायवूड काँक्रीटमधील पाणी शोषून (Waterproof) घेत नाही. शटरिंग विलग केल्यानंतर काँक्रीटचा पृष्ठभाग आरशासारखा चकचकीत दिसतो. उंच इमारती, पूल, कमानी, पाण्याची टाकी, गर्डर, धरणे, बोगदे, प्रीकास्ट काँक्रीटचे विविध भाग अशा सर्वच ठिकाणी एससीसीचा उपयोग करणे महत्त्वाचे ठरते. विशिष्ट प्रकारच्या ॲडमिक्सरचा वापर करण्यामुळे एससीसीसाठी नेहमीच्या काँक्रीटपेक्षा जास्त खर्च येतो. भविष्यात सर्वत्र याचा वापर होईल हे निश्चित आहे.

♦♦♦

फायबर रिइनफोर्स्ड काँक्रीट

बांधकाम क्षेत्रामध्ये काँक्रीट विविध प्रकारे केले जाते. यामध्ये प्लेन सिमेंट काँक्रीट (P.C.C.), सेल्फ कॉम्पॅक्टिंग काँक्रीट (S.C.C.), हाय परफॉर्मन्स काँक्रीट (H.P.C.), रिइनफोर्स्ड सिमेंट काँक्रीट (R.C.C.), फायबर रिइनफोर्स्ड काँक्रीट (F.R.C.) असे विविध प्रकार अस्तित्वात आहेत. रिइनफोर्स्ड काँक्रीटमध्ये काँक्रीट आणि स्टील यांचा वापर केला जातो. काँक्रीटमध्ये प्रचंड दाबशक्ती असते; परंतु त्याची ताणशक्ती (Tensile Strength) कमकुवत असते. तिला वाढवण्यासाठी काँक्रीटमध्ये स्टीलचा अंतर्भाव करावा लागतो. काँक्रीटमधील विविध प्रकारांपैकी फायबर रिइनफोर्स्ड काँक्रीटचा अनेक ठिकाणी मोठ्या प्रमाणात वापर केला जातो. काँक्रीटच्या या प्रकारात त्यामध्ये अनेक प्रकारचे फायबर मिसळले जातात. अशा फायबरमुळे काँक्रीटमधील मूलभूत गुणधर्मात अनुकूल बदल घडून येतात.

फायबर काँक्रीटचा इतिहास

पक्षी आपले घरटे बांधताना गवताच्या पोकळ काड्यांचा, म्हणजेच नैसर्गिक फायबरचा वापर करतात. त्यामुळेच ऊन, वारा, पाऊस यांपासून झाडाच्या अगदी वरच्या फांदीवरसुद्धा घरटे सुरक्षित राहू शकते. पूर्वीच्या काळापासून विटा बनविण्यासाठी फायबरचा वापर कोठे आणि कसा झाला, याच्या ठळक नोंदी आढळतात. दोन हजार वर्षांपूर्वी इजिप्तमध्ये मातीच्या विटा बनवताना गवताच्या काड्यांचा वापर करण्यात आला. रोमन साम्राज्यात वास्तूंचे प्लॅस्टर करण्यासाठी लागणाऱ्या मालामध्ये घोड्यांचे केस मिसळले जात. अशा पुरातन इतिहासकालीन वास्तू आजही त्या त्या देशात उत्तम स्थितीत अस्तित्वात आहेत. काँक्रीटमध्ये १९००च्या सुमारास 'ॲसबेसटॉस फायबर'चा वापर करण्यात आला. रशियात १९५०च्या सुरुवातीला काँक्रीटमध्ये काचेचे फायबर वापरण्यात आले. सध्या मोठ्या प्रमाणावर असणाऱ्या स्टील फायबरचा वापर इंग्लंडमध्ये १९७०मध्ये केला गेला. लंडनच्या हिथ्रो विमानतळाचे पार्किंग एफआरसीने बनविण्यात आले. पुढील काळात स्टील आणि कृत्रिम फायबर यांचे मिश्रण काँक्रीटमध्ये वापरण्यात आले.

फायबरचे विविध प्रकार

फायबरमध्ये स्टील, काच, कृत्रिम आणि नैसर्गिक असे अनेक प्रकार आहेत. कृत्रिम फायबरमध्ये पॉलिप्रोपेलिन, पॉलिइथेलिन, नायलॉन, रेयॉन, पॉलिस्टर यांचा समावेश असतो. नैसर्गिक फायबरमध्ये गवत, कापूस, नारळाचा काथ्या, दोरा यांचा समावेश होतो. या व्यतिरिक्त कार्बन, ॲसबेसटॉस प्लॅस्टिक यांचेसुद्धा फायबर असतात.

सर्वसाधारणत: काँक्रीटच्या एकूण घनतेच्या १ ते ३ टक्के फायबर त्यामध्ये मिसळले जाते. एफआरसी बनवताना सिमेंटचे प्रमाण थोडे जास्त ठेवून पाणी आणि सिमेंट यांचे प्रमाण (W/C Ratio) कमी ठेवले जाते. फायबरची लांबी कमी असते. फायबरच्या प्रकारानुसार काँक्रीटमधील गुणधर्मात कमीअधिक बदल आढळतात.

फायबरमुळे होणारे काँक्रीटमधील बदल

फायबरच्या वापराने काँक्रीटची आघातक्षमता, घर्षण क्षमता, दुभाजनाची प्रतिकार शक्ती वाढण्यास मदत होते. काँक्रीटची लवचिकता, अग्निरोधक क्षमता, टिकाऊपणा, घट होणे अशा गुणधर्मात अनुकूल बदल घडतात. काँक्रीटची ताकद वाढून झीज कमी होते. अंतर्गत सूक्ष्म छिद्रे आणि पोकळी भरली जाते. काँक्रीटच्या पृष्ठभागावर तडे पडणे (crack) ही नैसर्गिक प्रक्रिया मानली जाते. तापमानातील बदल अथवा काँक्रीटमधील अंतर्गत उष्णतेमुळे वाढलेला दाब ही यामागची प्रमुख कारणे असतात. फायबरच्या वापराने पृष्ठभागावर तडे पडण्याचे प्रमाण कमी होते. काँक्रीटमधील सांधे (joints) कमी करता येतात.

फायबर काँक्रीटचा वापर

रस्त्यावरील ड्रेनेजच्या झाकणांची चोरी होणे ही नेहमीची डोकेदुखी असते. अशा झाकणांसाठी एफआरसीचा वापर करणे योग्य ठरते. औद्योगिक कारखाने, गोदामे, रसायनांचे कारखाने अशा ठिकाणी अवजड सामानाची ने-आण सतत चालू असते. त्या ठिकाणच्या फ्लोअरिंगसाठी एफआरसी करणे योग्य ठरते. ड्रेनेजचे पाइप, गोलाकार डोम, कार पार्किंग, सेप्टिक टँक हे फायबर काँक्रीटमध्ये बनवता येतात. पायाभूत सुविधा करताना बंदले, कालवे, उड्डाणपूल, विमानाची धावपट्टी, रस्ते, बोगद्याचा अंतर्भाग अशा सर्व ठिकाणी एफआरसीने आपली उपयुक्तता सिद्ध केली आहे. प्रीकास्ट काँक्रीटचे विविध भाग बनवताना काँक्रीटमध्ये फायबरचा वापर केला जातो. काँक्रीटमधील या वैशिष्ट्यपूर्ण प्रकाराचे बांधकाम क्षेत्रामधील योगदान महत्त्वाचे आहे.

♦♦♦

मिनरल ॲडमिक्श्चर : अल्कोफाईन

इतिहासानुसार इस्राईल देशात अंदाजे नऊ हजार वर्षांपूर्वीचे काँक्रीटचे अवशेष आढळून आले आहेत. त्या काळातील काँक्रीटमध्ये खडकांचे तुकडे, ज्वालामुखीतून बाहेर पडलेली राख, ग्रॅनाईट, चुना, प्राण्यांची चरबी, दूध इ.चा वापर केला जात असे. आज हाय ग्रेड काँक्रीट बनविण्यासाठी खडी, वाळू, सिमेंट, पाणी यांव्यतिरिक्त मिनरल ॲडमिक्श्चर, फायबर, कलर पिगमेंट, सुपर प्लॅस्टिसायझर इ.चा वापर केला जातो. यांपैकी मिनरल ॲडमिक्श्चरमध्ये फ्लाय ॲश, मायक्रोसिलिका, राइस हस्क, ग्राऊंड ग्रॅन्युलेटेड ब्लास्ट फर्नास स्लॅग (GGBFS) इ.चा समावेश असतो. यामध्ये आता एका 'अल्कोफाईन' या नवीन मिनरल ॲडमिक्श्चरने यशस्वी पदार्पण केले आहे. भारतातील एका अग्रगण्य उद्योग समूहाने GGBFSवर विशिष्ट प्रक्रिया करून त्याची निर्मिती केली आहे. अल्कोफाईनचा वापर करून त्यांनी M९० दर्जाचे काँक्रीट बनवले आहे. अल्कोफाईनमुळे मायक्रोसिलिकासाठी एक उत्तम पर्याय उपलब्ध झाला आहे.

काँक्रीटसाठी अल्कोफाईन १२०३

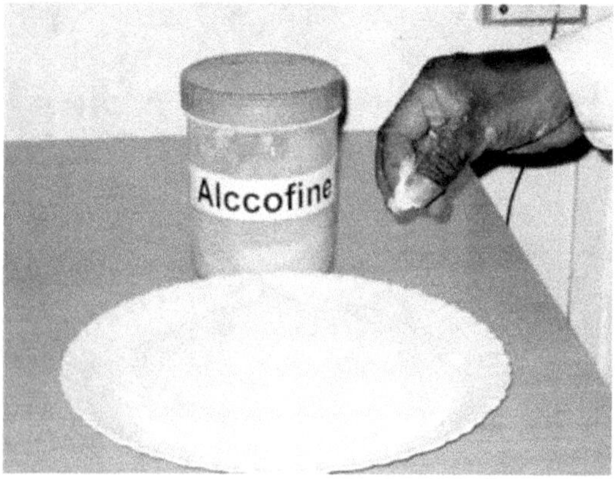

स्टील निर्मिती करताना होणाऱ्या प्रक्रियेमधून ग्राऊंड ग्रॅन्युलेटेड ब्लास्ट फर्नास स्लॅग (GGBFS) निर्माण होते. सिमेंट निर्मिती करण्यासाठी अथवा काँक्रीटमधील एक घटक म्हणून या स्लॅगचा उपयोग केला जातो. पुनर्प्रक्रियेतून निर्माण झालेल्या या बांधकाम साहित्याला पर्यावरण पूरक म्हणून LEED या संस्थेने मान्यता दिली आहे. भारताप्रमाणेच युरोप, अमेरिका, सिंगापूर, जपान इ. प्रगत देशांत GGBFSचा मोठ्या प्रमाणात वापर होतो. याच स्लॅगवर प्रक्रिया करून अल्कोफाईनची निर्मिती होते. मायक्रोसिलिकाप्रमाणेच मूलभूत गुणधर्म असणारे अल्कोफाईन हायग्रेड काँक्रीटसाठी वरदान ठरले आहे. या दोहोंचा काँक्रीटमध्ये ७ ते १० टक्के वापर केला जातो. आज मायक्रोसिलिका परदेशातून आयात केली जात आहे, पण आपल्या देशात अल्कोफाईनची निर्मिती होते. मायक्रोसिलिकाप्रमाणे अल्कोफाईनचा काँक्रीटमध्ये वापर केला असता गुणधर्मात अनुकूल बदल घडतात. मायक्रोसिलिकाचा एक कण एक मायक्रॉन इतका असतो. अल्कोफाईनचा चार मायक्रॉन तर सिमेंटचा वीस मायक्रॉन इतका असतो. काँक्रीटवर वातावरणातील अनेक गोष्टींचा विपरीत परिणाम होतो. त्यासाठी काँक्रीट अधिक ताकदवान असणे गरजेचे असते. असे काँक्रीट बनविण्यासाठी अल्कोफाईन या घटकांची मदत होणार आहे.

♦♦♦

ग्लास फायबर काँक्रीट (GFC)

आज काँक्रीट विविध पद्धतीने केले जाते. त्यापैकी फायबर काँक्रीटचे एक आगळेवेगळे वैशिष्ट्य आहे. असे काँक्रीट तयार करण्यासाठी त्यामध्ये विविध प्रकारचे फायबर मिसळले जातात. अगदी पूर्वीच्या काळात घोड्यांचे केस, गवताच्या काड्या, कापूस, नारळाच्या शेंड्या फायबर म्हणून काँक्रीटमध्ये मिसळले जात असत. परंतु आज ग्लास, स्टील आणि कृत्रिम फायबर वापरले जातात. कृत्रिम फायबरमध्ये पॉलिप्रोपेलिन, पॉलिइथेलिन, नायलॉन, रेझिन, पॉलिस्टर इ.चा वापर केला जातो. याव्यतिरिक्त कार्बन, प्लॅस्टिक यांचेसुद्धा फायबर वापरले जातात. फायबर काँक्रीटमधील ग्लास फायबर काँक्रीट (GFC) या पद्धतीचा बांधकाम क्षेत्रामध्ये विविध ठिकाणी मोठ्या प्रमाणावर वापर केला जातो. ग्लास फायबरचा वापर काँक्रीटमध्ये केल्याने त्यामध्ये अनुकूल बदल आढळून आले आहेत.

ग्लास फायबरची सुरुवात

साधारणत: १९६०च्या सुमारास सर्वप्रथम रशियामध्ये ग्लास फायबरचा वापर काँक्रीटमध्ये करण्यात आला. त्या वेळी बोरोसिलिकेट (E Glass) आणि सोडा लाइम सिलिका (A Glass) प्रकारचे फायबर वापरले गेले. परंतु सिमेंटमधील अल्कली गुणधर्मामुळे काँक्रीटच्या ताकदीवर त्यांचा विशेष परिणाम झाला नाही. काँक्रीटची ताकद वाढण्याऐवजी कालांतराने ती कमी झालेली आढळली. पुढील काळात त्यावर सातत्याने संशोधन झाले. १९६७च्या सुमारास इंग्लिश संशोधकांना यामध्ये यश आले. त्यांनी अल्कली प्रतिकारक (AR) काचेचा शोध लावला. त्या काचेमध्ये झिरकॉनिया या विशिष्ट घटकाचे १६ ते २० टक्के प्रमाण होते. या काचेपासून बनवलेले फायबर काँक्रीटमध्ये वापरले असता ताकदीमध्ये अनुकूल बदल आढळले. पुढील काळात अशा ग्लास फायबरचा वापर GFC बनवण्यासाठी होत गेला.

ग्लास फायबर बनवण्याची पद्धत

ग्लास फायबर बनवण्यासाठी विद्युत अथवा गॅसभट्टीचा वापर केला जातो. उष्ण काचेचा स्राव (तापमान ८०० अंश सें.) एका बंदिस्त चेंबरमध्ये (Bushing) ओतला जातो. उष्ण तापमानात टिकण्यासाठी असे चेंबर प्लॅटिनम मिश्र धातूमध्ये बनवले जाते. चेंबरच्या तळामध्ये असंख्य बारीक छिद्रे असतात. छिद्रामधून बाहेर पडताना काचेचा बारीक धागा बनतो. या धाग्यांवर थंड पाण्याची वाफ सोडली जाते. त्यानंतर त्यावर विशिष्ट प्रकारचे आवरण चढवले जाते. त्यामुळे ग्लास फायबरमध्ये घर्षण क्षमता आणि काँक्रीटला घट्ट पकडून ठेवण्याची ताकद वाढते. काचेचे धागे प्रतिमिनिटाला १५०० मीटर वेगाने रोलरवरून फिरून त्याचे रीळ बनवले जाते. साधारणत: २४० सूक्ष्म धाग्यांना एकत्रित करून एक फायबर बनतो. त्याचा आकार गोल अथवा चपटा असतो. काँक्रीटमध्ये फायबर वापरताना त्याचे तुकडे करून अथवा जाळी बनवून वापर केला जातो.

फायबर काँक्रीट बनवण्याची पद्धत (GFC)

ग्लास फायबर काँक्रीट तयार करण्यासाठी ऑर्डिनरी पोर्टलंड सिमेंट (OPC) अथवा व्हाइट सिमेंट, फ्लाय अॅश, सिलिका वाळू (पांढरी/करडी) स्वच्छ आणि शुद्ध पाणी, प्लॅस्टिसायझर SBR केमिकल

आणि ग्लास फायबर यांचे विविध प्रमाणातील घटकांचे एकत्रित मिश्रण केले जाते. सर्वसाधारणत: फायबरचा वापर १-४ टक्के असतो. काँक्रीटमध्ये फायबर मिसळण्याच्या दोन पद्धती असतात. पहिल्या प्रकारात फायबरचे २५ मि.मी. लांब तुकडे करून काँक्रीट मिक्सरमध्ये मिश्रण तयार केले जाते. दुसऱ्या पद्धतीत स्प्रे गनचा वापर केला जातो. काँक्रीट स्राव आणि फायबर यांना स्वतंत्र स्प्रे गनमधून एकत्रित केले जाते. ग्लास फायबर काँक्रीटचे विविध भाग बनविण्यासाठी शाडू किंवा प्लास्टर ऑफ पॅरिसचे साचे बनवले जातात. अनेकदा काँक्रीटमध्ये वजन कमी करण्यासाठी थर्माकोलचा वापर केला जातो. साच्यामध्ये काँक्रीट भरताना हँड रोलरच्या साहाय्याने त्याचे कॉम्पॅक्शन केले जाते. बनवलेले साचे दुसऱ्या दिवशी उघडून सात दिवस पाण्याची प्रक्रिया (Curing) केली जाते. प्रत्यक्ष जागेवर विविध भागांची जोडणी करताना फ्रेमवर्क करून स्क्रू किंवा नटबोल्टचा आधार घेतला जातो.

ग्लास फायबर काँक्रीटचा उपयोग

इमारतीच्या दर्शनी भागातील म्युरल, कॉलम, डोम, कॉर्निस अशा ठिकाणी GFC करणे उपयुक्त ठरते. बागेतील बाके, फिरती स्वच्छतागृहे, टेलिफोन बूथ, वॉचमन केबिन अशा सार्वजनिक ठिकाणांसाठीच्या वास्तूंसाठी असे काँक्रीट वापरता येते. दरवाजे, खिडक्या, सीलिंग, ड्रेनेज चेंबरची झाकणे, पाइप्स, शटरिंग फॉर्मवर्क, कंपाउंडचे पोल, पाण्याची टाकी, लिंटेल इ. ठिकाणीसुद्धा ग्लास फायबर काँक्रीट वापरले जाते. या काँक्रीटमधील उपयुक्त गुणधर्मामुळे अग्निप्रतिबंधक भिंती अथवा दरवाजे, ध्वनिरोधक भिंती, पुरातन वास्तूंची देखभाल करताना असे काँक्रीट उपयुक्त ठरते. चर्च, मंदिरे, मशीद अशा धार्मिक स्थळांचे सौंदर्य वाढविण्यासाठी केले जाणारे कोरीव काम अशा काँक्रीटमध्ये केले जाते.

ग्लास फायबर काँक्रीटचे फायदे

अशा काँक्रीटमध्ये बनवलेल्या वस्तू वजनाला हलक्या असतात. त्यामुळे त्यांची हाताळणी, लागणारे मनुष्यबळ, प्रत्यक्ष जागेवरील उभारणी सोपी असते. अशा वस्तूंची जाडी कमी असली, तरी त्यामध्ये प्रचंड ताकद असते. या वस्तूंमधील अग्निप्रतिबंधक व ध्वनिरोधक क्षमता उच्च दर्जाची असते. वातावरणातील अल्ट्राव्हायोलेट किरणांचा या काँक्रीटवर विपरीत परिणाम होत नाही. लाकडाप्रमाणे कालांतराने वाकडे होणे, वाळवी अथवा फंगस यांचा परिणाम होत नाही. पाणी झिरपण्याचे प्रमाण या काँक्रीटमध्ये नगण्य असते. ग्लास फायबर काँक्रीटपासून विविध रंगांमध्ये, आकारांत, उत्कृष्ट पृष्ठभाग बनवता येतात. 'फ्लाय ॲश'चा वापर केल्यामुळे असे काँक्रीट पर्यावरणपूरक म्हणून ओळखले जाते.

♦♦♦

प्रीकास्टच्या भिंती

सध्याच्या गतिमान काळात गुणवत्तेशी बांधील राहून नियोजित वेळेत आणि ठरवलेल्या खर्चात बांधकाम पूर्ण करणे हे स्थापत्य अभियंत्यासमोर मोठे आव्हान असते. कारण ज्या वेळी बांधकामाचा वेग वाढतो, तेव्हा गुणवत्ता अथवा कामाचा दर्जा घसरण्याची शक्यता असते. बांधकामासाठी प्रामुख्याने दोन पद्धतींचा वापर केला जातो. पहिल्या पद्धतीमध्ये बांधकामाचे संपूर्ण साहित्य प्रत्यक्ष कामावर आणले जाते आणि मशिनरी व कामगारांच्या साहाय्याने बांधकामातील विविध टप्पे पूर्ण केले जातात. दुसऱ्या पद्धतीमध्ये बांधकामातील विविध भाग कारखान्यात अथवा प्रत्यक्ष कामावरच तयार करून नंतर त्या भागांची जोडणी केली जाते. या पद्धतीला प्रीकास्ट (Precast) असे संबोधले जाते. जगातील अनेक प्रगतिशील देशांमध्ये आज या पद्धतीचा वापर केला जात आहे. या पद्धतीचे अनेक फायदे आहेत.

भिंतीसाठी प्रीकास्ट पॅनेल

पारंपरिक भिंती बांधण्यासाठी वाळू, विटा, ब्लॉक्स, सिमेंट हे सर्व साहित्य प्रत्यक्ष कामाच्या ठिकाणी आणले जाते. त्याचा साठा करण्यासाठी मुबलक जागेची आवश्यकता असते. त्याची हाताळणी आणि वापर करताना वेस्टेजवर नियंत्रण ठेवावे लागते. त्याचप्रमाणे भिंती उभारण्यासाठी वेळही अधिक लागतो. प्रीकास्ट पॅनेल वापरून जलद गतीने भिंतींची उभारणी करता येते. फॅक्टरीमध्ये अशी पॅनेल तयार करण्यासाठी विशिष्ट आकाराचे लोखंडी साचे (Formwork) असतात. सर्वसाधारणत: २ फूट रुंदी आणि लांबी ८ ते १० फूट ठेवली जाते. पॅनेलची जाडी ५० मि.मी. आणि ७५ मि.मी. इतकी असते. पॅनेल बनवताना सँडविच पद्धतीचा उपयोग केला जातो. लोखंडी फॉर्मवर्कच्या दोन्ही बाजूला ४ मि.मी. जाडीचे फायबर रिइनफोर्स्ड सिमेंट शीट्स ठेवल्या जातात. मधील पोकळीत काँक्रीट मॉर्टर ओतले जाते. व्हायब्रेटरच्या साहाय्याने काँक्रीट एकजीव केले जाते. मॉर्टर बनविण्यासाठी फ्लाय ॲश ८० टक्के, पोर्टलँड सिमेंट २० टक्के, पाणी, फोमिंग एजंट यांचा वापर केला जातो. पॅनेलच्या दोन्ही बाजूंना विशिष्ट प्रकारचे साचे (Tongue & Groove) ठेवले जातात. त्यामुळे पॅनेल एकमेकांना योग्य प्रकारे घट्ट जोडता येतात. काँक्रीटचे दुसऱ्या दिवशी फॉर्मवर्क विलग करून पॅनेलची एक्स-रे मशिनमधून चाचणी केली जाते. यामुळे पॅनेलमध्ये छिद्र किंवा पोकळी राहिली असेल तर ते समजते. त्यानंतर दर्जेदार पॅनेलची क्युरिंग यार्डमध्ये रवानगी केली जाते. सर्व पॅनेल तेथे नैसर्गिकरित्या वाळवली जातात. क्युरिंगसाठी पाण्याचा वापर केला जात नाही. ड्राय क्युरिंग पद्धतीमुळे पाण्याची बचत होते. पॅनेल बनविण्यासाठी फ्लाय ॲशचा वापर होत असल्यामुळे त्याची गणना पर्यावरणपूरक बांधकामसाहित्यामध्ये होते.

प्रीकास्ट पॅनेलची वैशिष्ट्ये

प्रीकास्ट एरोकॉन पॅनेल वापरायला हलकी असूनही अधिक ताकदवान असतात. त्यांची जोडणी करण्यासाठी जी.आय. चॅनल आणि स्क्रू यांचा वापर केला जातो, अथवा करवतीच्या साहाय्याने पॅनेल कटिंग केले जातात. पॅनेल जोडण्यासाठी साध्या अवजारांचा वापर केला जातो. पृष्ठभागावर प्लॅस्टर ऑफ पॅरिस, जिप्सम यांचे आवरण देऊन रंगकाम केले जाते. अनेकदा पृष्ठभागावर ॲरलडाईटचे आवरण देऊन चाळलेल्या वाळूचा थर चढवला जातो. त्यामुळे पृष्ठभाग खडबडीत बनतो. अशा पृष्ठभागावर टाइल्स बसवता येतात. अशीच पॅनेल पोटमाळ्यावर फ्लोअरिंग म्हणून वापरता येतात. पॅनेलमधून कोणत्याही अपायकारक वायूचे उत्सर्जन होत नाही. वातावरण आरोग्यदायी राहण्यास मदत होते. या पॅनेलमध्ये एक ते दोन तासापर्यंत ज्वलनरोधक क्षमता असते. त्यामुळे आगीसारख्या आपत्कालीन प्रसंगात हे टिकून राहू शकतात. त्याचप्रमाणे ३३ ते ३६ डेसिबल ध्वनी नियंत्रणक्षमता असते. सर्वसाधारणपणे ५० मि.मी. जाडीचे पॅनेल अंतर्गत पार्टिशनसाठी, तर ७५ मि.मी. जाडीची पॅनेल बाह्यभागात वापरली जातात. कमी जाडीच्या पॅनेलमुळे कार्पेट एरिया जास्त प्रमाणात वापरावयास मिळतो. पाणी, वाळवी, बुरशी यांचा कोणताही परिणाम पॅनेलवर होत नाही. या पॅनेलचा वापर पुन:पुन्हा करता येतो. पॅनेलमध्ये भूकंप लहरींची कंपने काही प्रमाणात शोषण करण्याची क्षमता असते. निवासी इमारती, व्यापारी संकुले, शाळा, महाविद्यालये, तपासणी नाके, जकात किंवा टोलनाके, पेट्रोल पंप, पोलीस स्टेशन अशा अनेक ठिकाणी या पॅनेलच्या साहाय्याने भिंती उभारता येतात. त्यांचा जास्तीत जास्त वापर करणे जरुरीचे असते.

♦♦♦

सेल्युलर काँक्रीट

काँक्रीट तयार करण्याच्या एका वेगळ्या पद्धतीचा शोध सन १९००च्या सुरुवातीला स्वीडनमध्ये लागला. काँक्रीटचे मूलभूत घटक आणि ॲल्युमिनिअम पावडर यांच्या एकत्रिकरणाने कमी घनतेचे सेल्युलर काँक्रीट निर्माण झाले. त्या काळात या काँक्रीटला गॅस काँक्रीट असेही संबोधले जात असे. हुबेहूब लाकडासारखे दिसणारे हे काँक्रीट करवतीच्या साहाय्याने कापता येत होते. या काँक्रीटवर स्क्रू मारता येत असत. सुरुवातीच्या काळात या काँक्रीटचा वापर मुख्यत: उष्णतारोधकता आणि पोकळी भरणे यासाठी होत असे. पुढील काळात यामध्ये अधिक संशोधन केले गेले. दुसऱ्या महायुद्धानंतर सेल्युलर काँक्रीटचा वापर युरोप आणि रशिया या देशांमध्ये मोठ्या प्रमाणावर होण्यास सुरुवात झाली. सेल्युलर काँक्रीटचा वापर मर्यादित स्वरूपात न राहता निवासी, व्यापारी आणि औद्योगिक इमारतींच्या बांधणीसाठी करण्यात आला. सेल्युलर काँक्रीट विशेषत: प्रीकास्ट उद्योग क्षेत्रामध्ये जास्त उपयुक्त ठरले. इमारती बांधताना तिची उच्च दर्जाची भूकंप प्रतिकारक्षमता असणे आवश्यक असते. बहुमजली इमारतींना भूकंपाचा धोका सर्वांत जास्त असतो. अशा इमारतींच्या वरच्या मजल्यासाठी सेल्युलर काँक्रीटमध्ये बनवलेल्या प्रीकास्ट स्लॅब, वॉल, लिंटेल इ.साठी वापर करणे उपयुक्त ठरते. त्यांचे वजन हलके असल्यामुळे इमारतीचे स्वत:चे वजन (Dead Load) कमी होऊन पर्यायाने मूलभूत खर्चात मोठी बचत होते. सेल्युलर काँक्रीटचा प्रत्यक्ष कामावर आणून (Cast in situ) आणि प्रीकास्ट करून अशा दोन्ही प्रकारे उपयोग करता येतो.

सेल्युलर काँक्रीट करण्याची पद्धत

काँक्रीटची घनता सर्वसाधारणत: २५०० किलो प्रतिघनमीटर असते. सेल्युलर काँक्रीटची घनता यापेक्षा खूपच कमी असते. असे काँक्रीट बनविण्यासाठी वाळू, सिमेंट, ॲडमिक्श्चर, फ्लाय ॲश, पाणी यामध्ये फोमिंग एजंट मिसळले जाते. अशा काँक्रीटमध्ये खडीचा वापर केला जात नाही. फोमिंग एजंट

म्हणून ॲल्युमिनिअम पावडरचा वापर केला जातो. काँक्रीट तयार करण्यासाठी सर्व मूलभूत घटकांना मिक्सर मशिनमध्ये एकत्रित केले जाते. या वेळी रासायनिक प्रक्रिया होऊन प्रचंड प्रमाणात हायड्रोजन वायूचे बुडबुडे तयार होतात. यामुळे तयार होणाऱ्या काँक्रीटचे आकारमान दुपटीने वाढते. काँक्रीटचा तयार स्राव प्रीकास्टसाठी बनवलेल्या स्टील अथवा प्लॅस्टिक साच्यामध्ये (Moulds) ओतला जातो. अशा साच्यामध्ये आवश्यक स्टीलचा अगोदरच अंतर्भाव केलेला असतो. स्टीलवर गंजरोधक आवरण दिलेले असते. काँक्रीट साच्यामध्ये ओतल्यानंतर त्याला कंपित (vibrate) करण्याची गरज नसते. साधारण अर्ध्या तासानंतर काँक्रीट घट्ट होण्याची प्रक्रिया चालू होते. दहा तासांनंतर साचे काँक्रीटपासून विलग करता येतात. प्रीकास्टचे विविध भाग त्यानंतर उष्णतेच्या भट्टीमध्ये नेले जातात. उच्च दाबाच्या वाफेने सर्व भागांचे क्युरिंग केले जाते. यामुळे काँक्रीटमध्ये लवकर ताकद निर्माण होते.

सेल्युलर काँक्रीट बनविण्यासाठी आणखी एक वेगळी पद्धत वापरली जाते. या पद्धतीत काँक्रीटमध्ये तयार फोम एकत्रित केला जातो. असा फोम सिंथेटिक आणि प्रोटिन बेस असणारा असतो. प्रक्रियेतून तयार झालेले काँक्रीट प्रीकास्टसाठी बनवलेल्या साच्यामध्ये ओतले जाते. काँक्रीटला व्हायब्रेट करण्याची आवश्यकता नसते. क्युरिंग करण्यासाठी पाण्याचा किंवा क्युरिंग कंपाउंडचा वापर केला जातो. तयार झालेल्या प्रीकास्टचे विविध भाग बाह्यत: एखाद्या स्पंजासारखे दिसतात; परंतु अंतर्गतरित्या ते एकसंध असतात. क्युरिंग प्रक्रिया पूर्ण झालेले विविध भाग प्रत्यक्ष कामावर आणून मनुष्यबळ आणि मशिनरीच्या साहाय्याने त्यांची उभारणी केली जाते.

सेल्युलर काँक्रीटचे फायदे

मिक्स डिझाइनच्या साहाय्याने कमी, मध्यम आणि जास्त घनतेचे सेल्युलर काँक्रीट बनवता येते. ४०० ते ८०० घनता (Kg/m^3) असणारे काँक्रीट रस्त्याचा सबबेस, फ्लोअर आणि छताच्या स्क्रीडकरिता आणि उष्णतारोधक गोष्टींसाठी वापरले जाते. ८०० ते १२०० घनता (Kg/m^3) असणारे काँक्रीट प्रीकास्ट ब्लॉक्स, गार्डन डेकोरेटिव्ह, इमारतीच्या दर्शनी भागातील पॅनेल यासाठी वापरले जाते. १२०० ते १८०० घनता (Kg/m^3) असणारे काँक्रीट प्रीकास्ट बीम, स्लॅब, वॉल अशा इमारतीच्या मुख्य भागांसाठी वापरले जाते. या काँक्रीटमध्ये बनवलेले भाग वजनाला हलके असल्यामुळे त्यांची उभारणी जलदगतीने करता येते. त्यांना एका ठिकाणाहून दुसरीकडे नेण्याचा वाहतूक खर्चही कमी असतो. फ्लाय ॲशच्या वापरामुळे काँक्रीट पर्यावरणपूरक बनते. सेल्युलर काँक्रीटमध्ये उच्च दर्जाची अग्निप्रतिबंधक क्षमता असते. काँक्रीटच्या उष्णतारोधक क्षमता आणि ध्वनिनियंत्रण करण्याच्या शक्तीमध्ये वाढ होते. वाळवी, बुरशी, वातावरणातील दमटपणा, आर्द्रता यांचा कोणताही विपरीत परिणाम काँक्रीटवरती होत नाही.

♦♦♦

'हाय ग्रेड काँक्रीट'साठी मायक्रोसिलिका

गेल्या काही वर्षांत स्थापत्य अभियांत्रिकीने देशाविदेशांत अनेक चमत्कार घडवून आणले आहेत. मलेशियातील ४५२ मी. उंचीचा 'पेट्रोनास ट्विन टॉवर', दुबईचा ८२८ मी. उंचीचा 'बुर्ज खलिफा', दुबईतील समुद्रामधील 'पाम सिटी', मुंबईतील ४.७ कि.मी. लांबीचा वांद्रे-वरळी सागरी सेतू इ. त्याची ठळक उदाहरणे सांगता येतील. सौदी अरेबिया देशात १ किमी उंचीच्या किंगडम टॉवरचे काम सध्या चालू आहे अशा सर्व बांधकामांतील सर्वांत महत्त्वाचा घटक 'हायग्रेड काँक्रीट' हा आहे. बांधकाम क्षेत्रातील काँक्रीटच्या दर्जाने उत्तुंग प्रगती करून आपली ताकद आज गगनाला भिडण्याइतकी वाढवली आहे. काँक्रीटची ताकद आज १०० MPa पर्यंत पोचली असून, इथून पुढील काळात त्याहून अधिक असणार आहे. काँक्रीटची ताकद वाढविण्याचे काम 'मायक्रोसिलिका' अथवा 'सिलिका फ्यूम' हा घटक करतो. काँक्रीटमध्ये वापरण्यात येणाऱ्या 'मायक्रोसिलिका'मुळे आज 'हायग्रेड काँक्रीट' बनवणे शक्य झाले आहे.

काळानुसार बदलणारे काँक्रीट

काँक्रीट अधिक ताकदवान होण्यासाठी पाणी आणि सिमेंट यांचे प्रमाण (W/C Ratio) महत्त्वाचे समजले जाते. आज काँक्रीट तयार करताना त्यात बाइंडर म्हणून मिनरल ॲडमिक्श्चर आणि सुलभतेसाठी प्लॅस्टिसायझर यांचा वापर करण्यात येतो. त्यामुळे पाणी आणि बाइंडर यांचे मिश्रण (W/B Ratio) याला महत्त्व प्राप्त झाले आहे. मिनरल ॲडमिक्श्चरमध्ये राइस हस्क, फ्लाय ॲश, ग्राउंड ग्रॅन्युलेटेड ब्लास्ट फर्नास स्लॅग आणि मायक्रोसिलिका यांचा समावेश होतो. औष्णिक विद्युतनिर्मितीतून निर्माण होणारी फ्लाय ॲश आणि स्टीलनिर्मितीतून बनणारी फर्नास स्लॅग आपल्या देशात मोठ्या प्रमाणात उपलब्ध आहे. मायक्रोसिलिका ही सिलिकॉन आणि फेरोसिलिकॉन मिश्रधातू निर्मितीतून तयार होते. त्यासाठी आवश्यक असणाऱ्या अद्ययावत तंत्रज्ञानाची देशात कमतरता असल्यामुळे तिला परदेशातून आयात करणे आवश्यक बनले आहे. संपूर्ण जगात मायक्रोसिलिकाची निर्मिती आणि निर्यात करण्यात चीन हा अग्रेसर देश आहे.

मायक्रोसिलिकाची निर्मिती

सिलिकॉन अथवा फेरोसिलिकॉन मिश्रधातूंची निर्मिती करताना शुद्ध सिलिका म्हणजेच क्वार्ट्झ याचा कच्चा माल म्हणून वापर केला जातो. क्वार्ट्झ कोळसा, कोक आणि वूड चिप्स यांची विद्युतभट्टीमध्ये एकत्रितरीत्या अंदाजे २००० अंश तापमानाला ज्वलनप्रक्रिया केली जाते. या वेळी सिलिकॉन ऑक्साइड वायू (SiO) निर्माण होतो. या वायूचा वातावरणातील ऑक्सिजनबरोबर संयोग होऊन सिलिकॉन डायऑक्साइडचे (SiO_2) गोलाकार कण भट्टीच्या वरील भागात तयार होतात. अतिसूक्ष्म आणि चकाकणारे असे हे कण म्हणजेच मायक्रोसिलिका. मायक्रोसिलिकाचा एक कण एक दशांश मायक्रॉन इतका अतिसूक्ष्म असतो. त्यामुळे मायक्रोसिलिकाची घनता कमी असते. तिचा रंग गडद करडा असतो व त्यामध्ये उच्च दर्जाचे पोझोलिनिक गुणधर्म आढळतात. असे गुणधर्म काँक्रीटची ताकद वाढविण्यासाठी

अनुकूल असतात. बाजारात विविध घनतेची, तसेच पावडर अथवा द्रवरूपातील मायक्रोसिलिका उपलब्ध असते. काँक्रीटच्या प्रकारानुसार तिचा वापर केला जातो. पावडरपेक्षा द्रवरूपातील सिलिका वापरणे अधिक सुरक्षित असते. द्रवरूपातील मायक्रोसिलिका तयार करताना पाणी आणि पावडर यांचे प्रमाण निम्मे ठेवले जाते. परदेशातून आयात आणि प्रचंड निर्मिती खर्च यामुळे मायक्रोसिलिका सिमेंटपेक्षा पाचपट महाग असते. हायग्रेड काँक्रीट तयार करताना एकूण सिमेंटच्या ५ ते १० टक्के प्रमाणात तिचा वापर केला जातो. देशातील IS ४५६-२००० कोडने मिनरल ॲडमिक्श्चर म्हणून काँक्रीटमध्ये मायक्रोसिलिका वापरण्यास मान्यता दिली आहे. सर्व मिनरल ॲडमिक्श्चर पर्यावरणपूरक असल्यामुळे काँक्रीट तयार करताना त्यांचा अधिकाधिक वापर होणे गरजेचे आहे.

मायक्रोसिलिका वापराचे फायदे

काँक्रीटमधील सूक्ष्म पोकळी भरण्याचे काम मायक्रोसिलिका करते. यामुळे सर्व सूक्ष्म छिद्रे बुजवली जाऊन काँक्रीट एकसंध बनते. त्याची घनता वाढते. हाय ग्रेड काँक्रीटमध्ये सल्फर, आम्ल, अल्कली यांना प्रतिकार करण्याची क्षमता असते. घर्षण व झीज यांना प्रतिबंध करते. अंतर्गत सूक्ष्म पोकळी भरल्यामुळे सच्छिद्रता कमी होऊन त्यामधून पाणी झिरपण्याचे प्रमाण कमी होते. काँक्रीटची दाबशक्ती, स्टीलला घट्ट पकडून ठेवण्याची प्रक्रिया, अंतर्गत घटक एकत्रित ठेवणे यामध्ये अनुकूल बदल घडतात. उंच इमारतीचे काँक्रीट करताना ते सुलभतेने पंप करता येते. त्यामुळे गगनचुंबी टॉवरचे काँक्रीट यशस्वीरीत्या करणे शक्य होते.

प्रगत देशात सिलिकामिश्रित सिमेंट उपलब्ध असून, कॅनडा, अमेरिका या देशांमध्ये त्याचा मोठ्या प्रमाणात वापर केला जातो. हाय ग्रेड काँक्रीट तयार करण्यासाठी मायक्रोसिलिका वरदान ठरत आहे.

♦♦♦

उष्ण तापमानातील काँक्रीट

दिवसेंदिवस तापमानवाढीबरोबरच पाण्याचा प्रश्नही गंभीर होत चालला आहे. अशा परिस्थितीत काँक्रीटचा दर्जा राखणे ही खरी कसोटी आहे. सभोवतालचे तापमान, काँक्रीटचे अंतर्गत तापमान, हवेतील आर्द्रता, वाऱ्याचा वेग, सूर्यकिरणांची तीव्रता अशा सर्वांचा काँक्रीटच्या गुणवत्तेवर कळत नकळत परिणाम होत असतो. उष्ण तापमानात काँक्रीट करताना आता विशेष दक्षता घ्यावी लागणार आहे.

उष्ण तापमानातील काँक्रीट

काँक्रीट प्रक्रियेत मिश्रण, वाहतूक, ओतणे, एकत्रीकरण आणि पाणी मारणे असा क्रम असतो. तापमानातील बदलानुसार प्रक्रियेत बदल करावे लागतात. उदा. रशियामधील उणे तापमानातील आणि दुबईतील उष्ण तापमानातील काँक्रीट पद्धतीत मोठा फरक असतो. दोन्ही ठिकाणी काँक्रीटची काळजी वेगळ्या प्रकारे घ्यावी लागते. आपल्या देशात मोसमी हवामानानुसार पावसाळा, हिवाळा आणि उन्हाळा हे ऋतू असतात; परंतु गेल्या काही दशकांतील हवामानातील बदल अभ्यासले, तर पर्जन्याचे प्रमाण आणि थंडीच्या प्रमाण यात घट झालेली दिसते. उन्हाळा मात्र दिवसेंदिवस अधिक तीव्र होताना दिसतो. ब्युरो ऑफ इंडियन स्टँडर्स IS ७८६१ (Part I) नुसार ४० अंशापेक्षा जास्त तापमानात केले जाणारे काँक्रीट 'उष्ण' असे संबोधले जाते. काँक्रीटसाठी ५ ते ३५ अंश हे तापमान योग्य समजले जाते. आपल्याकडील उन्हाळ्यात तापमानाचा पारा आता ४० अंश ते ४५ अंशापर्यंत जाऊन पोहोचतो. अशा वातावरणात काँक्रीट प्रक्रियेत अनेक अडचणी निर्माण होतात. काँक्रीट तयार करण्यासाठी नेहमीपेक्षा अधिक पाण्याची गरज भासते. काँक्रीटमधील पाण्याचे प्रमाण वाढवले, तर त्याची ताकद कमी होते. प्रमाण तसेच ठेवले, तर सुलभता कमी होऊन ते लवकर घट्ट होते. अशा पेचप्रसंगातून मार्ग काढण्यासाठी काँक्रीटचे मिक्स डिझाइन करणे योग्य ठरते.

तापमानाचे नियंत्रण

काँक्रीट करताना त्यामधील सिमेंट जेव्हा पाण्याच्या संपर्कात येते त्या वेळी रासायनिक प्रक्रियेची सुरुवात होऊन उष्णतेचे उत्सर्जन होते. सध्याच्या काळातील काँक्रीट बनवताना खडी, वाळू, सिमेंट, पाणी, प्लॅस्टिसायझर, फायबर, रंग, मिनरल ॲडमिक्श्चर इ. अनेक गोष्टींचा समावेश असतो. मिनरल ॲडमिक्श्चरमध्ये मायक्रोसिलिका, फ्लाय ॲश, ब्लास्ट फर्नास स्लॅग, मेटाकोलिन, राइस हस्क, अल्कोफाइन इ. गोष्टींचा समावेश होतो. अशा सर्व घटकांचे स्वत:चे तापमान जेवढे अधिक असेल, त्या प्रमाणात काँक्रीटचे तापमान वाढते. तसेच काँक्रीटमधील सिमेंटचे प्रमाण जेवढे जास्त तेवढी अधिक उष्णता उत्सर्जित होते. उष्णतेमुळे काँक्रीट पृष्ठभागावरील पाण्याचे बाष्पीभवन होते आणि सच्छिद्रता निर्माण होऊन पृष्ठभागावर तडे पडण्यास सुरुवात होते. काँक्रीटच्या ताकदीला आणि टिकाऊपणाला हे तडे घातक ठरतात. यासाठी काँक्रीटमधील सर्व घटकांचे तापमान कमीत कमी राखून उष्णतेचे उत्सर्जन कमी कसे होईल यासाठी प्रयत्न करावे लागतात. अशा वेळी मिक्स डिझाइन करणे उपयुक्त ठरते. मिक्स डिझाइनद्वारे सिमेंटचे प्रमाण कमी ठेवून अधिक ताकदीचे काँक्रीट सुलभपणे करणे शक्य होते. आजच्या काळात M१० पासून M१०० दर्जापर्यंतचे काँक्रीट करणे यामुळे साध्य झाले आहे.

साहित्याची अचूक निवड

देशातील एकूण सिमेंट उत्पादनापैकी ७० टक्के उत्पादन पोझोलना, तर उर्वरित ऑर्डिनरी पोर्टलँड सिमेंटचे होते. पोझोलना सिमेंट पर्यावरणपूरक असून, काँक्रीटमध्ये त्याचा वापर केला असता उष्णता उत्सर्जनाचे प्रमाण कमी होते. मिक्स डिझाइन करताना अशा सिमेंटला प्राधान्य देणे आवश्यक आहे. काँक्रीटमध्ये खडीचे प्रमाण इतर घटकांपेक्षा सर्वाधिक असते. खडी स्वच्छ, गोलाकार असावी; परंतु सच्छिद्र नसावी. उष्ण वातावरणात प्रत्यक्ष कामावरील खडी, वाळू यांचे साठे आच्छादित असावेत आणि काँक्रीट करण्यापूर्वी त्यावर थंड पाण्याचा शिडकावा करावा. पाण्याची टाकी जमिनीखाली तसेच पाइपलाइन जमिनीखालून असावी, त्यामुळे पाण्याचे तापमान कमी राहते. काँक्रीटमधील अंतर्गत तापमान कमी करण्यासाठी थंड पाणी अथवा बर्फाचा चुरा वापरला जातो. साधारणत: ७० किलो बर्फ वापरला असता काँक्रीटचे तापमान १३ अंशाने कमी करणे शक्य होते. पाण्याचे प्रमाण नियंत्रित ठेवून काँक्रीट सुलभ करण्यासाठी सध्या सेट रिटार्डर या रसायनाचा वापर करण्यात येतो. त्यामुळे सिमेंट आणि पाणी यांमधील रासायनिक प्रक्रिया प्रलंबित होऊन काँक्रीट लवकर घट्ट होत नाही. त्याची सुलभता वाढते व काँक्रीट करताना दोन थरांमधील सांधे (कोल्ड जॉईंट) टाळणे शक्य होते.

उष्ण तापमानात काँक्रीट शक्यतो दिवसा लवकर अथवा रात्री उशिरा करणे योग्य ठरते. पुरेसे मनुष्यबळ, यंत्रसामग्री, योग्य नियोजनाद्वारे काँक्रीटची प्रक्रिया लवकर आणि सुरक्षितपणे करता येते. काँक्रीट थोडे घट्ट झाल्याबरोबर पृष्ठभाग प्लॅस्टिक पेपर अथवा गोणपाटाने आच्छादित करून क्युरिंगची प्रक्रिया लगेच चालू करावी लागते. काँक्रीट पृष्ठभागावरील तडे रोखण्यासाठी क्युरिंग कंपाउंडची मदत होते. इथून पुढील काळात बदलत्या तापमानानुसार काँक्रीटची काळजी घेणे आवश्यक आहे.

♦♦♦

भूकंपप्रतिकारक फेरोक्रीट

पर्यावरणपूरक असणारे बांधकामातील 'फेरोसिमेंट तंत्रज्ञान' सध्याच्या काळात कशा प्रकारे उपयुक्त आहे, याची माहिती सर्वांनाच असणे आवश्यक आहे. या तंत्रज्ञानावर आधारित असणारी 'फेरोक्रीट' पद्धती बांधकाम क्षेत्रात अनेक प्रकारे, अनेक ठिकाणी उपयुक्त ठरत आहे.

फेरोक्रीटचा इतिहास

लाकडाच्या बोटी पाण्यावर तरंगतात हे सर्वश्रुत आहे. फेरोक्रीटला शास्त्रशुद्ध पद्धतीने बनवलेले कृत्रिम लाकूड म्हणणे योग्य ठरेल. पण फेरोक्रीट मात्र अग्निप्रतिबंधक असते आणि त्याला वाळवी लागत नाही. १८४६मध्ये फ्रेंच इंजिनिअर जोसेफ लुईस लॅम्बोट याने लोखंडी जाळ्यांमध्ये सिमेंट मॉर्टर भरून पहिल्यांदा एक छोटी बोट तयार केली. आश्चर्य म्हणजे दक्षिण फ्रान्समधील मिरावल येथील संग्रहालयात ही छोटीशी (डिंगी) बोट अजूनही पाण्यावर तरंगते आहे. कॉंक्रीटमध्ये लोखंडाचा वापर होणाऱ्या आजच्या काळातील आर.सी.सी. पद्धतीची अशा प्रकारे सुरुवात झाली. त्या काळात लोखंडी जाळी बनवण्याचे तंत्रज्ञान तितकेसे विकसित झाले नव्हते. त्यामुळे जाळ्यांऐवजी आर.सी.सी.मध्ये लोखंडी सळईचा वापर करण्यात आला. दुसऱ्या महायुद्धाच्या काळात इटली देशात बोटी बांधणाऱ्या असंख्य गोदी उद्ध्वस्त झाल्या. नेरवी या इटालियन वास्तुरचनाकाराने लोखंडी तारांच्या जाळीत मॉर्टर भरून मोठमोठी मालवाहू जहाजे त्या काळात बनवली. त्यानेच या बांधकाम पद्धतीला 'फेरोसिमेंटो' असे नाव दिले. फेरो म्हणजे लोखंड आणि सिमेंटो म्हणजे सिमेंट मॉर्टर. हेच आजच्या काळातील 'फेरोसिमेंट तंत्रज्ञान.' फेरोसिमेंटमधील सिमेंट मॉर्टर म्हणजे एक प्रकारचे मायक्रोकॉंक्रीट असते, ज्यामध्ये सिमेंट, वाळू आणि पाणी यांचे योग्य मिश्रण असते. खडीचा कोठेही वापर होत नाही. आज महाराष्ट्रात फेरोसिमेंट तंत्रज्ञान फेरोक्रीट या नावाने ओळखले जाते. १९८०नंतर अमेरिकन कॉंक्रीट इन्स्टिट्यूटने फेरोसिमेंटवर संशोधन करण्यास सुरुवात केली आणि त्यानंतरच्या काळात अभियांत्रिकीतील विविध क्षेत्रांत या पद्धतीचा वापर होत गेला.

फेरोक्रीट बनवण्याची पद्धत

फेरोक्रीट तयार करण्यासाठी बांधकाम साहित्य म्हणून लोखंडी लवचिक जाळी म्हणजे वेल्डमेश, कोंबडीजाळी म्हणजे चिकनमेश, ६ मिलिमीटर आणि ८ मिलिमीटर गोलाकार सळया, सिमेंट, वाळू, पाणी यांचा वापर केला जातो. लोखंडी सळया वापरून सर्वप्रथम आपल्याला पाहिजे त्या आकारातील सांगाडा उभारला जातो. सांगाड्यावर वेल्डमेश आणि चिकनमेश घट्ट ताणून बांधली जाते. त्यामध्ये सिमेंट, पाणी आणि वाळू यांचे प्रमाणित मिश्रण, म्हणजेच सिमेंट मॉर्टर दाबून भरले जाते. याच वेळी आवश्यक फिनिशिंग केले जाते. पाण्याने योग्य क्युरिंग केल्यानंतर फेरोक्रीटच्या विविध भागांमध्ये ताकद निर्माण होते. जाळीच्या लवचिकतेमुळे विविध आकार सहजपणे तयार करता येतात. दीड ते दोन इंच जाडी असणाऱ्या फेरोक्रीट भिंतीमध्ये प्रचंड दाबशक्ती आणि ताणशक्ती असते. विटा अथवा दगडाच्या भिंतींना असंख्य सांधे आणि अधिक जाडी असते. फेरोक्रीट भिंती कमी जाडीच्या असूनही अधिक ताकदवान आणि एकसंध असतात. फेरोक्रीट तयार करण्यासाठी वेळ कमी लागतो; परंतु वेल्डर, फिटर अशा कुशल कामगारांची गरज असते. आजच्या काळात डोम, कॉलम, बीम, स्लॅब, जिना, शिल्प, म्यूरल, पूल, वाहनतळ, पाण्याची टाकी, पोहण्याचे तलाव, कंपाऊंड वॉल, पाइप, सायलोज, पिरॅमिड, कॅव्हिटी वॉल, बंधारे, छोटी धरणे इ. अशा असंख्य ठिकाणी फेरोक्रीटचा यशस्वी वापर केला जात आहे.

भूकंपप्रतिकारक फेरोक्रीट

फेरोक्रीटमध्ये उच्च दर्जाची भूकंपप्रतिकारकता असल्यामुळे बांधकामात विविध ठिकाणी त्याचा वापर करण्याची वेळ आता आली आहे. फेरोक्रीट हे विटा अथवा काँक्रीटपेक्षा वजनाला हलके असते. त्यामधील लवचिकता आणि एनर्जी शोषण करण्याची क्षमता आर.सी.सी.पेक्षा अधिक असते. फेरोक्रीटमध्ये बॉन्ड स्ट्रेन्थ आणि शिअर स्ट्रेन्थ उच्च दर्जाची असते. भूकंपाच्या वेळी पारंपरिक विटा अथवा दगडाच्या भिंतींना तडे पडतात आणि त्यानंतर त्या कोसळतात. फेरोक्रीटच्या भिंती त्यांना तडे पडल्यानंतरही वजन पेलू शकतात. फेरोक्रीटचे तुकडे पडत नाहीत. भूकंपाच्या वेळी फेरोक्रीट वाकू शकते; परंतु कोसळत नाही. फेरोक्रीट भिंतींमध्ये एकसंधता, दाबशक्ती, ताणशक्ती, अग्निप्रतिबंधकता, आघातक्षमता, उष्णता अवरोधकता, ध्वनिरोधकता असे अनेक गुणधर्म आढळतात. दोन भिंतींमध्ये हवेची पोकळी ठेवून फेरोक्रीट कॅव्हिटी वॉल बांधली जाते. अशा भिंती उभ्या–आडव्या आणि तिरप्या दिशेने जोडून भूकंप प्रतिकारकता वाढवता येते. एखादी इमारत फेरोक्रीटमध्ये करताना भिंती, फ्लोअर, कॉलम, बीम एकाच वेळी भरले जातात. अशा वेळी भिंती पॅनेल स्वरूपात, तर स्लॅब बॉक्स स्वरूपात असतात. या पद्धतीने अनेक मजले उभारता येतात.

जलसंधारणासाठी उपयुक्त

अमेरिकेत धरणे बांधण्यासाठी फेरोसिमेंटचा वापर पूर्वापार होत आहे. फेरोसिमेंटचा वापर करून छोटी धरणे बांधणे शक्य आहे, जी पाझरणार नाहीत. दुष्काळी भागात छोटी धरणे, बंधारे बांधून पाण्याची साठवण करणे शक्य आहे. खेडेगावातील वाहणारे नाले, ओढे यावर स्थानिक लोकसहभागातून फेरोक्रीट पद्धतीने बंधारे बांधून भूजलाची पातळी वाढविता येते.

♦♦♦

कॉंक्रीटच्या सुलभतेसाठी : ॲडमिक्श्चर

सध्या जगात उंच इमारती बांधण्यामध्ये सर्व देशांमध्ये स्पर्धा सुरू आहे. एके काळी उंच इमारती म्हटल्या की अमेरिका या देशाचे नाव अग्रस्थानी होते. आता श्रीमंत आखाती देश तेलापासून मिळणाऱ्या पैशांतून गगनचुंबी मनोरे बांधण्याचे स्वप्न पूर्ण करताहेत. दुबई येथे बुर्ज खलीफा हा जगातील सर्वांत उंच ८२८ मीटर उंचीचा मनोरा बांधण्यात आला. तो बांधताना जमिनीपासून ६०१ मीटर उंचीपर्यंत कॉंक्रीट करण्याचा विश्वविक्रम केला गेला. शक्तिशाली कॉंक्रीट पंपांच्या साहाय्याने तेवढ्या उंचीपर्यंत कॉंक्रीट पोचवण्यासाठी ४५ मिनिटांचा अवधी लागत होता. अशा वेळी अर्ध्या तासानंतर मध्यावरच कॉंक्रीट घट्ट होण्याची प्रक्रिया चालू होऊ शकते. परंतु तसे होऊ नये म्हणून तेथील कॉंक्रीटमध्ये रिटार्डर या ॲडमिक्श्चरचा वापर करण्यात आला. कॉंक्रीट तयार करताना त्यामध्ये ॲडमिक्श्चर वापरले असता आपल्याला पाहिजे तशी सुलभता निर्माण करणे शक्य होते. गुणधर्मात अनुकूल बदल घडवून कॉंक्रीटची गुणवत्ता, मिश्रण प्रक्रिया, वाहतुकीची सुलभता यांमध्ये वाढ करता येते. सिमेंटचा प्रकार, पाण्याचे प्रमाण आणि मिश्रणाचा कालावधी यावर ॲडमिक्श्चरची परिणामकारकता अवलंबून असते. आजच्या काळात रिटार्डर, ॲक्सिलेटर, एअर एंट्रेनर, वॉटर रिड्युसर, प्लॅस्टिसायझर, सुपरप्लॅस्टिसायझर, वॉटरप्रुफर असे अनेक प्रकारचे ॲडमिक्श्चर वेगवेगळ्या ठिकाणचे कॉंक्रीट करताना उपयुक्त ठरत आहेत.

उष्ण हवामानातील कॉंक्रीट

जगातील विविध देशांत कॉंक्रीट करताना तेथील भौगोलिक परिस्थितीनुसार तापमान वेगवेगळे असते. आखाती देशांतील कॉंक्रीट प्रामुख्याने उष्ण तापमानात करावे लागते. अधिक उष्णतेमुळे कॉंक्रीटमधील पाण्याचे उत्सर्जन लवकर होऊन ते घट्ट बनू लागते. अशा वेळी क्युरिंगची प्रक्रिया लवकरात लवकर चालू करावी लागते. ती घडली नाही तर कॉंक्रीटच्या पृष्ठभागावर तडे पडण्यास सुरुवात होते. अशा वेळी कॉंक्रीटमध्ये सेटरिटार्डर ॲडमिक्श्चरचा वापर केला जातो. ज्यामुळे कॉंक्रीटमधील रासायनिक प्रक्रिया आणि घट्ट होण्याची क्रिया काही काळ विलंबित करता येते. यामुळेच वाहतुकीच्या कोंडीत सापडलेल्या मिक्सर ट्रकमधील कॉंक्रीटवर कोणताही विपरीत परिणाम होत नाही. कॉंक्रीट घट्ट होण्याची प्रक्रिया दोन ते तीन तासांपर्यंत विलंबित करता येते. उंच इमारतींसाठी कॉंक्रीट करताना अशाच ॲडमिक्श्चरचा उपयोग होतो.

सच्छिद्रता कमी करण्यासाठी

अनेकदा बांधकाम प्रकल्पावरील परिस्थिती अवघड आणि गुंतागुंतीची असते. अशा वेळी काँक्रीटची प्रक्रिया जलद गतीने पूर्ण करण्याची गरज असते. उदा. पावसाळ्यातील स्लॅब, नदीवरील पुलाचा पाया, पाण्यामधील काँक्रीट, बोगद्यामधील अंतर्गत काँक्रीट इत्यादी ठिकाणचे काँक्रीट करताना ॲक्सिलेटर या ॲडमिक्श्चरचा वापर केला जातो. यामुळे काँक्रीट घट्ट होण्याची प्रक्रिया अधिक जलद करता येते. काँक्रीटमध्ये ताकद लवकर निर्माण होते. मुंबईतील वांद्रे-वरळी सेतू बांधताना तेथील काँक्रीटचे स्तंभ पाण्यात होते. अशा वेळी पाण्यातील क्षार, क्लोराइड याचा काँक्रीटवर विपरीत परिणाम होत असतो. सूक्ष्म छिद्रांद्वारा पाण्याचा शिरकाव घडून अंतर्गत स्टील भविष्यात गंजण्याची शक्यता असते. हे टाळण्यासाठी तेथे विशिष्ट ॲडमिक्श्चरचा वापर करण्यात आला. त्यामुळे स्टीलभोवती सुरक्षित आवरण तयार होऊन गंजण्याची प्रक्रिया रोखण्यात आली. जमिनीवरील पाण्याची टाकी, बेसमेंट, स्विमिंग पूल, लिफ्ट शाफ्ट, छत इ. ठिकाणी काँक्रीट करताना पाण्याचा संपर्क होत असतो. या ठिकाणचे काँक्रीट करताना वॉटरप्रूफ ॲडमिक्श्चर वापरून काँक्रीटची सच्छिद्रता कमी केली जाते.

थंड हवामानातील काँक्रीट

रशियासारख्या देशात शून्य आणि त्याहून कमी तापमानात काँक्रीट करावे लागते. अशा उणे तापमानात काँक्रीटमध्ये वापरण्यात आलेले पाणी गोठले जाते आणि त्याचे बर्फात रूपांतर होते. तापमानात बदल घडला की हाच बर्फ प्रसरण पावून त्याला ९ टक्के अधिक आकारमानाची जागा लागते. आकुंचन आणि प्रसरणाची क्रिया वारंवार घडली की त्याचा परिणाम काँक्रीटच्या पृष्ठभागावर तडे पडणे, छिद्रे पडणे, फाटणे यामध्ये होतो. विपरीत परिणाम टाळण्यासाठी काँक्रीटमध्ये एअर एंट्रेनर ॲडमिक्श्चर वापरला जातो. त्याचा वापर केला असता काँक्रीटमध्ये हवेचे असंख्य सूक्ष्म बुडबुडे तयार होतात आणि प्रसरण पावणाऱ्या बर्फाला आवश्यक असणारे आकारमान तयार होते. काँक्रीटमधील अंतर्गत दाब तेथेच विरले जाऊन विपरीत परिणाम टाळला जातो. काँक्रीट करताना पाणी व सिमेंट यांचे प्रमाण महत्त्वपूर्ण समजले जाते. पाण्याचे प्रमाण वाढले तर ताकद कमी होते आणि कमी झाले तर सुलभता अडचणीत येते. काँक्रीटमधील पाण्याचे प्रमाण कमीत कमी ठेवून त्याची सुलभता वाढवण्यासाठी प्लॅस्टिसायझर आणि सुपरप्लॅस्टिसायझर यांचा वापर केला जातो. यामुळे मौल्यवान पाण्याची १० ते २० टक्के बचत घडू शकते. आर.सी.सी. कामामध्ये अनेक ठिकाणी डिझाइनमुळे स्टीलचा अधिक आणि जवळजवळ वापर करावा लागतो. या ठिकाणी काँक्रीटचे कॉम्पॅक्शन योग्यरीत्या झाले नाही, तर पोकळी निर्माण होण्याची शक्यता असते. अशा ठिकाणी सेल्फ कॉम्पॅक्टिंग काँक्रीट करणे हा उत्तम पर्याय असतो. हे काँक्रीट तयार करताना व्हिस्कॉसिटी मॉडिफाइंग एजंट (व्हीएमए) वापरला जातो. त्यामुळे काँक्रीट प्रवाही बनते आणि त्याला कॉम्पॅक्शन करण्याची गरज नसते. आर.सी.सी. इमारतींचे आयुष्यमान वाढवण्यासाठी काँक्रीट उत्तम दर्जाचे होणे आवश्यक आहे.

पारदर्शक काँक्रीट

संशोधनाच्या मदतीने आश्चर्यकारक प्रगती घडून काँक्रीटच्या पारदर्शक भिंती तयार करण्यात आता यश आले आहे. काँक्रीटने पुन्हा एकदा आपले अष्टपैलूत्व सिद्ध केले आहे.

तंत्रज्ञानाची देवाणघेवाण आवश्यक

बांधकाम क्षेत्रामध्ये घडणारे बदल सर्वसामान्यांपर्यंत पोचवण्यासाठी विविध प्रदर्शनांचे आयोजन जगातील अनेक देशांमध्ये होत असते. त्यामध्ये अत्याधुनिक यंत्रप्रणाली, नावीन्यपूर्ण तंत्रज्ञान, नवनवीन बांधकाम साहित्य यांचा समावेश असतो. सन २०१०मध्ये चीन देशातील शांघाय शहरात एका आंतरराष्ट्रीय प्रदर्शनाचे आयोजन झाले होते. त्या ठिकाणी इटली देशाचा स्टॉल सर्वांच्याच आकर्षणाचा केंद्रबिंदू ठरला. त्या ठिकाणी काँक्रीटची ३५०० प्रकाशभेद्य पॅनेल उभारून इमारतीची भव्य प्रतिकृती केली होती.

त्याची व्याप्ती अंदाजे २० हजार स्क्वेअर फूट होती. प्रत्येक पॅनेल अंदाजे ५० किलो वजनाचा आणि ५० मि.मी. जाडीचा होता. लांबी १ मीटर आणि रुंदी अर्धा मीटर होती. काचेमधून जसा सूर्यप्रकाश दिसतो, तसाच काँक्रीटच्या पॅनेलमधून प्रकाश आरपार दिसत होता. रात्रीच्या वेळी प्रकाश आणि छाया यांचा सुरेख लपंडाव तिथे अनुभवायला मिळत होता. हा स्टॉल एखादा जादूई आणि जिवंत इमारतीप्रमाणे भासत होता. प्रदर्शनाची मुदत संपल्यानंतरही काही महिने हा स्टॉल लोकाग्रहास्तव तसाच ठेवला गेला. एकूण ५ महिन्यांत अंदाजे ३० लाख पर्यटक आणि अभ्यासकांनी स्टॉलला भेट दिली.

प्रगती काँक्रीटमधील संशोधनाची

काँक्रीटच्या पारदर्शक भिंती बनवण्यासाठी लागणारे संशोधन २००१च्या सुमारास सर्वप्रथम हंगेरी देशातील एका वास्तुरचनाकाराने सर्वप्रथम केले. त्या वेळी काँक्रीट तयार करताना सिमेंट, वाळू, पाणी, रसायने वापरण्यात आली. खडीचा वापर कोठेही करण्यात आला नाही. काँक्रीटमध्ये पारदर्शकता आणण्यासाठी एकूण आकारमानाच्या अंदाजे ५% ऑप्टिकल फायबर त्यामध्ये मिसळले. अशा फायबरची जाडी मानवी केसांपेक्षा किंचित जाडसर असते. त्यांच्या दोन्ही टोकांमधून प्रकाशाचे वहन होते. या प्रक्रियेत काँक्रीट पॅनेलच्या दोन्ही पृष्ठभागांवर फायबरचे एकावर एक समांतर थर तयार होतात. त्यामधून एका बाजूकडून दुसरीकडे प्रकाशाचे वहन होते. या प्रक्रियेत मनुष्यबळाचा वापर अधिक होत असल्यामुळे वेळ आणि खर्च जास्त येत होता. त्यासाठी पुढील काळात यामध्ये संशोधन घडून सन २०१०मध्ये इटली देशातील वास्तुरचनाकाराने यश प्राप्त केले. त्याने फायबरऐवजी पॉलिमर रेझिनचा वापर केला. ही प्रक्रिया संपूर्ण अद्ययावत होती. अशा प्रकारे ७० MPa ताकद असणारी काँक्रीटची प्रकाशभेद्य पॅनेल तयार झाली. विविध रंगांची रेझिन वापरून रंगीत पारदर्शक पॅनेल बनवण्यात यश आले. काँक्रीटची ताकद कोठेही कमी झाली नाही. रेझिनमध्ये ऑप्टिकल फायबरपेक्षा प्रकाशाचे अधिक वहन करण्याची क्षमता असते. शांघाय प्रदर्शनात अशीच पॅनेल उभारली होती. पॅनेलच्या पाठीमागील वस्तूंची छाया पुढील भागात दृश्यस्वरूपात दिसत होती. आगामी काळात आपल्या देशातही अशा तंत्रज्ञानाचा वापर होणार आहे.

♦♦♦

अष्टपैलू रेडी मिक्स काँक्रीटचे विविध प्रकार

काँक्रीट एकतर प्रत्यक्ष जागेवर बनवले जाते, अथवा बॅचिंग प्लॅन्टद्वारा तयार करून बांधकामाच्या ठिकाणी मागवले जाते. याला रेडी मिक्स अथवा तयार काँक्रीट म्हणतात. तयार काँक्रीटचे विविध प्रकार उपलब्ध आहेत. यामध्ये मेगा स्टील फायबर, पॉली फायबर, लाइट वेट, हायड्रोमीडिया, आर्टेविया प्रिंट, कलर, फील यांचा समावेश करता येईल.

रेडी मिक्स स्टील फायबर काँक्रीट

फॅक्टरी, औद्योगिक अथवा व्यापारी इमारतीचे पार्किंग, वेअर हाऊस, शोरूम, पेव्हमेंट इत्यादी ठिकाणी फ्लोअरिंगसाठी तळामध्ये काँक्रीट करणे योग्य ठरते. अशा ठिकाणी टाइल्स, फरशी, मार्बल, ग्रॅनाइट बसवणे योग्य नसते. कारण तेथे सतत वजनदार मालाची ने-आण आणि वाहनांची वर्दळ होत असते. त्याचा फ्लोअरिंगवर आघात, घर्षण, कंपने असा विपरीत परिणाम होत असतो. पारंपरिक काँक्रीट पद्धतीत स्टीलची जाळी अंथरून त्यावर काँक्रीट ओतले जाते. त्यासाठी जागेवर स्टील आणणे, ते कट करणे आणि बांधणे यासाठी मनुष्यबळाचा वापर केला जातो. स्टीलची किंमत जास्त असल्यामुळे त्याचे वेस्टेज कोणालाच परवडण्यासारखे नसते. या पद्धतीत वेळही अधिक लागतो. आता रेडी मिक्स स्टील फायबर काँक्रीटमुळे या सर्वांना उत्तम पर्याय निर्माण झाला आहे. नवीन पद्धतीत जागेवर स्टीलची जाळी बांधावी लागत नाही. त्याऐवजी बॅचिंग प्लान्टमध्ये तयार केलेले स्टील फायबर काँक्रीट प्रत्यक्ष जागी ओतले जाते. काँक्रीटमध्ये मिसळलेले स्टील फायबर काँक्रीटची ताणशक्ती दुपटीने वाढविण्यास मदत करतात. पृष्ठभागावरील तडे पडण्याचे प्रमाण कमी होते. पाणी मारण्याची प्रक्रिया मात्र नेहमीप्रमाणे करावी लागते. विविध ग्रेडचे स्टील फायबर काँक्रीट, बॅचिंग प्लान्टमधून तयार करता येते.

भूजलपातळी वाढवणारे सच्छिद्र काँक्रीट

पावसाळ्यात शहरातील जमिनीच्या भूपृष्ठावर पडणारे पाणी रस्ते, नाले, ओढे यांमार्फत नदीकडे वाहून जाते. जाताना आपल्याबरोबर कचरा, पाने, माती, धूळ बरोबर घेऊन जाते आणि पाण्याचे प्रदूषण वाढवते. जर भूपृष्ठावर पडणारे पाणी जागच्या जागी जमिनीत मुरवले तर भूजलाची पातळी आपोआप वाढते. आजच्या काळात रेन वॉटर हार्वेस्टिंग यासाठीच महत्त्वपूर्ण बनले आहे. आता घरे, इमारती, बंगला, फार्म हाऊस, फॅक्टरी या ठिकाणी बाह्य भागात नवीन प्रकारचे सच्छिद्र काँक्रीट केले असता भूजल पातळी वाढल्याचे सिद्ध झाले आहे. सच्छिद्र काँक्रीटसाठी खडी, सिमेंट, पाणी, ॲडमिक्श्चर यांचे योग्य प्रमाणातील मिश्रण केले जाते. या

वेळी वाळूचे प्रमाण नगण्य असते. त्यामुळे काँक्रीटमध्ये अंदाजे २० टक्के पोकळी निर्माण होते. त्यामधून पाणी झिरपण्यास वाव मिळतो. साधारणत: एक स्क्वेअर मीटर जागेमधून प्रति मिनिटाला २०० लीटर पाणी जमिनीत मुरवता येते. भूस्तरानुसार हे प्रमाण बदलते. भूजल वाढल्याने भूस्तराची झीज, स्खलन, तापमान कमी होते. देखभाल खर्चात बचत होते. मिक्स डिझाइनच्या मदतीने ताकदवान काँक्रीट बनवता येते. इमारतीचे पार्किंग, पदपथ, कोर्टयार्ड, उद्यानातील जॉगिंग ट्रॅक, स्वीमिंग पूल डेक, ड्राईव्ह वे, रस्त्याची साइड पट्टी इ. अनेक जागी सच्छिद्र काँक्रीट हा भविष्यातील उत्तम पर्याय असणार आहे. अमेरिकेतील पर्यावरण संरक्षण संस्था आणि जागतिक LEED संस्थेने सच्छिद्र काँक्रीटला मान्यता दिली आहे. अमेरिका, कॅनडा, इटली, रशिया, स्पेन या देशांत सच्छिद्र काँक्रीट लोकप्रिय आहे.

डेकोरेटिव्ह काँक्रीट

काँक्रीटमधील संशोधनामुळे नैसर्गिक लाकूड, विटांचे आर्च, ग्रॅनाइट यांसारखे हुबेहूब दिसणारे डेकोरेटिव्ह काँक्रीट तयार करणे साध्य झाले आहे. काँक्रीट हिरवा, दुधी, करडा, लाल, चॉकलेटी या रंगांतही बनवता येते. रंगीत काँक्रीट इमारती, बंगले, फार्महाऊस, स्वीमिंग पूल, उद्याने इत्यादी ठिकाणी आकर्षक दिसते. वजनाने हलके अथवा कमी घनतेचे काँक्रीट बॅचिंग प्लॅन्टमधून तयार करता येते. भराव, पोकळी, फ्लोअरिंग, संक, वॉटरप्रूफिंग इत्यादी ठिकाणी त्याचा वापर उपयुक्त ठरतो. पारंपरिक काँक्रीटची घनता अंदाजे २५०० किलो प्रति घनमीटर असते. वजनाने हलके काँक्रीट ८०० ते १८०० घनतेचे बनवता येते. काँक्रीटची विविधता बांधकामासाठी निश्चितच उपयुक्त आहे.

♦♦♦

कॉंक्रीटच्या ताकदीचे महत्त्व

सध्याच्या काळात दहापासून शंभर श्रेणीपर्यंतचे कॉंक्रीट करण्यात आपण यशस्वी झालो आहोत. आर. सी.सी. इमारतीसाठी कोणत्या श्रेणीचे कॉंक्रीट असावे हे संरचनाकार ठरवत असतो. आपल्याला त्यासाठी कॉंक्रीटचे मिक्स डिझाईन प्रयोगशाळेत करावे लागते. मिक्स डिझाईन करताना गुणवत्तेची काटेकोर तपासणी करण्याची आवश्यकता असते. तयार झालेल्या कॉंक्रीटची दाबशक्ती तपासून त्याची श्रेणी निश्चित केली जाते. प्रयोगशाळेतील कॉंक्रीट मिक्स डिझाईनप्रमाणेच प्रत्यक्ष बांधकाम प्रकल्पावर तशाच दर्जाचे कॉंक्रीट होण्याची आवश्यकता असते; परंतु अनेकदा यामध्ये तफावत आढळते. कॉंक्रीटचा दर्जा मिक्स डिझाईनप्रमाणे राखणे हीच खरी कसोटी असते.

प्रयोगशाळेत कॉंक्रीटचे मिक्स डिझाईन बनवण्यासाठी बांधकाम प्रकल्पावरून खडी, वाळू, सिमेंट, पाणी इ. घटकांचे नमुने आणले जातात. विविध चाचण्या घेऊन त्यांचे अंतिम प्रमाण ठरवले जाते. बांधकाम प्रकल्पावर अनेकदा अशा घटकांचा पुरवठा वेगवेगळ्या ठिकाणांहून होत असतो, त्यामुळे घटकांच्या मूलभूत गुणधर्मांत बदल असतो आणि प्रकल्पावरील प्रत्यक्ष कॉंक्रीटची श्रेणी बदलते. मिक्स डिझाईन आणि प्रत्यक्ष प्रकल्पावरील कॉंक्रीटसाठी वापरले जाणारे घटक आणि त्यांचे प्रमाण एकसारखे असण्याची गरज असते. कॉंक्रीट बनवताना पाण्याचे प्रमाण खडी, वाळू यांमधील अंतर्गत पाण्याच्या प्रमाणानुसार बदलावे लागते. तयार केलेल्या कॉंक्रीटची दाबशक्ती अजमावण्यासाठी कॉंक्रीट क्युब चाचणी परीक्षा उपयुक्त ठरते.

कॉंक्रीटची दाबशक्ती टिकवण्यासाठी

कॉंक्रीटची दाबशक्ती अबाधित राहण्यासाठी काही गोष्टी महत्त्वाच्या असतात. बांधकाम प्रकल्पावरील खडी, वाळू, सिमेंट, पाणी इ. घटकांचे पुरवठा स्रोत सुरुवातीपासून शेवटपर्यंत शक्यतो एकच असावेत. कॉंक्रीटमधील सिमेंट आणि पाणी यांचे प्रमाण बदलले असता त्याची दाबशक्ती बदलते. अनेक ठिकाणी घट्ट कॉंक्रीटची सुलभता वाढवण्यासाठी कॉंक्रीटमध्ये जादा पाण्याचा वापर सररास केला जातो; परंतु अशा वेळी कॉंक्रीटची दाबशक्ती कमी करण्यास आपणच जबाबदार असतो. सिमेंटचा साठा करण्यासाठी हवाबंद गोडाऊन आवश्यक असते. अथवा हवेतील आर्द्रता शोषली जाऊन त्याची स्वत:ची ताकद कमी

होते. अधिक महिने साठा केलेल्या सिमेंटबाबतीत असेच घडते. बांधकाम प्रकल्पावर सिमेंटचा वापर फर्स्ट कम फर्स्ट याप्रकारे व्हावा. सिमेंट उत्पादन प्लॅन्टपासून प्रत्यक्ष कामापर्यंत सिमेंट बॅगची हाताळणी जितकी कमी तितकी वजनातील घट कमी राहते. त्यासाठी बॅगचे पॅकिंग मजबूत असावे लागते.

कॉम्पॅक्शनचे महत्त्व

काँक्रीट क्युब टेस्ट बाबत इंडियन स्टँडर्ड्स IS:५१६-१९५९मध्ये आवश्यक असणारे सर्व निकष दिले आहेत. बॅचिंग प्लान्टद्वारा काँक्रीट तयार केल्यावर त्याची स्लम्प टेस्ट घेऊन क्युब भरावे लागतात. तयार काँक्रीट ट्रान्झिट मिक्सरमधून प्रकल्पावर आणल्यानंतर पुन्हा त्याचे क्युब भरावे लागतात. प्लॅन्ट आणि प्रकल्प यामागील अंतर अधिक असेल, तर अॅडमिक्श्चरचा वापर करून काँक्रीटची सुलभता टिकवता येते. काँक्रीट तयार करताना विविध घटकांबरोबर नकळतपणे हवा मिसळली जाते. ही मिसळलेली हवा बाहेर काढण्यासाठी काँक्रीटचे कॉम्पॅक्शन योग्य पद्धतीने करावे लागते. काँक्रीटमधील एक टक्का हवा त्याची दाबशक्ती पाच टक्के कमी करते. कॉम्पॅक्शन व्यवस्थितपणे झाले नाही तर अंतर्गत पोकळी राहून सच्छिद्रता निर्माण होते. काँक्रीटमधील पाच टक्के पोकळी त्याची दाबशक्ती तीस टक्क्यांपर्यंत कमी करते. आज तयार केलेल्या काँक्रीटची ताकद २८ दिवसांनंतर १०० टक्क्यांपर्यंत वाढणे अपेक्षित असते; परंतु त्यासाठी काँक्रीटच्या क्युरिंगची प्रक्रिया अखंडित होणे गरजेचे असते.

क्युब भरण्याची पद्धत

प्रयोगशाळेत काँक्रीट क्युबची दाबशक्ती मोजण्यासाठी तापमान नियंत्रित पाण्याची टाकी, विशिष्ट मापाचे स्टील अथवा कास्ट आयर्नचे मोल्ड, नटबोल्ट, स्पॅनर, घमेला, व्हील बॅरो, बादली, स्लम्प कोन, थापी, पेन मार्कर, ब्रश, ऑइल, मेजरिंग टेप, फुटपट्टी, फडके किंवा कॉटन वेस्ट, स्टील ट्रे, गोणपाट, व्हायब्रेटिंग टेबल अथवा हॅमर व्हायब्रेटर, वजन काटा, व्हर्नीयर आणि कॅलिब्रेटेड कॉम्प्रेशन टेस्टिंग मशीन इ. सर्व गोष्टींची गरज असते. क्युब मोल्ड १५० मि.मी. लांबी, रुंदी, उंचीचे असतात. त्यांचे चार भाग काटकोनात आणि एकमेकांशी घट्ट जोडणे आवश्यक असते. स्टील टॅपिंग रॉड १६ मि.मी. व्यास, ६०० मि.मी. लांबीचा असतो आणि एका बाजूला निमुळत्या टोकाचा असतो. मोल्डच्या आतील पृष्ठभागावर ऑइल लावले असता काँक्रीट त्याला चिकटून राहत नाही. मोल्डमध्ये काँक्रीट ५० मि.मी.च्या तीन थरांमध्ये टॅपिंग रॉडचे प्रत्येक वेळी ३५ ठोके समप्रमाणात देऊन भरले जाते. त्यानंतर क्युब मोल्ड गोणपाटाने झाकून २७ अंश तापमानात ठेवावे लागतात. अंदाजे १६ ते २४ तासांनंतर काँक्रीट क्युब मोल्डमधून बाहेर काढताना कोपरे तुटणार नाहीत याची दक्षता घ्यावी लागते. चाचणी करेपर्यंत काँक्रीट क्युब पाण्याच्या टँकमध्ये २७ अंश तापमानात ठेवावे लागतात. चाचणी परीक्षेच्या दिवशी क्युब पाण्याबाहेर काढून त्यांचे वजनाचे आणि आकाराचे मोजमाप केले जाते. तीन, सात, चौदा आणि अठ्ठावीस दिवस अशा कालावधीने क्युबची चाचणी परीक्षा केली जाते. त्यामुळे बदलती दाबशक्ती आपल्याला समजते. काँक्रीटची दाबशक्ती कमी येण्याचे नेमके कारण शोधणे हे मोठे आव्हान बनले आहे.

◆◆◆

कॉंक्रीट आणि बदलते वातावरण

बदलत्या काळातील इमारतींच्या बांधकाम पद्धतीत कॉंक्रीट आज एक अविभाज्य घटक बनला आहे. पूर्वीच्या काळातील घरांचे वजन पेलण्याची क्षमता जाडसर भिंतींमध्ये होती. त्याची जागा आज कॉंक्रीटच्या फुटिंग, कॉलम, बिम, स्लॅब यांनी घेतली आहे. कॉंक्रीटमध्ये उच्च दर्जाची दाबशक्ती निर्माण करता येते. परंतु तशीच ताणशक्ती आणण्यासाठी त्याला लोखंड अथवा स्टीलची मदत घ्यावी लागते. कॉंक्रीट आणि स्टील यांच्या संयुक्त वापरातून आजचे रीइनफोर्स्ड सिमेंट कॉंक्रीट अथवा आर.सी.सी. तयार केले जाते. आर.सी.सी. बांधकाम पद्धतीत कॉंक्रीटचा मोठ्या प्रमाणात वापर होत असून, त्याची गुणवत्ता आणि दर्जा टिकवणे आजच्या काळातील मोठे आव्हान बनले आहे. त्याचे एक प्रमुख कारण वातावरणातील घडणारे बदल आहेत. कॉंक्रीट जास्तीत जास्त काळ टिकाऊ राहण्यासाठी त्यातील लोखंड अथवा स्टीलमध्ये असणारा बॉंड ताकदवान असावा लागतो. परंतु वातावरणातील अपायकारक घटक असा ताकदवान बॉंड कमकुवत करण्याचे प्रयत्न सातत्याने करत असतात. याकडे दुर्लक्ष झाले तर त्याचा परिणाम इमारतीची आयुष्यमर्यादा हळूहळू कमी होण्यावर होतो.

लोखंड आणि कॉंक्रीटमधील बॉंड

वातावरणातील आर्द्रता, क्लोराईड असे घटक कॉंक्रीटअंतर्गत असणाऱ्या लोखंडावर जिथे जागा मिळेल तेथून आघात करत असतात. कॉंक्रीटमधील तडे, भेगा, छिद्रे, पोकळी याद्वारा त्यांचा शिरकाव अंतर्भागात होतो आणि लोखंड अथवा स्टील गंजण्याची प्रक्रिया सुरू होते. गंजाचे प्रमाण जसजसे वाढते त्या प्रमाणात लोखंडाचे आकारमान वाढून कॉंक्रीटशी असणारा बॉंड कमी होत जातो. ही प्रक्रिया एखाद्या संथ विषबाधेप्रमाणे असते. रासायनिक प्रक्रियेत लोखंड म्हणजे आयर्नचे प्रथमत: ऑक्साईड आणि त्यानंतर हायड्रॉक्साईड होऊन आकारमानात सहा पटींपर्यंत वाढ घडू शकते. लोखंडातील आकारमानाच्या वाढीमुळे कॉंक्रीटला भेगा पडून कालांतराने त्याचा भाग विभक्त होतो आणि त्याचा ढपला पडतो. अशा घटनांचा गांभीर्याने विचार करून त्यावर तातडीने उपाययोजना करणे योग्य ठरते.

करोजन आणि कार्बोनेशन प्रक्रिया

बाह्य वातावरणापासून कॉंक्रीटअंतर्गत असणाऱ्या लोखंडाचे संरक्षण करण्यासाठी कॉंक्रीटच्या पृष्ठभागापासून लोखंड विशिष्ट अंतरावर असणे आवश्यक असते. त्याला कव्हर म्हणतात. अनेकदा तसे अंतर ठेवूनसुद्धा कॉंक्रीटमधील सूक्ष्म पोकळीद्वारा हवेतील आर्द्रता आणि क्लोराईडसारखे अपायकारक घटक अंतर्भागात शिरकाव करतात आणि लोखंड गंजण्याची प्रक्रिया सुरू होते. यालाच 'करोजन' म्हणतात. तापमानातील चढउतार, ओलेपणा आणि कोरडेपणा, इमारत पूर्ण झाल्यानंतर होणारे वजनातील बदल, रचनेतील बदल, पृष्ठभागातील चिरा, भेगा, पोकळी आणि त्यामध्ये सापडलेली हवा, इ. गोष्टी असा शिरकाव होण्यास कळत नकळत कारणीभूत ठरतात. कॉंक्रीट ज्या वेळी तयार केले जाते, तेव्हा ते मूलत: अल्कली गुणधर्माचे असते. त्याची पीएच व्हॅल्यू १२ ते १३पर्यंत असते. सुरुवातीच्या काळात त्यामुळे अंतर्गत लोखंड सुरक्षित असते. कालांतराने वातावरणातील कार्बन डायऑक्साईड आणि आर्द्रता कॉंक्रीटवर

आघात करून त्याच्यातील अल्कलीचे प्रमाण कमी करतात. त्या वेळी रासायनिक प्रक्रियेद्वारे कार्बोनिक ॲसिड तयार होऊन काँक्रीटची पीएच व्हॅल्यू ९ अथवा त्यापेक्षा कमी होते. त्याला कार्बोनेशन म्हणतात. काँक्रीट लोखंडापासून विभक्त होण्याची ही सुरुवात असते. प्रत्यक्ष जागेवरील काँक्रीटचा दर्जा आणि कव्हर कसे आहे, त्यानुसार कार्बोनेशनचे प्रमाण कमी अथवा जास्त आढळते. इमारतींचे काही आर.सी.सी. भाग, उदा. कॅनोपी, पॅरापेट वॉल, बाल्कनी, सज्जा, छत इ. सतत वातावरणातील अपायकारक घटकांच्या संपर्कात येत असतात. त्यामुळे तिथे करोजन आणि कार्बोनेशन प्रक्रिया लवकर घडू शकते.

दुरुस्तीसाठी उपाययोजना

काँक्रीटची दुरवस्था झालेल्या इमारतींची दुरुस्ती आणि देखभाल तातडीने करण्याबाबत पाऊल उचलणे आवश्यक असते. अशा इमारतींची तपासणी तज्ज्ञ व्यक्तींमार्फत केली असता करोजन आणि कार्बोनेशनचे प्रमाण कितपत धोकादायक आहे, याचे अनुमान काढता येते आणि योग्य उपाययोजना ठरवता येतात. काही ठिकाणी वातावरणातील अपायकारक वायूंचे प्रमाण त्यांची धोकादायक पातळी ओलांडून वापरलेल्या लोखंडाचे रूपांतर चक्क पावडरमध्ये झाल्याचे आज आढळले आहे. अशा वेळी त्या जागी संपूर्णपणे नवीन लोखंडाचा वापर करावा लागतो. त्यानंतर जुन्या आणि नवीन लोखंडावर गंजरोधक प्रक्रिया करण्याची आवश्यकता असते. काँक्रीट विभक्त झालेली जागा संपूर्णपणे स्वच्छ करावी लागते. खराब काँक्रीट काढून टाकताना चांगले काँक्रीट जागेवरच राहील याबाबत काळजी घ्यावी लागते. यासाठी योग्य मशिनरी उपलब्ध असतात. नवीन होणारे काँक्रीट, जुने काँक्रीट आणि लोखंड यामधील बाँड जास्त काळ टिकण्यासाठी विशिष्ट आवरण देण्याची गरज असते. अशा आवरणासाठी वॉटर बेस्ड पॉलिमर इमल्शन आणि सिमेंट यांच्या प्रमाणित मिश्रणाचा वापर आज केला जात आहे. काँक्रीटची आम्लता त्यामुळे कमी होत नाही आणि लोखंड अधिकाधिक सुरक्षित राहते. नवीन काँक्रीट करताना प्लॅस्टर, जॅकेटिंग, गनायटिंग अशा विविध पद्धतींचा वापर करता येतो. काँक्रीट मॉडीफाइड मॉर्टर असा अजून एक प्रकार यामध्ये उपलब्ध आहे. दुरुस्ती प्रक्रिया पूर्ण झाल्यानंतर बाह्य पृष्ठभागावर पॉलियुरेथिन अथवा ॲक्रेलिक इमल्शनचे आवरण दिले असता पृष्ठभाग अधिक सुरक्षित होतो. बाह्य भागात रंगकाम केले असता इमारतीचे आयुष्य वाढण्यास मदत होते.

♦♦♦

कागदापासून बनवलेले पेपरक्रीट

जुन्या कागदापासून नवीन कागद तयार करता येतो, हे सर्वांनाच माहीत आहे. पण कागदापासून घरे बनवता येतात असे सांगितल्यावर आश्चर्य वाटल्याशिवाय राहणार नाही. परंतु जगातील प्रगत देशांनी हे शक्य करून दाखविले आहे. कागदी विटांच्या भिंती बांधून त्यावर प्लॅस्टर करून आज घरबांधणी केली जाते. अमेरिकेत सुरुवात झालेल्या बांधकामातील अशा नवीन तंत्रज्ञानाला पेपरक्रीट (papercrete) असे संबोधले जाते.

पेपरक्रीटचा इतिहास :

एरीक पॅटरसन आणि माईक मॅककेन यांनी १९२८च्या सुमारास अमेरिकेत पेपरक्रीट बनविण्यासाठी स्वतंत्ररीत्या यशस्वी प्रयत्न केले. कागदापासून काँक्रीट बनवताना कच्चा माल म्हणून वर्तमानपत्रे, मासिके यांची रद्दी, जुनी पुस्तके, लॉटरी तिकिटे, कागदाचे तुकडे इ. गोष्टी वापरल्या. पेपरक्रीट तयार करण्यासाठी कागदाव्यतिरिक्त सिमेंट, वाळू आणि पाणी यांचा वापर करण्यात आला. मिक्सर मशिनमध्ये या सर्वांचे विशिष्ट प्रमाणातील मिश्रण बनवण्यात आले. त्या काळात मिक्सर दोन प्रकारचे होते.

त्यापैकी एक आपल्या किचनमधील मिल्क शेकच्या मिक्सरप्रमाणे विद्युत ऊर्जेवर चालणारा होता, तर दुसरा मिक्सर मोटरगाडीच्या पाठीमागील बाजूस छोटी घाणी जोडलेला होता. या घाणीमध्ये ब्लेड्स आणि तळातून पेपरक्रीट बाहेर पडण्यासाठी झडप होती. १९८०नंतर खऱ्या अर्थाने पेपरक्रीटचा उपयोग घरबांधणीसाठी सुरू झाला. पेपरक्रीटचा उपयोग मॉर्टर, ब्लॉक्स, ब्रिक्स, प्लॅस्टर, फ्लोअरिंग इ.साठी

केला जातो. सिमेंटव्यतिरिक्त फ्लाय ॲश, चुना, फायबर इ.चा वापरसुद्धा पेपरक्रीट बनवण्यासाठी करता येतो. अमेरिकेतील अनेक बांधकाम व्यावसायिक आज घरबांधणीसाठी पेपरक्रीटचा वापर करत आहेत. अमेरिकन कोड्सनी पेपरक्रीटच्या बांधकामातील वापरास मान्यता देऊन पर्यावरणपूर्वक बांधकामसाहित्यामध्ये त्याची गणना केली आहे.

पेपरक्रीटचे फायदे

पेपरक्रीटमुळे घनकचऱ्यातील कागदाचे प्रमाण कमी होऊन त्यापासून नवनिर्मिती होण्यास मदत होते. पेपरक्रीट ब्लॉक्स वजनाला हलके असतात. या ब्लॉक्समध्ये बांधलेल्या भिंतीमध्ये उष्णतारोधकता आणि ध्वनिशोषण करण्याची क्षमता चांगली असते. कीटक अथवा वाळवी, बुरशी यांचा परिणाम यावर होत नाही. पेपरक्रीटमध्ये बनवलेल्या भिंतींना सिमेंटचे वॉटरप्रुफ प्लॅस्टर करणे आवश्यक असते. अंतर्गतरीत्या साधे सिमेंट प्लॅस्टर करून त्यावर रंगकाम करता येते. दरवाजे, खिडक्यांसाठी लाकूड अथवा बांबूचा वापर केला जातो. छतासाठी आणि फ्लोअरिंगसाठी पेपरक्रीटचा वापर करता येतो. पेपरक्रीटचा वापर घरबांधणीसाठी करताना कुशल कामगारांची आवश्यकता नसते. बांधकामाचा खर्चही कमी होतो. अमेरिकेत यशस्वी झालेले पेपरक्रीट तंत्रज्ञान आपल्याकडील ज्या ठिकाणी पर्जन्यमान कमी आहे अशा ठिकाणी उपयुक्त ठरू शकते. घरबांधणीप्रमाणेच अंतर्गत सजावटीच्या वस्तू, कमानी, गार्डन वॉल, बागेतील लहान मुलांची खेळणी, बाक, इ.साठी उपयुक्त ठरू शकते. कागदाचा वापर फक्त कागदाच्या नवनिर्मितीकरता मर्यादित न ठेवता, इतर गोष्टींसाठीही नवीन तंत्रज्ञानाच्या मदतीने करता येईल.

♦♦♦

कॉँक्रीट कापण्यासाठी डायमंड प्रणाली

नवीन इमारती बांधताना जुन्या इमारतींचे बांधकाम अनेकदा पाडावे लागते. दगड, विटा, कॉँक्रीटचे विविध भाग अशा वेळी तोडावे लागतात. मनुष्यबळ अथवा मशिनरीच्या साहाय्याने असे काम करताना ध्वनी अथवा हवेचे प्रदूषण घडण्याची शक्यता असते. अद्ययावत डायमंड कटिंग तंत्रज्ञानाच्या साहाय्याने प्रदूषणाचे प्रमाण नियंत्रित राखून कॉँक्रीट तोडणे शक्य झाले आहे. कॉँक्रीटच्या मोठ्या भागांचे छोटे भाग करणे, कॉँक्रीटमध्ये छिद्र पाडणे, अखंड स्लॅबमध्ये मोकळी जागा तयार करणे, यासाठी विविध करवती व गिरमिटांचा या तंत्रज्ञानात वापर करण्यात येतो. विशिष्ट धातू व कृत्रिम डायमंडची पावडर यांच्या मिश्रणाला उच्च तापमानामध्ये दाब निर्माण करून डायमंड ब्लेड्स बनवली जातात. नवीन इमारतीमधील कॉँक्रीटला छिद्र अथवा गाळा बनवण्यासाठी स्ट्रक्चरल डिझाइनरचा योग्य सल्ला घेणे आवश्यक असते.

कॉँक्रीट कापण्यासाठी करवत

रस्ते बनवण्यासाठी कॉँक्रीटचा मोठ्या प्रमाणावर सध्या वापर केला जात आहे. तपामानातील बदलांमुळे कॉँक्रीटचे आकुंचन व प्रसरण घडते. अखंडित कॉँक्रीटच्या पृष्ठभागावर प्रत्येक ४ ते ७ मीटर अंतरानंतर उभा छेद (construction joint) करणे आवश्यक असते. यासाठी डायमंड फ्लोअर सॉ वापरणे उपयुक्त ठरते. या करवतीच्या साहाय्याने ५०० मि.मी. जाडीपर्यंतच्या कॉँक्रीट स्लॅब कापता येतात. १०० मि.मी. जाडीपर्यंतच्या कॉँक्रीट स्लॅब, वॉल कापण्यासाठी हॅन्ड सॉचा वापर करणे उपयुक्त ठरते. पेट्रोल अथवा हायड्रॉलिक तत्त्वावर चालणाऱ्या डायमंड सॉ बाजारात उपलब्ध आहेत.

डायमंड कोअर प्रणाली

कॉँक्रीटची गुणवत्ता तपासण्यासाठी त्याचे छोटे साचे (cubes) बनवून त्यांची प्रयोगशाळेत चाचणी केली जाते. अनेकदा चाचणी निष्कर्षामध्ये कॉँक्रीटची ताकद कमी आढळते. चुकीच्या पद्धतीने साचे भरणे, खडबडीत पृष्ठभाग, पाण्याची प्रक्रिया (curing) कमी होणे अशी व इतर अनेक कारणे यामध्ये असू

शकतात. अशा वेळी प्रत्यक्ष जागेवरील कॉंक्रीटचा दर्जा पुन्हा तपासण्याची गरज पडते. डायमंड कोअर प्रणालीच्या साहाय्याने प्रत्यक्ष जागेवरील कॉंक्रीटचे गोलाकार नमुने घेता येतात. अशा नमुन्यांची प्रयोगशाळेत पुन्हा ताकद तपासली जाते. सर्वसाधारणत: कॉंक्रीटमध्ये असे छेद घेताना त्यांची लांबी व्यासाच्या दुप्पट असणे गरजेचे असते. छेद घेताना कॉंक्रीटमधील अंतर्गत

स्टील कापले जाणार नाही याची काळजी घेणे आवश्यक असते. कव्हर मीटरच्या साहाय्याने अंतर्गत स्टीलची नेमकी जागा निश्चित करता येते. डायमंड कोअर प्रणालीने १८ मि.मी.पासून ७५० मि.मी व्यासापर्यंतच्या आणि अंदाजे ३ मीटर खोलीच्या कॉंक्रीटमध्ये छेद घेता येतात. विद्युतप्रवाह अथवा हायड्रॉलिक तत्त्वावर चालणारी ही यंत्रणा पाण्यामध्येसुद्धा चालू शकते.

डायमंड वायर सॉ

कॉंक्रीटच्या मोठ्या भागांचे छोटे तुकडे करण्यासाठी अशी यंत्रणा उपयुक्त ठरते. यामध्ये डायमंडचे मणी असणारा वायर रोप कॉंक्रीटच्या पृष्ठभागाभोवती लपेटला जातो. हायड्रॉलिक तत्त्वाचा वापर करून जलदगतीने असा रोप कॉंक्रीटभोवती फिरवला जातो. कॉंक्रीट आणि मणी यांच्या घर्षणाने कॉंक्रीटबरोबर अंतर्गत लोखंडसुद्धा अशा वेळी कापले जाऊ शकते. जुन्या इमारतींचे कॉंक्रीटचे मोठे भाग तोडण्यासाठी अशा यंत्रणेचा वापर योग्य ठरतो. पाण्याखालील कॉंक्रीट तोडण्यासाठीसुद्धा याचा वापर करता येतो.

♦♦♦

अत्याधुनिक यंत्रप्रणाली

आजचे बांधकाम प्रकल्प दिवसेंदिवस गुंतागुंतीचे बनत आहेत. त्यांना नियोजित कालावधीत आणि खर्चात पूर्ण करण्यासाठी यंत्रणेचा वापर प्रकल्पावर करणे काळाची गरज आहे. बाजारात आज अनेक प्रकारच्या यंत्रणा उपलब्ध आहे. बांधकामासाठी योग्य वेळी अचूक यंत्रणेची निवड, खरेदी, वापर आणि देखभाल करणे महत्त्वाचे असते. आजची अनेक यंत्रे विदेशी तंत्रज्ञानावर आधारित आहेत. त्यांचा वापर करण्याअगोदर आपणास त्यांची तांत्रिक माहिती असणे आवश्यक आहे. या सदरात बांधकामाशी निगडित असणाऱ्या विविध यंत्रांची ओळख सोप्या पद्धतीने करण्याचा प्रयत्न केला आहे.

काँक्रीट मिक्सर आणि वे बॅचर

पूर्वीच्या काळात खडी, वाळू, सिमेंट यांचे फावड्याने कोरडे मिश्रण करून, त्यात पाणी टाकून काँक्रीट तयार केले जात असे. त्यावेळी आजच्या काळातील अद्ययावत यंत्रणा उपलब्ध नसल्याने बांधकामात मनुष्यबळाचा वापर मोठ्या प्रमाणात होत असे. बांधकामातील काँक्रीटचा दर्जा टिकवणे हे मोठे आव्हान होते. कालांतराने काँक्रीट बनवणारे मिक्सर आले आणि मिश्रणाची प्रक्रिया सुलभ झाली.

काँक्रीट मिक्सर

मिक्सर स्वत:भोवती फिरतो आणि काँक्रीटला एकजीव करतो. काँक्रीट मिक्सरचे चासी, ब्लेड्स, हॉपर, इंजिन, स्टीअरिंग, क्लच, ब्रेक, बुश, चेन, बेअरिंग, योक, ग्रीस, कॅप, रबर व्हील असे विविध भाग असतात. ड्रम ओतीव पोलादाची हंडी आणि पत्र्याचा कोन यांनी जोडला जातो. ड्रमच्या एका बाजूने कोरडा माल आत घेऊन दुसऱ्या बाजूने तयार काँक्रीट बाहेर काढले जाते. काँक्रीट करताना ड्रममध्ये प्रथमत: २५ टक्के पाणी टाकून अंतर्भाग ओलसर केला जातो. त्यानंतर हॉपरमध्ये निम्मी खडी, निम्मी वाळू, सिमेंटची पूर्ण गोणी, उर्वरीत खडी आणि वाळू, उर्वरीत पाणी अशा क्रमाने साहित्य टाकले जाते. ड्रमच्या अंतर्भागात पोलादी ब्लेड्स असतात. ब्लेड्स विविध घटकांना एकजीव करण्याचे कार्य करतात. मिक्सरची प्रती मिनिटाला १५ ते २० आवर्तने होतील अशी त्याची रचना असते. चांगल्या मिश्रणाला कमीत कमी ३० आवर्तने आवश्यक असतात. काँक्रीटची एक घाणी कमीतकमी दोन मिनिटे फिरणे गरजेचे असते. बाजारात १०/७ घनफूट म्हणजे २०० लिटर्स, ७/५ घनफूट म्हणजे १५० लिटर्स, ५/३ घनफूट म्हणजे १०० लिटर्स क्षमतेचे मिक्सर उपलब्ध आहेत. १०/७ घनफूट म्हणजे १० घनफूट कोरडा माल आणि ७ घनफूट त्यापासून बनलेले ओले काँक्रीट. काँक्रीट मिक्सर मेकॅनिकल अथवा हायड्रॉलिक तत्त्वावर चालतात. त्यांना २ ते ६ अश्वशक्तीची डिझेल अथवा इलेक्ट्रिकल इंजिन बसवलेली असतात. काही काँक्रीट मिक्सर्सना हॉपर नसतो. तेथे कोरडा माल थेट ड्रममध्ये टाकला जातो. लहान कामावर ज्या ठिकाणी कमी काँक्रीट करायचे असेल तेथे छोटे मिक्सर उपयोगी पडतात.

अचूक वजनासाठी वे बॅचर

आजच्या काळातील काँक्रीट मिक्स डिझाईन बनवून केले जाते. अशा वेळी सर्व घटकांचे मोजमाप जास्तीत जास्त अचूक असण्याची आवश्यकता असते. काँक्रीटमधील खडी, वाळू यांचे प्रमाण बदलले असता त्याचा दर्जा बदलतो आणि ताकदीवर विपरीत परिणाम होतो. घटकांच्या अचूक मोजमापासाठी वे

बॅचर वापरणे आता आवश्यक बनले आहे. त्यामुळे काँक्रीटसाठी लागणारा वेळ, पैसा आणि मनुष्यबळ याची मौल्यवान बचत घडते. काँक्रीटमधील सिमेंटचे प्रमाण प्रत्येक घाणीसाठी नियंत्रित राहते.

वे बॅचरची रचना

वे बॅचर सर्वसाधारणत: २ मी. लांबी, १ मी. रुंदी, १.८ मी. उंचीचा असतो. उच्च प्रतीच्या स्टीलपासून त्याची चासी, डिस्चारर्ड शूट, लिव्हर मेकॅनिझम, व्हील, हॅन्डल असे विविध भाग बनवले जातात. त्याला १५० किलो क्षमतेचे खडी आणि वाळू सामावणारे दोन स्वतंत्र हॉपर असतात. प्रत्येक हॉपरला एक आडवी लिव्हर मेकॅनिझम असते. वजने ठेवण्यासाठी शेवटी छोटासा पॅन असतो. लिव्हरवरती १ ते ६० किलो वजन दर्शवणारी स्टेनलेस स्टीलची मोजपट्टी असते. ज्यावर १० मि.मी. म्हणजे १००० ग्रॅम असे प्रमाण असते. पॅनमध्ये १००, ५०, २०, १० किलो अशी आवश्यक वजने टाकून उर्वरीत वजन लिव्हर आर्म वरती ॲडजेस्ट केले जाते. वे बॅचर एकाच जागी स्थिर राहण्यासाठी त्याला विशिष्ट पद्धतीने सपोर्ट दिलेला असतो. बॉल बेअरिंगच्या मदतीने त्याचे संतुलन राखले जाते. काँक्रीट करण्याअगोदर जागेवरती वे बॅचरची लेवल करावी लागते. नियमित स्वच्छता केली असता त्याचा देखभाल खर्च मर्यादित राहतो. वे बॅचर एका ठिकाणाहून दुसरीकडे नेण्यासाठी त्याला चाके आणि हॅन्डल असते.

बांधकामात काँक्रीट मिक्सर आणि वे बॅचरचा वापर केला असता चांगल्या दर्जाचे काँक्रीट तयार करण्यास मदत होते.

♦♦♦

बहुपयोगी जेसीबी

१९४५ मध्ये इंग्लंडमध्ये जोसेफ सिरिल बॅमफर्ड यांनी १२ X १५ फूट आकाराच्या छोट्याशा गॅरेजमध्ये बांधकाम क्षेत्राला उपयुक्त असणाऱ्या यंत्रप्रणाली बनविण्यास सुरुवात केली. कंपनी व यंत्रप्रणालीसाठी आपल्या नावातील आद्याक्षरांचा JCB सुयोग्य वापर त्यांनी केला. एकाच यंत्राच्या साहाय्याने खोदाई व मटेरिअल लोडिंग करू शकणाऱ्या बॅकोलोडर यंत्राची सर्वप्रथम निर्मिती करून बॅमफर्ड यांनी बांधकाम क्षेत्रात इतिहास घडविला.

इंजिनक्षमता व आकारानुसार जेसीबीची ३DX, ३DX सुपर, ४DX अशी विविध मॉडेल बाजारात उपलब्ध आहेत. बहुपयोगी शॉवेल बकेटमुळे ३DX सुपर हे मॉडेल बांधकाम क्षेत्राला उपयुक्त ठरत आहे.

जेसीबीचे प्रमुख भाग :

एस्कव्हेटर, मध्यवर्ती सुसज्ज ऑपरेटर केबिन, लोडर शॉवेल बकेट हे जेसीबीचे प्रमुख भाग आहेत. उच्च प्रतीच्या दणकट स्टीलचा वापर करून या यंत्राची निर्मिती केली आहे. सर्वसाधारणत: या मशिनची लांबी ६ मीटर, तर उंची ३.६ मीटर आणि वजन अंदाजे ७.१ टन असते. जेसीबी ताशी सुमारे ३६ कि.मी. वेगाने एका ठिकाणाहून दुसरीकडे जाऊ शकतो.

उच्च दर्जाची यंत्रप्रणाली :

९६ अश्वशक्तीचे शक्तिशाली इंजिन जेसीबीला बसवलेले असते. कमीत कमी वेळात जास्तीत जास्त वेगाने काम करणे यामुळे शक्य होते. मशिनच्या संतुलनासाठी पुढील भागात दोन छोटे व मागील भागात दोन मोठे टायर बसविलेले असतात. ४ X ४ ड्राइव्ह तत्त्वानुसार चारही टायर एकाच वेळी हायड्रॉलिक ब्रेकच्या साहाय्याने जागच्या जागी थांबवणे शक्य होते. वाळू, चिखल अथवा दलदलीच्या जागी जेसीबी स्वत:भोवती ३६० अंशांमध्ये सहजपणे फिरू शकतो. हायड्रॉलिक तत्त्वानुसार काम करण्यासाठी २२८ बार प्रेशरचे अकरा सिलिंडर्स बसवलेले असतात. पुढील व मागील कामे वेगाने करण्यासाठी प्रत्येकी

चार गिअर्सची व्यवस्था असते. लोडर व एस्कव्हेटरला प्रत्येकी एक दणकट ॲक्सल असतो, ज्यामध्ये हायड्रॉलिक ऑइलचा पुरवठा केला जातो.

जेसीबीच्या एका बाजूला १२८ लीटर क्षमतेचा डिझेल टँक, तर दुसऱ्या बाजूला १३० लीटर क्षमतेचा हायड्रॉलिक ऑइल टँक असतो. इंजिन, हायड्रॉलिक, डिझेलसाठी एकूण सहा फिल्टर्स असतात. जेसीबी कार्यान्वित झाल्यानंतर प्रत्येक १७०० तासानंतर हायड्रॉलिक ऑइल, आणि ४०० तासानंतर सर्व फिल्टर बदलणे आवश्यक असते. इंजिनाचे तापमान थंड ठेवण्यासाठी कूलंटचा वापर केला जातो. जेसीबीच्या साहाय्याने खोदकाम करण्यासाठी प्रतितासाला ५ लीटर, तर लोडिंग करताना १० लीटर डिझेल वापरले जाते.

अद्ययावत इलेक्ट्रिकल व ऑपरेटर केबिन

धूळ व पाणी यांचा विपरीत परिणाम न होणारे IP६९ युरोपियन स्टँडर्डसचे इलेक्ट्रिकल कनेक्टर जेसीबीला बसवलेले असतात. १३० Amp/Hrच्या हेवी ड्युटी बॅटरीमुळे रात्रीच्या वेळीसुद्धा प्रखर प्रकाशात सुरक्षितपणे काम करणे यामुळे शक्य होते. ऑपरेटर केबिनला सगळीकडे नियंत्रण ठेवण्यासाठी चहूबाजूने पारदर्शक पण दणकट काचा बसवलेल्या असतात. दणकट केबिनमुळे ऑपरेटरला धूळ, पाणी व खोदकाम करताना अंगावर येणाऱ्या दगडांपासून संरक्षण मिळते. आरसे, पॉवर स्टेअरिंग, पंखा, स्क्रीन वायपर, सीटबेल्ट अशा विविध गोष्टींनी केबिन सुसज्ज असते. इंजिनाचा वेग, वापरलेले तास, डिझेलचा साठा, मशिनचे तापमान या सर्व गोष्टींची ऑपरेटरला एकाच वेळी माहिती मिळण्यासाठी केबिनमध्ये इलेक्ट्रॉनिक कंट्रोल बोर्डची व्यवस्था असते.

जेसीबीच्या साहाय्याने खोदकाम

इंग्रजी D आकाराच्या बकेटमुळे खोदकाम करताना निघालेली माती अथवा मुरूम जमिनीवर पुन्हा पडत नाही. बकेटची क्षमता ०.२४ घनमीटर असते. जेसीबीपासून अंदाजे ६.७ मीटर लांब, तर ४.७ मीटर खोलीपर्यंत बकेट पोहोचू शकते. बकेटच्या सुरुवातीला पुढे पाच दात बसवलेले असतात. कमीत कमी ताकदीने जास्तीत जास्त खोदकाम करण्यासाठी त्यांचा उपयोग होतो.

वैशिष्ट्यपूर्ण शॉवेल लोडर

एक घनमीटर क्षमतेच्या शॉवेल बकेटच्या साहाय्याने सहा विविध प्रकारची कामे करणे साध्य होते. या बकेटची रचना कातरीच्या स्वरूपाची असते. एखादा लोखंडी अथवा सिमेंटचा पाइप या कात्रीत पकडून एका ठिकाणाहून दुसरीकडे नेता येतो. बांधकामाला आवश्यक असणाऱ्या माती, मुरूम, खडी अथवा वाळू गाडीत भरणे, खोदणे, ढकलणे, एखाद्या जागी पसरविणे व त्याची लेव्हल करणे ही सर्व कामे एकाच बकेटमुळे करता येतात. जेसीबी कंपनीने तयार केलेल्या विविध यंत्रप्रणालींचा वापर जगातील १५०हून अधिक देशांमध्ये केला जात आहे.

♦♦♦

खोदकामांसाठी हायड्रॉलिक एक्सकॅव्हेटर

खोदाई ही बांधकामामध्ये सर्वप्रथम होणारी प्रक्रिया आहे. पायासाठी लागणाऱ्या खोदकामाला किती वेळ लागेल हे जमिनीच्या पृष्ठभागाअंतर्गत असणाऱ्या माती, मुरूम, खडक अशा विविध स्तरांच्या खोलीवर व जाडीवर अवलंबून असते. पायासाठी कोणत्या स्तरापर्यंत खोदकाम करायचे, हे आर.सी.सी. डिझायनर सूचित करतो. प्रकल्प पूर्ण करण्यासाठी लागणाऱ्या बांधकामाच्या विविध टप्प्यांचा व त्यांना लागणाऱ्या कालावधीचा संपूर्ण आराखडा (Bar-chart) प्रकल्प अभियंत्याने तयार करणे आवश्यक असते. नियोजित वेळेत खोदकाम पूर्ण होऊन पायाचे काम पूर्ण झाले, तर बांधकामाचे पुढील सर्व टप्पे यशस्वीरीत्या ठरलेल्या वेळेत पूर्ण होऊ शकतात. अशा वेळी खोदकामासाठी वापरल्या जाणाऱ्या यंत्रप्रणालीची योग्य निवड व त्यांची संख्या ठरविणे महत्त्वाचे असते.

खोदकामासाठी विविध कंपन्यांनी इंजिन क्षमतेनुसार PC७१, PC७२, PC२००, PC३०० असे विविध एक्सकॅव्हेटर्स बाजारात उपलब्ध केले आहेत. वैशिष्ट्यपूर्ण रचनेमुळे PC२०० हा एक्सकॅव्हेटर बहुपयोगी ठरला आहे. दोन फूट रुंद व १३ फूट लांबीच्या लोखंडी ट्रॅकवर २० टन वजनाची ही प्रणाली बसवलेली आहे. खोदाकामासाठी बकेट, खडक फोडण्यासाठी रॉकब्रेकर, लोखंडी पत्रा अथवा काँक्रीट फोडण्यासाठी हायड्रॉलिक शिअर (कातरी) यांची जोडणी या एक्सकॅव्हेटरला करता येते.

PC२०० चे मुख्य भाग व त्यांचे कार्य :

स्टील बूम, स्टील आर्म, इंजिन, हायड्रॉलिक यंत्रणा, ऑपरेटर केबिन, बकेट, स्टील ट्रॅक अशा विविध भागांच्या एकत्रित जोडणीने हा एस्कव्हेटर कार्यान्वित होतो. ५.७ मीटर लांबीच्या एकसंध स्टीलपासून बूम बनवलेला असतो. २.४१ मीटर लांबीच्या स्टील आर्मला बकेट अथवा रॉकब्रेकर जोडता येतो. एक घनमीटर क्षमतेच्या बकेटच्या साहाय्याने काळ्या मातीमध्ये प्रतितास अंदाजे १५० घ.मी., तर मुरुमामध्ये १०० घ.मी. खोदकाम करता येते. एक्सकॅव्हेटरच्या जागेपासून ६ मी. खोलवर, तर ९ मी. उंचीपर्यंतचे खोदकाम सहजपणे करता येते.

इंजिन व कार्यक्षम हायड्रॉलिक यंत्रणा

१२८ अश्वशक्तीच्या, प्रतिमिनिट दोन हजार आवर्तने असणाऱ्या इंजिनाच्या साहाय्याने अतिशय वेगाने खोदकाम करता येते. एक्सकॅव्हेटर चालू असताना होणाऱ्या उष्णतेवर नियंत्रण करण्यासाठी थर्मोस्टॅटची सुविधा असते. २२ लिटर्स क्षमतेच्या रेडिएटर टँकचा यासाठी वापर केला जातो. डिझेलसाठी ३४० लिटर्स क्षमतेचा स्वतंत्र टँक असतो. मशिन कार्यान्वित असताना प्रतितास अंदाजे १५ लिटर्स डिझेल खर्च होते.

एक्सकॅव्हेटरचे हायड्रॉलिक कार्य नावीन्यपूर्ण हायड्रामाइंड तत्त्वानुसार चालते. हायड्रॉलिक ऑइलसाठी १६६ लिटर्स क्षमतेची टाकी असते. पंपाच्या साहाय्याने टँकमधील ऑइल प्रथम व्हॉल्व्हबँकमध्ये पाठवले जाते. व्हॉल्व्हबँकमध्ये विविध प्रेशर व्हॉल्व्हची रचना असते. एक्सकॅव्हेटरच्या विविध भागांना या व्हॉल्व्हमधून रबरी अथवा स्टील पाइपच्या साहाय्याने हायड्रॉलिक ऑइलचा पुरवठा केला जातो. बूमच्या हालचालीसाठी दोन हायड्रॉलिक पिस्टन सिलिंडर्स असतात. आर्म आणि बकेटच्या हालचालींसाठी प्रत्येकी एक पिस्टन सिलिंडर असतो. लोखंडी ट्रॅक व एक्सकॅव्हेटर स्वत:भोवती ३६० अंशांमध्ये फिरण्यासाठी हायड्रॉलिक मोटर्स बसवलेल्या असतात. हायड्रॉलिक टँकमध्ये ऑइलच्या गाळणीसाठी फायबर ग्लासचा फिल्टर बसवलेला असतो. प्रत्येक ५०० तासांनंतर फिल्टर बदलणे आवश्यक असते. एक्सकॅव्हेटर वापराचे ५००० तास पूर्ण झाल्यावर हायड्रॉलिक ऑइल संपूर्णपणे बदलावे लागते. ल्युब्रिकेशनसाठी दोन स्वतंत्र व्हॉल्व्हची रचना असते. उष्णतेनुसार न वितळणाऱ्या विशिष्ट EP २ ग्रीसच्या साहाय्याने नियमित ग्रीसिंग करणे गरजेचे असते.

सुसज्ज ऑपरेटर केबिन

चहुबाजूंना दणकट काच असणाऱ्या केबिनमध्ये ऑपरेटरसाठी ॲडजस्टेबल खुर्ची असते. बूम, आर्म, बकेट अथवा रॉकब्रेकरच्या हालचालींवर नियंत्रण ठेवण्यासाठी ऑपरेटरच्या हातामध्ये दोन पायलट लीव्हर्स असतात. एक्सकॅव्हेटरला मागेपुढे अथवा ३६० अंशांमध्ये फिरवण्यासाठी पायामध्ये लीव्हर्स बसवलेल्या असतात. एक्सकॅव्हेटरला काही कालावधीकरता तात्पुरते बंद करण्यासाठी एका स्वतंत्र लीव्हरची सोय असते. रात्रीच्या वेळी सुलभतेने काम करण्यासाठी २४V बॅटरीवर चालणाऱ्या प्रखर दिव्यांची सोय असते. हायड्रॉलिक ऑइलचा दाब, डिझेलचा साठा, एक्सकॅव्हेटरचा वापर झालेले तास, इंजिनाची आवर्तने समजण्यासाठी केबिनमध्ये विविध मीटर्स बसवलेले असतात.

♦♦♦

कठीण खडक फोडणारा रॉकब्रेकर

भूपृष्ठाच्या बाह्य आणि अंतर्भागात अनेक प्रकारचे खडक आढळून येतात. असे खडक फोडण्यासाठी वेगवेगळ्या प्रकारचे 'रॉकब्रेकर' वापरता येतात.

खडकांचे प्रकार व फोडण्याच्या पद्धती

खडकांचे अग्निजन्य, स्तरित, रूपांतरित असे तीन प्रमुख प्रकार आढळतात. ज्वालामुखीतून बाहेर पडलेला तप्त लाव्हारस थंड झाल्यावर बेसाल्ट, ग्रॅनाईट यांसारखे अग्निजन्य खडक तयार झाले. नदी, समुद्रातून वाहून आलेल्या गाळांचे एकावर एक थरांमध्ये संचयन होऊन लाइमस्टोन, सँडस्टोन असे स्तरित खडक तयार झाले. भूपृष्ठांतर्गत खडकांवर तीव्र ऊर्जा, उष्णता, वरील थरांचा दाब पडून रासायनिक बदल घडून स्लेट, मार्बल, क्वार्टझाईट यांसारखे रूपांतरित खडक तयार होतात.

महाराष्ट्रात प्रामुख्याने बेसाल्ट हा अग्निजन्य खडक (दख्खनचे पठार) आढळतो. माती, शाडू अथवा मुरुमामधील खोदकाम करण्यासाठी मनुष्यबळ अथवा जेसीबी, पोकलेन अशा यंत्रांचा वापर करता येतो; तसेच खडक फोडण्यासाठी सुरुंगाचा वापरही केला जातो. परंतु त्यामुळे खडकांचे तुकडे हवेत उडणे, आजूबाजूच्या इमारतींना हादरे बसणे, इमारतीच्या काचांना तडे जाणे संभवू शकते. जॅकहॅमर व कॉम्प्रेसरच्या साहाय्यानेही खडक फोडले जातात; पण सध्या खडक फोडण्यासाठी 'रॉक ब्रेकर'सारखी अत्याधुनिक यंत्रणा उपलब्ध आहे.

रॉक ब्रेकरचे प्रकार

रॉक ब्रेकरचे हायड्रॉलिक व गॅस हायड्रॉलिक असे दोन प्रमुख प्रकार प्रचलित आहेत. हायड्रॉलिक या प्रकारात आघात (Impact) प्रक्रियेसाठी लागणारी ऊर्जा हायड्रॉलिक ऑईलच्या साहाय्याने निर्माण होते, तर गॅस हायड्रॉलिक ब्रेकरमध्ये अशा ऊर्जेसाठी ७० टक्के नायट्रोजन गॅसचा वापर केला जातो; कारण तो स्वत:हून पेट घेत नाही.

खोदकाम करणाऱ्या विविध कंपन्यांच्या छोट्यामोठ्या आकाराच्या व वजनाच्या यंत्रणांसाठी विविध प्रकारचे रॉकब्रेकर उपलब्ध असतात. JCB, Ex-७० (Tata Hitachi), PC-७१ (L&T) अशा ७ टन वजन क्षमतेच्या मशिनने ६८ मिलिमीटर व्यासाची छिन्नी (Tool) असणारे छोटे ब्रेकर चालवता येतात. तर EX२००, PC२००, EC१० अशा २० टन क्षमतेच्या मशिनसाठी १३५ मिलिमीटर व्यासाची छिन्नी असणारे मोठे ब्रेकर चालविले जातात.

रॉक ब्रेकरचे विविध भाग व त्यांचे कार्य

बॅक हेड, सिलिंडर, पिस्टन, व्हॉल्व्ह, ॲक्युमलेटर, फ्रंटहेड (टेन्शन बोल्ट) व टूल अशा भागांची जोडणी करून ब्रेकर तयार होतो. ब्रेकरच्या सर्वांत वरच्या लोखंडी भागाला बॅकहेड म्हणतात. यामध्ये नायट्रोजन गॅस भरलेला असतो. ब्रेकरला आघात सुरू करण्यासाठी लागणारी प्राथमिक ऊर्जा या गॅसमुळे मिळते.

स्टील सिलिंडरच्या अंतर्गत भागात पिस्टन असतो. खडकावर छिन्नीला ठोके मारण्याचे काम पिस्टनमार्फत होते. ब्रेकर कार्यान्वित असताना प्रतिमिनिटाला ४५० ते ८०० ठोके छिन्नीद्वारे घातले जातात. ज्यामुळे एकसंध दगडाचे तुकडे होतात. ६८ मिलिमीटर, १०० मिलिमीटर, १३५ मिलिमीटर, १७५ मिलिमीटर अशा वेगवेगळ्या व्यासाच्या छिन्नी बनविलेल्या असतात. खडकांच्या घर्षण क्षमतेवर छिन्नीची कार्यक्षमता अवलंबून असते.

प्रचंड ऊर्जेने छिन्नीचे खडकावर आघात होत असताना तिची दिशा नियंत्रित ठेवण्यासाठी फ्रंट हेडचा वापर करण्यात येतो. बॅकहेड सिलिंडर, फ्रंटहेड अशा भागांना जोडण्यासाठी टेन्शन बोल्ट वापरले जातात. ॲक्युमलेटरमध्ये गोलाकार रबरी पडदा असतो. या भागामध्ये ब्रेकर चालू असताना होणारी हायड्रॉलिक कंपने सहन करण्याचे कार्य (shock absorbing) चालते.

खोदकाम करणाऱ्या यंत्रणांच्या हायड्रॉलिक यंत्रणेमधून पाइपलाइनद्वारे ब्रेकरला ऑइलचा पुरवठा केला जातो. ब्रेकर कार्यान्वित असताना हायड्रॉलिक ऑइलचे तापमान ५० ते ८० अंश सेल्सिअसपर्यंत वाढते. उच्च तापमान व आघातासाठी उपयुक्त असणाऱ्या लिथियममिश्रित ग्रीसने दर दोन तासांनी ग्रिसिंग करणे आवश्यक ठरते.

रॉक ब्रेकरची वैशिष्ट्ये

- स्वयंचलित पद्धतीने ग्रिसिंग करण्यासाठी वेगळे उपकरण (Auto Lubrication System) जोडता येते.
- छिन्नीचा खडकावर आघात झाल्यावर ब्रेकर चालू होतो व खडक फुटल्यावर बंद होतो. (Auto Stop Function)
- युरेथिन पॅडचा वापर करून कंपनांवर नियंत्रण ठेवता येते. (Vibration Reducing System)
- ब्रेकरला रबर पॅडने आच्छादित करून ध्वनिप्रदूषणावर नियंत्रण ठेवता येते. (Low Noise Reduction)
- बाहेरून उच्चदाबाची हवा ब्रेकरमध्ये सोडून ब्रेकर पाण्याखाली चालविता येतो. (Underwater Application)

♦♦♦

बोगद्यासाठी आधुनिक यंत्रप्रणाली

पूर्वीच्या काळात सुरक्षिततेसाठी कठीण खडकातून बोगदे खोदले जात असत. खडक फोडण्यासाठी त्यांना उष्णता देऊन त्यावर पाणी मारले जात असे. सर्वेक्षणासाठी दोर, ओळंबा यांचा वापर केला जाई. अंदाजे १७व्या शतकापासून खडक फोडण्यासाठी गन पावडरचा वापर सुरू झाला.

बोगदे बनवण्यासाठी स्फोटकांचा वापर आजही केला जातो. या पद्धतीला ड्रिलिंग ॲण्ड ब्लास्टिंग (Drilling and Blasting) असे संबोधले जाते. १९९०च्या काळातील कोकण रेल्वे प्रकल्पात ८४ किमी लांबीचे एकूण ९२ बोगदे होते. त्यासाठी हीच पद्धत वापरण्यात आली. ही पद्धत वापरताना योग्य प्रशिक्षण, अनुभव आणि परवाना यांची आवश्यकता असते. शहरातील बोगदे बनवण्यासाठी ही पद्धत योग्य ठरत नाही.

बोगदे बनवण्याच्या दुसऱ्या पद्धतीत खोदकाम, काँक्रीटचा बोगदा आणि भराव (Cut and Cover) तंत्राचा वापर केला जातो. बोगद्यासाठी असणारा भूस्तर मृदू असेल आणि पृष्ठभागापासूनची त्याची खोली कमी असेल तर ही पद्धत वापरली जाते. वाहतुकीची कोंडी टाळण्यासाठी शहरातील भूयारी मार्ग तयार करताना याच पद्धतीचा वापर केला जातो. दुबईतील पामसिटीमध्ये प्रवेश करण्यासाठी १.४ कि.मी. लांबीचा बोगदा याच पद्धतीने तयार करण्यात आला आहे. त्यासाठी समुद्रातील पाण्याचा एक महिना उपसा करावा लागला होता.

बोगदे तयार करण्याची तिसरी पद्धत अत्याधुनिक आहे. यामध्ये टनेल बोरिंग मशिन (TBM) ही यंत्रणा वापरली जाते. एखाद्या रेल्वे इंजिनाप्रमाणे दिसणारी ही यंत्रणा १ मीटरपासून १५ मीटर व्यासापर्यंतचे बोगदे अगदी सहजपणे व कमीत कमी कालावधीत तयार करू शकते. बोगद्यांचा उपयोग आता रेल्वे अथवा महामार्ग इत्यादीसाठी मर्यादित न राहता शहरांच्या अत्यावश्यक सुविधा एक भागातून

दुसऱ्या ठिकाणी नेण्यासाठी सर्वत्र होत आहे. मलेशियाची राजधानी क्वालालंपूर येथे SMART (स्टॉर्म वॉटर अॅण्ड रोड टनेल) हा ९.७ कि.मी. लांबीचा बोगदा तयार करण्यात आला आहे. शहरातील उंच इमारतींचा पाया सुरक्षित ठेऊन, वाहतूक व अत्यावश्यक सेवा एका भागातून दुसरीकडे नेणे त्यामुळे शक्य झाले आहे.

शहराच्या पृष्ठभागाचा सर्व्हे करून बोगद्यांचा मार्ग ठरवला जातो. सद्य:स्थितीत असणाऱ्या इमारती व त्यांचा पाया, यांचा अभ्यास करूनच बोगद्याचे नियोजन केले जाते. TBMच्या दर्शनी भागाला 'कोर कटर' म्हटले जाते. कठीणातील कठीण खडकांचे क्षणार्धात तुकडे करण्याची क्षमता त्यामध्ये असते. तुकडे झालेल्या खडकांचे खडीमध्ये रूपांतर करण्याचे काम दुसऱ्या भागात केले जाते, त्याला 'क्रशर' म्हणतात. तयार झालेल्या खडीची त्यानंतर पावडर केली जाते. तिसऱ्या भागात हायड्रॉलिक पंप असून, तयार झालेल्या पावडरचे स्रावांमध्ये (slurry) रूपांतर करून पाइपलाईनवाटे बोगद्याबाहेर फेकण्यात येते. दिवसाला अंदाजे १५ मीटर या गतीने १ कि.मी. लांबीचा बोगदा खणण्याचे काम TBM अवघ्या ६७ दिवसांत पूर्ण करू शकते. खडकाच्या कठीणपणावर ही गती कमीजास्त होऊ शकते.

विविध कंपन्यांची TBM आज साऱ्या जगभर हजारो कि.मी. लांबीचे बोगदे यशस्वीरीत्या पूर्ण करत आहेत. हिमाचल प्रदेशातील कुल्लू जिल्ह्यात बियास नदीच्या प्रभाती या उपनदीवरील हायड्रोइलेक्ट्रिक प्रकल्पाच्या दुसऱ्या टप्प्यासाठी ५ मीटर व्यासाचा, तीस अंशातील २ कि.मी. लांबीचा बोगदा तयार करण्यात आला.

सध्या देशातील विविध शहरांमध्ये मेट्रो प्रकल्प कार्यरत आहेत अशा प्रकल्पातील भुयारी मार्गाचे काम जलदगतीने आणि सुरक्षितपणे पूर्ण करण्यासाठी TBM यंत्रणेची बहुमूल्य मदत होत आहे. TBM चा उपयोग पायाभूत सुविधा बळकट करण्यासाठी करणे ही काळाजी गरज आहे.

♦♦♦

अजस्र बुलडोझर

बुलडोझर ही बांधकाम क्षेत्रातील अजस्र यंत्रप्रणाली गणली जाते. सुरुवातीच्या काळात बुलडोझरचा वापर शेतजमिनीची मशागत करण्यासाठी होत असे. सैन्यातील रणगाडा आणि बुलडोझर यांमध्ये बरेचसे साम्य आढळते. पहिल्या महायुद्धाच्या काळात लष्करातील जवान जंगलातील रस्ते बनविणे आणि झाडांच्या ओंडक्यांचे ढीग करणे यासाठी बुलडोझरचा वापर करत असत. पूर्वी बुलडोझर या नावाचे मोठ्या आकाराचे पिस्तूल होते. युद्धकाळात कैद्यांना दिल्या जाणाऱ्या जबरी शिक्षेला 'बुलडोझ' असे संबोधले जात असे. त्याचप्रमाणे वैद्यकीय शास्त्रातील औषधाच्या तीव्र डोसला 'बुलडोझ' म्हणत. त्यावरूनच 'बुलडोझर' हे नाव रूढ झाले. १९२३मध्ये जेम्स क्युमिंग या तरुण शेतकऱ्याने पहिला तंत्रपूर्ण बुलडोझर तयार केला. त्याच काळात एका विख्यात कंपनीने सुसज्ज बुलडोझरची निर्मिती केली. कॅनॉल, रस्ते, धरणे बांधणीच्या कामासाठी ही यंत्रप्रणाली उपयुक्त ठरली आहे. सध्याचा बुलडोझर अधिक शक्तिशाली, दणकट आणि सुसज्ज आहे.

बुलडोझरचे विविध भाग आणि कार्य

लोखंडी सरकत्या पट्ट्यांचा ट्रॅक, गंजरोधक ब्लेड, हायड्रॉलिक यंत्रणा, शक्तिशाली इंजिन, सुसज्ज ऑपरेटर केबिन अशा विविध भागांनी बुलडोझर बनलेला असतो. याला रबरी टायर्स नसतात. लोखंडी सरकत्या पट्ट्यांमुळे कोणत्याही प्रकारच्या जमिनीवर त्याची घट्ट व मजबूत पकड राहू शकते. रुंद पट्ट्यांमुळे प्रचंड वजनाचे संतुलन राखण्यास मदत होते. वाळू अथवा दलदलीच्या जमिनीवर बुलडोझर रुतून बसत नाही. माती, मुरूम, खडक यांचे ढिगारे ढकलण्यासाठी ब्लेडचा वापर केला जातो. ब्लेड सरळ अथवा वक्राकार आकाराचे असते. ब्लेड बनविण्यासाठी उच्च प्रतीच्या धातूंचा उपयोग केला जातो. त्यावर गंजरोधक प्रक्रिया केली जाते. ऑपरेटर केबिन अत्यंत सुसज्ज बनवलेली असते. ऑपरेटरच्या डाव्या बाजूस बुलडोझर मागेपुढे अथवा बाजूला करण्यासाठी लीव्हर्स असतात. पुढील भागात इंजिन आणि हायड्रॉलिक ऑइल यांचे तापमान व साठा, वापरलेले तास दर्शविणारे विविध मीटर्स असतात. ऑपरेटरच्या पायापाशी गती आणि ब्रेकची पॅडल्स असतात. बुलडोझरचे सर्व कार्य हायड्रॉलिक तत्त्वावर चालते. त्यामुळेच इतके प्रचंड यंत्रसुद्धा ऑपरेटरला अत्यंत सहजपणे चालवता येते.

बुलडोझरचे विविध प्रकार

बुलडोझरची अनेक मॉडेल्स बाजारात उपलब्ध आहेत. यामध्ये ७ टन वजनापासून ५० टन वजनापर्यंतची मॉडेल आहेत. प्रत्येक मॉडेलची हायड्रॉलिक ऑइल आणि डिझेल टँकची क्षमता वेगवेगळी असते. २५० लिटरपासून एक हजार लिटरपर्यंत क्षमता असणारे टँक यामध्ये असतात. मॉडेलनुसार इंजिनची अश्वशक्ती बदलत असते. ९० अश्वशक्तीपासून ४५० अश्वशक्तीचे बुलडोझर असतात. छोटा बुलडोझर एका वेळी चार घनमीटर, तर सर्वात मोठा १६ घनमीटर मटेरियल पुढे ढकलू शकतो. मॉडेलनुसार प्रतितास दहा लीटरपासून ६० लिटरपर्यंत डिझेल खर्च होते. प्रत्येकी एक हजार तासांनंतर हायड्रॉलिक फिल्टर्स बदलणे गरजेचे असते. प्रत्येक मॉडेलच्या ब्लेडची लांबी वेगवेगळी असते. दहा

फुटांपासून १६ फूट लांबीपर्यंतची ब्लेड यामध्ये असतात. सर्वात मोठ्या बुलडोझरच्या ब्लेडची उंची सात फुटांपर्यंत असते.

कठीण पृष्ठभाग खोदण्यासाठी बुलडोझरच्या मागील भागात विशिष्ट रचना असते. त्याला 'रिपर' असे म्हणतात. हाताच्या पंजासारखा त्याचा आकार असतो. यासाठी उच्च प्रतीच्या मिश्रधातूंचा वापर केला जातो. रिपरच्या साहाय्याने मोठ्या खडकांचे छोटे तुकडे करता येतात. अमेरिकेतील कॅलिफोर्निया येथे कठीण जमिनीची मशागत रिपरच्या साहाय्याने करून मोठ्या फळबागांची लागवड केली जाते.

सैन्यामध्ये विशिष्ट चिलखती आवरण असणाऱ्या बुलडोझरचा वापर केला जातो. या चिलखती आवरणामुळे युद्धकाळात आगीपासून, शत्रूच्या माऱ्यापासून जवानांचे संरक्षण होते. सध्याच्या अत्याधुनिक GPS तंत्रज्ञानाची मदत बुलडोझर चालवताना घेतली जाते.

♦♦♦

रस्तेबांधणीसाठी मोटर ग्रेडर

रस्ते तयार करण्यासाठी ग्रेडरचा वापर पूर्वापार होत आला आहे. १८८५मध्ये एका अमेरिकन कंपनीने दोन लाकडी चाकांना लोखंडी तिरपे ब्लेड बसवलेला ग्रेडर तयार केला. ग्रेडर ओढण्यासाठी त्या वेळी बैल, खेचर अथवा घोड्यांचा उपयोग करण्यात येत असे. १९१९च्या सुमारास प्राण्यांनी ओढणारे ग्रेडर कालबाह्य होऊन वाफेच्या इंजिनावर चालणारे चारचाकी ग्रेडर अस्तित्वात आले. कालांतराने तंत्रज्ञानात प्रगती होऊन १९६३च्या सुमारास एका अमेरिकन कंपनीने पहिला अद्ययावत ग्रेडर बनवला. युरोप, कॅनडा, अमेरिका या देशांत रस्त्यावर साचलेला बर्फ गोळा करण्यासाठी ग्रेडरचा वापर मोठ्या प्रमाणात केला जातो. रस्ते बनवताना माती, मुरुम यांचे थर बुलडोझरच्या साहाय्याने प्रथम सपाट केले जातात. अशा थरांची योग्य जाडी, चढउतार अचूक लेव्हलने करण्यासाठी ग्रेडरचा उपयोग महत्त्वाचा ठरतो. घाट रस्त्यांची वळणे, रस्त्याकडील छोटे ट्रेंच, टेनिस अथवा फुटबॉलची मैदाने, रस्त्यांची देखभाल अशा सर्व ठिकाणी मोटर ग्रेडरचा वापर उपयुक्त ठरतो.

ग्रेडरचे विविध भाग

थरांची लेव्हल करणारे ब्लेड (Mold Board), स्टीलचा वर्तुळाकार सांधा, हायड्रॉलिक यंत्रणा, इंजिन, बॅटरी, खोदकामासाठी लोखंडी दात (Scarifier), सुसज्ज केबिन, सहा टायर्स अशा विविध भागांनी ग्रेडर बनलेला असतो. थरांचे लेव्हलिंग करणारे ब्लेड ग्रेडरसाठी महत्त्वपूर्ण कार्य करते. ग्रेडरचा आकार अंदाजे २५ फूट लांब, १२ फूट रुंद तर उंची ११ फुटांपर्यंत असते. १५ टन वजनापासून २८ टन वजनापर्यंतचे ग्रेडर उपलब्ध असतात. विविध आकारांनुसार १०० अश्वशक्तीपासून २७५ अश्वशक्तीची डिझेल इंजिन ग्रेडरसाठी वापरली जातात. स्टीलच्या लांबसडक ब्लेडवर गंजरोधक प्रक्रिया केली जाते. कामाच्या गरजेनुसार १० फूट रुंदीपासून ३३ फूट रुंदीपर्यंतची ब्लेड वापरता येतात.

ग्रेडरची रचना

ऑपरेटरला रस्त्याच्या संपूर्ण पृष्ठभागावर दूरवर सहजतेने नियंत्रण ठेवता येईल अशी ग्रेडरची रचना असते. ग्रेडरच्या पुढील भागात दोन, तर मागील भागात चार रबरी टायर्स

असतात. वर्तुळाकार स्टील रिंगच्या आतील भागात दाते पाडलेले असतात. या रिंगच्या खालील भागात ब्लेड असते. ब्लेडला रिंगभोवती गोलाकार फिरविण्यासाठी गिअर मोटर्स वापरतात. ऑपरेटर केबिनमध्ये एकूण बारा गिअर्स असतात. ग्रेडरला पुढे नेण्यासाठी सहा गिअर्स, तर मागे नेण्यासाठी सहा गिअर्स वापरले जातात. ब्लेडला गोलाकार, खालीवर, मागेपुढे, तिरपे, सरळ असे करण्यासाठी ऑपरेटर विविध लीव्हर्सचा उपयोग करतो. ब्लेडच्या आणि टायर्सच्या सर्व हालचाली हायड्रॉलिक तत्त्वावर चालतात. यासाठी ग्रेडरमध्ये विविध जागी पिस्टन सिलेंडर्स बसवलेली असतात. ग्रेडर चालवताना ब्लेड जमिनीपासून ४६० मि.मी. उंचीवर आणि ६३० मि.मी. खोलीवर नेता येते. चढउतारावर काम करताना ग्रेडरची चाके २० अंशांपर्यंत तिरपी करता येतात. डिझेलसाठी २०० लीटर, तर हायड्रॉलिक ऑइलसाठी १८० लिटरची स्वतंत्र टाकी असते. प्रत्येक तीन महिन्यांनी हायड्रॉलिक फिल्टर्स बदलणे गरजेचे असते. ग्रेडरसाठी प्रतितासाला अंदाजे २० लिटर डिझेल खर्च होते. चढउतारावर सुरक्षितपणे काम करण्यासाठी पार्किंग आणि मेकॅनिकल अशा दोन पद्धतीचे ब्रेक असतात. रात्रीच्या वेळी काम करण्यासाठी २४V (व्होल्ट) बॅटरीवर चालणाऱ्या प्रखर दिव्यांची सोय असते. ऑपरेटर केबिनमध्ये हायड्रॉलिक दाब, डिझेलचा साठा, तापमान, गती नोंदवण्यासाठी विविध मीटर्स बसवलेले असतात. मोकळ्या रस्त्यावर ताशी ५० किलोमीटर वेगाने ग्रेडर धावू शकतो.

ग्रेडरसाठी विशिष्ट यंत्रणा

रस्ते तयार करताना प्रत्येक नवीन थर चालू करण्याअगोदर पहिल्या थराचा पृष्ठभाग खडबडीत करणे आवश्यक असते. ग्रेडरच्या पुढील भागात लोखंडी दात बसवून असे काम करता येते. थरांच्या अचूक लेव्हलसाठी नवीन लेझर तंत्रज्ञानाचा वापर करता येतो. यासाठी ग्रेडरच्या पुढील भागात इलेक्ट्रॉनिक उपकरणे बसविली जातात. रस्त्याच्या एका बाजूला आवश्यक त्या उंचीवर लेझर लेव्हल बसविली जाते. यामधून बाहेर पडणारी लेझर किरणे इलेक्ट्रॉनिक उपकरणांना संदेश पाठवतात. त्यानुसार ग्रेडरचे ब्लेड स्वयंचलित पद्धतीने थरांची लेव्हल, चढ, उतार करू शकते. रस्ते बांधणीसाठी लागणाऱ्या अनेक मशिनरीमध्ये मोटर ग्रेडरचे योगदान महत्त्वपूर्ण ठरले आहे.

♦♦♦

भरावाच्या धुमसणीसाठी उपयुक्त संयंत्रे

इमारतीचे बांधकाम करताना विविध टप्प्यांवर भरणी (Back filling) करावे लागते. भरणीसाठी सर्वांत योग्य मटेरियल म्हणजे मुरुम होय. पायामधील फुटिंगचा चहूभाग, जोते, लँडस्केप, रॅम्प अशी सर्व कामे करताना ठरावीक उंचीपर्यंत भराव केला जातो. असा भराव त्या उंचीपर्यंत एकदम न करता अंदाजे ९ इंच जाडीच्या वेगवेगळ्या थरांमध्ये विभागणे आवश्यक ठरते. अशा थरांवर पाण्याचा उपयोग करून यांत्रिक पद्धतीने धुमसणी करावी लागते.

धुमसणीची प्रक्रिया काळजीपूर्वक झाली नाही, तर कालांतराने याच थरांमध्ये जमिनीअंतर्गत असणाऱ्या पाण्याचा शिरकाव होऊन वरील दाबामुळे इमारतीचा पाया खचणे, तळघरातील स्लॅबला तडे जाणे, फरशी अथवा पेव्हिंग ब्लॉक्स तुटणे अशा गोष्टी निदर्शनास येतात. परंतु यांत्रिक पद्धतीने धुमसणी केल्यास त्या मटेरियलची ताकद पेलण्याची क्षमता वाढते. यांत्रिक पद्धतीने धुमसणी करण्यासाठी प्लेट कॉम्पॅक्टर, वॉक बिहाईंड रोलर, राईट ऑन रोलर अशी वैविध्यपूर्ण यंत्रे वापरली जातात.

व्हायब्रेटरी प्लेट कॉम्पॅक्टर

याच्या तळामध्ये १० मि.मी. जाडीची दणकट स्टील प्लेट बसवलेली असते. इंजिनाद्वारे इक्सेन्ट्रिक (eccentric) वजनाच्या साहाय्याने प्लेटमध्ये प्रति मिनिटाला ३०००पर्यंत कंपने निर्माण केली जातात. या कंपनांमुळे जमिनीवर २ ते ४ टन वजनाचा दाब पडतो व भरावाची धुमसणी होते. एका तासामध्ये अंदाजे ७५० स्क्वे.मी. जागा धुमसणी होते. प्लेटची कंपने इंजिनापर्यंत पोहोचू नयेत म्हणून स्प्रिंग्स बसवलेल्या असतात. १०० ते ३५० किलो वजनाने २ ते ९ अश्वशक्ती क्षमतेचे, विविध आकाराचे, पेट्रोल, डिझेल व विद्युतप्रवाहावर चालणारे कॉम्पॅक्टर बाजारात उपलब्ध आहेत. कामावरील कामगारांपैकी कोणताही कुशल कामगार योग्य मार्गदर्शनाद्वारे हे यंत्र चालवू शकतो.

वॉक बिहाईंड रोलर

दणकट स्टीलचे दोन ड्रम एकमेकांना स्टील फ्रेमच्या साहाय्याने जोडलेल्या या रोलरला ८ अश्वशक्तीचे शक्तिशाली इंजिन बसवलेले असते. रोलर मागेपुढे करण्यासाठी ३ अश्वशक्तीची विद्युतमोटर असते. रोलरमध्ये कंपने निर्माण करण्यासाठी १ अश्वशक्तीच्या विद्युतमोटरचा वापर केला जातो. प्रति मिनिटाला

२८०० कंपने निर्माण होऊन भरावाची धुमसणी होते. तीन लीटर डिझेलमध्ये एका तासात ३ कि.मी. अंतरापर्यंतचे रोलिंग करता येते. रेल्वे ट्रॅक, रॅम्प, पादचारी मार्ग, केबल ट्रेंच अशा ठिकाणी भरावाची धुमसणी करण्यासाठी हे रोलर उपयुक्त आहेत. रोलर चालवताना ऑपरेटरला सदैव रोलरच्या मागे उभे राहावे लागते.

राईड ऑन रोलर

५०० मि.मी. व्यासाचे दोन ड्रम असणाऱ्या या रोलरला ८ अश्वशक्ती क्षमतेचे प्रतिमिनिटाला ३६०० आवर्तने करणारे डिझेल इंजिन बसवलेले असते. पुढील ड्रम ९०० मि.मी. तर मागील ७०० मी.मी. व्यासाचा असतो. रोलरचे एकूण वजन अंदाजे १.२ टन असते. पुढील ड्रमच्या अंतर्भागात इक्सेन्ट्रिक वजने असतात. हायड्रॉलिक तत्त्वाचा वापर करून पुढील ड्रममध्ये प्रति मिनिटाला ५०००पर्यंत कंपने निर्माण केली जातात. त्याद्वारे ५ टन वजनाचा दाब निर्माण होतो. धुमसणी करताना पाण्याचा वापर करण्यासाठी दोन्ही ड्रमना स्प्रिंक्लर्सची विशेष योजना असते. रोलिंग करणाऱ्या ऑपरेटरला बसण्यासाठी छोट्या खुर्चीची व्यवस्था असते. रोलरला हायड्रॉलिक ऑइलसाठी ४० लिटर तर डिझेलसाठी ८ लिटरची टाकी असते. एक तास रोलिंग करण्यासाठी फक्त दोन लिटर डिझेल लागते. प्रत्येक चार महिन्यांनी हायड्रॉलिक ऑइल व फिल्टर्स बदलावे लागतात.

अरुंद जागेत धुमसणी करण्यासाठी व डांबरीकरण करण्यासाठी अशा रोलरचा वापर करता येतो. ही सर्व यंत्रप्रणाली वापरताना सुरक्षिततेसाठी ऑपरेटरने हँडग्लोव्हज, हेल्मेट, सेफ्टी शूज वापरणे आवश्यक असते.

♦♦♦

बांधकाम साहित्य वाहतुकीसाठी हायड्रॉलिक लोडर

बांधकामाच्या लहानमोठ्या सर्वच प्रकल्पांवर सध्या अद्ययावत मशिनरीचा वापर मोठ्या प्रमाणावर केला जात आहे. इमारतीसाठी लागणाऱ्या खडी, वाळू, सिमेंट, विटा, माती, मुरूम अशा विविध घटकांची साइटवर एका ठिकाणाहून दुसऱ्या ठिकाणी वाहतूक करण्यासाठी अथवा ट्रकमध्ये भरण्यासाठी हायड्रॉलिक लोडरचा वापर करणे उपयुक्त ठरते. RMC प्लॅन्ट, खडी बनवणारे क्रशर, डांबराचे प्लॅन्ट अशा विविध ठिकाणी खडी, वाळू यांच्या वाहतुकीसाठी लोडरचा नियमित वापर होताना आढळतो. हायड्रॉलिक तत्त्वावर काम करणारी ही छोटी यंत्रप्रणाली अरुंद व कमी उंचीच्या जागेमध्ये सहजपणे काम करू शकते.

हायड्रॉलिक लोडरची वैशिष्ट्ये

४.४ मीटर लांबी, १.६० मीटर रुंदी, २.३० मीटर उंचीच्या लोडरच्या दर्शनी भागात उच्च प्रतीच्या लोखंडापासून बनवलेली अर्ध्या घनमीटर क्षमतेची बकेट बसवलेली असते. लोखंडावर विशिष्ट प्रक्रिया करून बनवलेले दणकट, छोटे सहा दात (Teeth) बकेटच्या पुढील भागाला जोडलेले असतात. कमीत कमी दाबाने मजबूत पकडीने मटेरियल उचलण्यासाठी या दातांचा उपयोग होतो. एका वेळी अंदाजे १२०० किलो वजनाचे कोणतेही बांधकामाचे साहित्य लोडरच्या साहाय्याने उचलता येते. लोडरचे अंदाजे वजन २.३४ टन असते व त्याला २५ अश्वशक्तीचे कार्यक्षम डिझेल इंजिन बसवलेले असते. हायड्रॉलिक ऑइलसाठी १५ लिटर क्षमतेचा स्वतंत्र टँक असतो. २.५ मीटर रुंदीच्या अरुंद जागेत २.९ मीटर उंचीपर्यंत बकेट उचलता येते. चार रबरी चाकांच्या साहाय्याने ४.५ मीटर व्यासाच्या लहान जागेतसुद्धा लोडर स्वत:भोवती ३६० अंशांमध्ये फिरू शकतो. बकेट मागेपुढे व वरखाली करण्यासाठी दोन हायड्रॉलिक सिलिंडर्स, तर मटेरिअल खाली आणण्यासाठी स्वतंत्र हायड्रॉलिक सिलिंडर

असतो. ऑपरेटरला अचूक नियंत्रणासाठी काचेची सुसज्ज केबिन असते. चढउतारावर सुरक्षितपणे काम करण्यासाठी स्वतंत्र गिअरची व्यवस्था असते. रात्री काम करण्यासाठी प्रखर दिव्यांची, तर धुक्यामध्ये काम करण्यासाठी स्वतंत्र प्रकाशयोजना (Fog light) असते. दोन्ही बाजूला नियंत्रण करण्यासाठी ऑपरेटरच्या केबिनला आरसे असतात व या छोट्या केबिनमध्ये पंख्याचीही सोय असते. लोडर चालविण्यासाठी प्रतितासाला १५ लिटर डिझेल लागते.

♦♦♦

डांबरीकरणासाठी टॅण्डम व्हायब्रेटरी रोलर

रस्ते बांधताना भरावाचा टप्पा पूर्ण झाल्यानंतर खडीकरण चालू होते. जॉन लॉडन मॅकडम या स्कॉटिश इंजिनीअरने १८व्या शतकात खडीकरणामध्ये यशस्वी संशोधन केले. विविध आकाराची खडी व पाणी यांचा (Water bound macadam) रस्त्याच्या वरील थरांसाठी उपयोग केला. त्या वेळेपासून आजपर्यंत अशा पद्धतीने अनेक रस्ते तयार झाले व होत आहेत. रस्त्याच्या सर्वांत वरच्या थरांसाठी बिटूमेन अथवा काँक्रीटचा वापर प्रामुख्याने केला जातो. १८२४मध्ये फ्रान्सची राजधानी पॅरिस या शहरात जगातील पहिला ॲस्फाल्ट रोड तयार केला गेला. त्या काळी डांबरीकरणासाठी टार या कमी दर्जाच्या ॲस्फाल्टचा वापर होत असे. सध्याच्या काळात बिटूमेनचा वापर सर्वत्र केला जातो. पेट्रोल शुद्धीकरण करण्याच्या प्रक्रियेमधील शिल्लक राहिलेल्या गाळापासून बिटूमेन तयार केले जाते. चिकटपणा हा बिटूमेनचा प्रमुख गुणधर्म मानला जातो. डांबरीकरण करताना बिटूमेनला १५० अंश सेल्सिअसपर्यंत गरम करावे लागते. उष्ण बिटूमेन, बारीक खडी, खडीपावडर यांच्या विविध प्रमाणातील मिश्रणांच्या साहाय्याने डांबरीकरणातील विविध प्रकारचे थर रस्त्यासाठी केले जातात. यामध्ये प्रामुख्याने बिटूमिनस मॅकडम (BM), सेमिडेन्स बिटूमेन काँक्रीट (SDBC), बिटूमिनस काँक्रीट (BC) यांचा समावेश आहे. या सर्व थरांची उत्तम धुमसणी (compaction) करणे आवश्यक असते. उष्ण बिटूमेन रोलरला चिकटू न देता सुंदर पृष्ठभाग तयार करण्यासाठी अद्ययावत टॅण्डम रोलरचा वापर करणे उपयुक्त ठरते.

हायड्रॉलिक टॅण्डम रोलरची रचना व कार्य

पुढील आणी मागील भागात दोन स्टील ड्रम्सची रचना असणाऱ्या या रोलरला ७० अश्वशक्तीचे चार सिलिंडर्स असणारे एअरकूल इंजिन बसवलेले असते. रोलरचे वजन अंदाजे ९ टन असते. रोलरमध्ये एकूण पाच मोटर्स असतात. कंपने निर्माण करणे, वेग व दिशा नियंत्रित करण्यासाठी त्यांचा वापर केला जातो. इंजिन कार्यान्वित झाल्यावर हायड्रॉलिक पंपच्या साहाय्याने रबरी नळ्यांमार्फत मोटर्सपर्यंत हायड्रॉलिक ऑइलचा पुरवठा केला जातो. डिझेलसाठी १३० लिटर, तर हायड्रॉलिक ऑइलसाठी ८४ लिटर क्षमतेची

टाकी असते. रोलिंग करतेवेळी पाण्याचा उपयोग करण्यासाठी दोन्ही ड्रमजवळ स्प्रिंकलर्सची योजना असते. पाण्याचा साठा करण्यासाठी पॉलियुरेथिनचे आवरण असणाऱ्या ७०० लिटर क्षमतेचे स्टील टँक असतात. स्प्रिंकलर्सची योजना १२Vच्या डायरेक्ट करंट मोटरच्या साहाय्याने कार्यान्वित होते. पाण्याचा फवारा नियंत्रित करण्यासाठी गुरुत्वाकर्षण आणि दाब या तत्त्वांचा वापर होतो. रोलरमध्ये प्रतिमिनिटाला २४०० आणि ३००० कंपने निर्माण करण्यासाठी सुविधा असते. अशा वेळी डांबरी थरांवर अंदाजे ५ टन वजनाचा केंद्रप्रसारी दाब निर्माण होतो. रोलरच्या अंतर्भागात असणाऱ्या इक्सेन्ट्रिक वजनामुळे अशी कंपने निर्माण होतात. या प्रचंड कंपनांपासून इंजिन सुरक्षित ठेवण्यासाठी रबरी पॅड्स (shock absorbers) बसवलेली असतात.

रोलिंग करण्यासाठी प्रतितासाला ६ लिटर डिझेल खर्च होते. पार्किंगसाठी आणि आपत्कालीन स्थितीसाठी स्वतंत्र ब्रेकची सोय असते. जमिनीपासून २० अंशांपर्यंतच्या चढावरसुद्धा सुरक्षितपणे रोलिंग करता येते. प्रत्येक २००० तास रोलिंग झाल्यावर अथवा वर्षाने हायड्रॉलिक ऑइल आणि फिल्टर बदलणे आवश्यक असते. ऑपरेटरला उन्हाचा त्रास होऊ नये म्हणून कॅनोपी बसवलेली असते. रात्रीच्या वेळी सुरक्षितपणे काम करण्यासाठी प्रखर दिव्यांची सोय असते.

♦♦♦

रस्तेबांधणीसाठी व्हायब्रेटरी रोलर

रस्ते बांधताना भराव, सबग्रेड, डांबरीकरण अथवा काँक्रीट असे विविध टप्पे येतात. भरावाच्या धुमसणीसाठी हायड्रॉलिक व्हायब्रेटरी रोलरचा वापर उपयुक्त ठरतो. भरावाची उंची रस्त्याच्या प्रोफाईलनुसार ठरवली जाते. एक मीटरपासून तीन किंवा त्याहून अधिक उंचीपर्यंतचे भराव अशा वेळी करावे लागतात.

भरावासाठी असणारे गुणवत्तेचे निकष

भरावासाठी वापरल्या जाणाऱ्या साहित्याची कोरडी घनता (Dry density) व त्यामधील नैसर्गिक पाण्याचे प्रमाण किती आहे, याची प्रथम प्रयोगशाळेत चाचणी केली जाते. भरावासाठी मुरुम हे सर्वोत्तम मटेरियल असते. विविध खाणींमधील मुरुमाची घनता व त्यामधील पाण्याचे प्रमाण हे वेगवेगळे असते. IS२७२० VIIमध्ये भरावाच्या उंचीनुसार आवश्यक असणाऱ्या साहित्याच्या घनतेचे प्रमाण दिले आहे. MORTHच्या (Ministry of Shipping, Road Transport and Highways) निकषानुसार भरावाचा प्रत्येक सुटा थर हा २५० मि.मी.पेक्षा जास्त उंचीचा नसावा. पहिल्या थराची धुमसणी झाल्यानंतर जागेवरील मुरुमाची घनता व पाण्याचे प्रमाण पुन्हा तपासावे. अशी घनता प्रयोगशाळेतील चाचणी केलेल्या घनतेच्या ९५ ते ९८ टक्के असणे आवश्यक असते. उत्तम धुमसणीसाठी प्रत्येक थरावर टँकरद्वारा पाणी मारावे. गुणवत्तेचे निकष पूर्ण झाल्यानंतरच पुढील काम चालू करावे.

व्हायब्रेटरी रोलरची रचना व कार्य

एखादा ट्रॅक्टर व रोलर एकमेकांना संलग्नपणे जोडल्यावर जसा दिसेल तशीच याची रचना असते. १९ फूट लांबी व ७ फूट रुंदी असणाऱ्या या रोलरचे वजन अंदाजे १० टन असते. रोलिंग करणाऱ्या ड्रमचे वजन ६ टन, तर ट्रॅक्टरचा भाग ४ टन असतो. उच्च प्रतीच्या ३६ मि.मी. जाडीच्या स्टीलपासून बनवलेल्या ड्रमचा व्यास ५ फूट असतो. रोलिंग करताना ड्रमला चिकटलेला ओला मुरूम वेगळा करण्यासाठी पुढील भागात स्क्रेपर बार बसवलेला असतो.

प्रति मिनिट २५०० आवर्तने करणारे ११२ अश्वशक्तीचे सहा सिलिंडर्सचे इंजिन रोलरसाठी बसवलेले असते. इंजिनचे तापमान नियंत्रित करण्यासाठी इंजिन ऑइलचा वापर होतो. २३.१ x २६ इंच आकाराच्या दणकट टायर्समध्ये ट्यूबचा अंतर्भाग नसतो. पाणी व हवा यांचा समप्रमाणात वापर करून आवश्यक दाब निर्माण केला जातो. कंपने (Vibrations), गती व दिशा नियंत्रित करण्यासाठी तीन वेगवेगळे हायड्रॉलिक पंप व मोटर्स असतात. इंजिन कार्यान्वित झाल्यावर पंपाच्या साहाय्याने रबरी नळ्यांमार्फत मोटर्सपर्यंत हायड्रॉलिक ऑइलचा पुरवठा केला जातो. ड्रमच्या अंतर्भागात इक्सेन्ट्रिक (eccentric) वजने असतात.

विशिष्ट स्विचच्या साहाय्याने प्रति मिनिटाला १८६० व २४०० अशा दोन प्रकारची कंपने निर्माण करण्याची सुविधा असते. रबरी शॉक अॅब्सॉर्बरमुळे ही कंपने ऑपरेटरपर्यंत पोहोचत नाहीत. कंपनांद्वारा भरावावर २८ टन व ३१ टन वजनाचा केंद्रप्रसारी (centrifugal) दाब निर्माण होतो. ज्यामुळे भरावाची

धुमसणी केली जाते. रोलिंग करताना रस्त्याच्या कडेपासून सुरुवात करून मध्यभागापर्यंत केला जातो. ज्यामुळे भराव एका बाजूला सरकत नाही.

हायड्रॉलिक ऑइलसाठी ८५ लिटर, तर डिझेलसाठी १२० लिटरची टाकी असते. हायड्रॉलिक ऑइल व फिल्टर दर २००० तास रोलिंग झाल्यानंतर बदलणे आवश्यक असते. या रोलरच्या साहाय्याने १५ अंशांपर्यंतच्या चढावरसुद्धा सुरक्षितपणे रोलिंग करता येते. रोलिंग करण्यासाठी प्रतितास १० लिटर डिझेल वापरले जाते. रोलर मागेपुढे करणे, कंपने निर्माण करणे यासाठी ऑपरेटर स्वतंत्र लीव्हर्सचा वापर करतो. पार्किंग व सर्व्हिस अशा दोन प्रकारच्या ब्रेकची सोय असते. इंजिनचे तापमान, ऑइलचा दाब, वापरलेले तास यासाठी विविध मीटर्स बसवलेली असतात. रात्रीच्या वेळी सुरक्षितपणे काम करण्यासाठी आरसे, हॉर्न, प्रखर दिव्यांची सोय असते.

♦♦♦

बहुमजली इमारतींसाठी टॉवर क्रेन

पूर्वीच्या काळी बांधकामाचे साहित्य उदा. विटा, वाळू, खडी, सिमेंट, तयार काँक्रीट इत्यादी इमारतीच्या वरच्या मजल्यापर्यंत नेण्यासाठी मनुष्यबळाचा वापर केला जात असे. सध्याच्या स्पर्धामय जगात ही कामे जलद गतीने पूर्ण करण्यासाठी टॉवर क्रेनचा उपयोग करणे मोलाचे ठरत आहे. टॉवर क्रेनच्या साहाय्याने लाखो टन बांधकामाचे साहित्य एका ठिकाणाहून दुसऱ्या ठिकाणी कमी वेळात व सुरक्षितपणे नेणे शक्य होते.

टॉवर क्रेनच्या पहिल्या प्रकाराला मोबाईल क्रेन म्हणतात. तिला एका जागेवरून दुसऱ्या ठिकाणी ट्रेलरला जोडून नेता येते. रिमोट कंट्रोलच्या साहाय्याने अगदी कमी कालावधीत ही क्रेन कार्यान्वित करता येते. टॉवर क्रेनमध्ये लोखंडी उभा टॉवर (Mast), आडवी लोखंडी जीब, ट्रॉली, संतुलनाची वजने इत्यादी भागांचा समावेश असतो. २३ मीटर उभा टॉवर असणाऱ्या क्रेनची जीब ९० अंशांमध्ये २५ मीटरपर्यंत पोहोचू शकते, तर १२० अंशांमध्ये ती ३६ मीटर उंचीपर्यंत पोहोचू शकते. जीबच्या अंतरानुसार ८०० किलो ते २५०० किलो वजन उचलण्याची क्षमता अशा क्रेनमध्ये असते. क्रेनचे स्वत:चे वजन अंदाजे ८ टन असून, संतुलनासाठी काँक्रीटच्या छोट्या स्लॅब किंवा ९ टन वजनाची खडी लोखंडी बॉक्समध्ये भरून तळातील प्लॅटफॉर्मवर ठेवली जाते. वजन उचलण्यासाठी ट्रॉली मागे पुढे करण्यासाठी १.५ अश्वशक्तीच्या, मनोऱ्याच्या उभारणीसाठी ७.५ अश्वशक्तीच्या, तर क्रेनच्या भ्रमणासाठी २.०० अश्वशक्तीच्या विद्युत मोटर्स वापरण्यात येतात. ट्रॉली सुरक्षित अंतरावर थांबण्यासाठी जीबच्या दोन्ही टोकाला १ मीटर अंतरावर सुरक्षा स्वीच बसवलेले असते. त्यापुढे ट्रॉली जाऊ शकत नाही. जास्त वजन नियंत्रित करण्यासाठी ओव्हरलोड स्वीचची व्यवस्था असते. क्रेनसाठी ११ KVAची विद्युत ऊर्जा अथवा २० KVAची जनरेटरची ऊर्जा आवश्यक असते.

कायमस्वरूपी क्रेन

टॉवर क्रेनच्या दुसऱ्या पद्धतीमध्ये इमारतीचे बांधकाम पूर्ण होईपर्यंत क्रेन एकाच जागी कायमस्वरूपी उभारणी करून ठेवली जाते. उभा लोखंडी टॉवर (Mast), आडवी लोखंडी जीब, संतुलनासाठी लागणारी वजने (Counter weights), ट्रॉली, ऑपरेटर केबिन, क्रेनची उंची वाढवण्यासाठी लागणारे क्लाइंबिंग युनिट, भ्रमणासाठी लागणारे सेल्विंग युनिट अशा विविध भागांची जोडणी करून ही क्रेन कार्यान्वित करता येते.

प्रत्यक्ष क्रेनच्या उभारणीआधी नियोजित जागी काँक्रीटचा भक्कम पाया बनवला जातो. ५ मीटर लांब, ५ मीटर रुंद, १.५ मीटर उंच अशा आकाराच्या काँक्रीटच्या पायामध्ये क्रेनच्या उभारणीसाठी लागणारे लोखंडी बोल्ट्स अचूक जागी उभे केले जातात. M४० दर्जाचे काँक्रीट यासाठी वापरले जाते. १.६ मीटर लांबी, १.६ मीटर रुंदी, २.८ मीटर उंचीचे लोखंडी मास्टचे चार भाग एकमेकांना नटबोल्टने जोडून पायावर उभे केले जातात. ५० मीटर लांबीच्या जीबची जोडणी प्रथमत: जमिनीवर केली जाते. दुसऱ्या क्रेनच्या साहाय्याने ही जीब उभ्या मनोऱ्याला जोडली जाते. संतुलनासाठी विरुद्ध दिशेला तयार काँक्रीटचे छोटे भाग (Precast slab) ठेवले जातात. क्रेनच्या भ्रमणासाठी लागणारी यंत्रणा (Slewing

unit), ऑपरेटर केबिन, ट्रॉली अशा भागांची त्यानंतर जोडणी केली जाते. सर्वांत वरच्या भागात क्रेनची उंची वाढविण्यासाठी असणारे क्लाइंबिंग युनिट जोडले जाते. या युनिटमध्ये हायड्रॉलिक जॅकची व्यवस्था असते. क्रेनची उंची वाढवताना जॅकच्या साहाय्याने मास्टच्या उंचीएवढी (२.८ मीटर) मोकळी जागा निर्माण करून या पोकळीमध्ये नवीन मास्टची वरचेवर जोडणी केली जाते. प्रत्येक वेळी याच पद्धतीने क्रेनची उंची वाढवता येते. ४० मीटर उंचीपर्यंत क्रेनला कोणताही आधार लागत नाही. त्यानंतर प्रत्येक २६ मीटर उंचीवर इमारतीपासून आडवा आधार (Cross-bracing) द्यावा लागतो. अशा प्रकारे क्रेन जमिनीपासून २४० मीटर उंचीपर्यंत नेता येते.

क्रेनचा उभा टॉवर केंद्रबिंदू धरला, तर ५० मीटर परिघातील १.५ ते ६ टन वजनाचे बांधकाम साहित्य नियोजित उंचीवर ठेवता येते. ट्रॉलीला जोडलेले वजन उचलण्यासाठी असणारा हूक प्रतिमिनिट ८० मीटर वेगाने केबलच्या साहाय्याने वरखाली होऊ शकतो. या क्रेनला स्वत:भोवती एक प्रदक्षिणा पूर्ण करण्यास दोन मिनिटांचा अवधी लागतो. क्रेन संपूर्णपणे कार्यान्वित होण्यासाठी ४३kw विद्युत ऊर्जेची आवश्यकता असते. ऑपरेटर केबिनच्या चहूबाजूला व तळामध्ये पारदर्शक काच बसवलेली असते. ज्यामुळे उंचावरून इमारतीच्या सर्व जागेवर नियंत्रण ठेवणे क्रेनचालकाला शक्य होते. ऑपरेटर केबिनपर्यंत पोचण्यासाठी चालकाला मास्टमधील शिडीचा वापर करावा लागतो.

♦♦♦

कॉंक्रीटच्या वाहतुकीसाठी ट्रान्झिट मिक्सर

रेडी मिक्स प्लॅन्टमधून तयार झालेले कॉंक्रीट शहरातील विविध प्रकल्पांवर सुरक्षितपणे नेण्यासाठी ट्रान्झिट मिक्सरचा वापर करण्यात येतो.

जर्मनीने १९०३मध्ये साऱ्या जगाला रेडीमिक्स कॉंक्रीटची (RMC) ओळख करून दिली. अशा तयार कॉंक्रीटची उपयुक्तता ओळखून इंग्लंड, अमेरिका अशा देशांमध्ये RMC प्लॅन्ट लगेचच कार्यान्वित झाले. १९२०च्या सुमारास मोटारगाड्यांची लोकप्रियता वाढली व कॉंक्रीट वाहून नेण्यासाठी ट्रान्झिट मिक्सरचा वापर सर्वप्रथम अमेरिकेत केला गेला. भारतात १९५०च्या दशकातील भाक्रानांगल, कोयना अशा महत्त्वाकांक्षी धरणांच्या कामावर कॉंक्रीट वाहून नेण्यासाठी मनुष्यबळ, रोप वे, कॉंक्रीट बकेट, सरकत्या पट्ट्या यांचा वापर केला जाई. १९७९मध्ये ट्रॉम्बे विद्युत प्रकल्पासाठी प्रतितास ६० घनमीटर कॉंक्रीट तयार करणारा अद्ययावत संगणकीकृत प्लॅन्ट जर्मनीहून भारतात आयात करण्यात आला. या प्रकल्पावर सर्वप्रथम RMC प्लान्ट, ट्रान्झिट मिक्सर, कॉंक्रीट पंप अशा सर्व आधुनिक यंत्रप्रणालींचा वापर करण्यात आला.

ट्रान्झिट मिक्सरची रचना व कार्य

बांधकामाच्या गरजेनुसार एम-१०पासून एम-१०० दर्जाचे कॉंक्रीट शहरातील विविध प्रकल्पांवर नेणे आवश्यक असते. ९ मीटर लांबीच्या ट्रक चासीवर २.२ मीटर व्यासाची गोलाकार हंडी दोन रोलरच्या साहाय्याने बसविलेली असते. हायड्रॉलिक प्रणालीने तिला दोन्ही दिशांना फिरवता येते. मिक्सर हंडीची एकूण क्षमता १० घनमीटर एवढी असते; परंतु त्यामधून अंदाजे ६ घनमीटर कॉंक्रीटची वाहतूक सुरक्षितपणे करता येते. प्लान्टमधील कॉंक्रीट मिक्सरमध्ये भरताना हंडी प्रतिमिनिट १४ आवर्तने फिरते,

तर रस्त्यावरून वाहतूक करताना तिची फक्त ४ आवर्तने होतात. काँक्रीट बाहेर येऊ नये म्हणून हंडी १२ अंशांमध्ये एका बाजूला वर उचललेली असते. हंडीच्या अंतर्भागात वक्राकार नागमोडी दुहेरी ब्लेड असतात. त्याच्या साहाय्याने काँक्रीट सतत घुसळले जाते. यामुळे ते घट्ट होत नाही.

काँक्रीट बनवतानाच त्यामध्ये सुपर प्लॅस्टिसायझरचा वापर करून ते घट्ट होण्याची प्रक्रिया अंदाजे तीन तासांपर्यंत प्रलंबित करता येते.

प्लॅन्टमधून काँक्रीट घेऊन बाहेर पडलेला मिक्सर शक्यतो दोन तासांमध्ये नियोजित जागी पोचणे व त्याचा वापर होणे गरजेचे असते. मिक्सरची हंडी व अंतर्गत ब्लेडसाठी उच्च प्रतीच्या न झिजणाऱ्या टिकाऊ स्टीलचा वापर केला जातो. मिक्सर मशिनसोबत ४०० लिटर पाण्याची छोटी टाकी व पंप असतो. काँक्रीटचा पूर्ण वापर झाल्यावर हंडी स्वच्छ करण्यासाठी त्याचा उपयोग होतो. मोकळ्या रस्त्यावर ताशी ९० किलोमीटर वेगाने मिक्सर धावू शकतो.

मिक्सरसंबंधी महत्त्वपूर्ण गोष्टी

१) काँक्रीटची वाहतूक करताना मिक्सर बंद पडू नये म्हणून इंजिन, ब्रेक, हायड्रॉलिक यंत्रणेची नियमित देखभाल करावी लागते.

२) वाहतूक करताना अथवा साईटवर काँक्रीटमध्ये पाणी मिसळता येत नाही.

३) साईटवर आलेले काँक्रीट प्रमाणापेक्षा घट्ट आढळल्यास प्लॅन्टवरील इंजिनीअरच्या सल्ल्यानुसार ॲडमिक्श्चरचा वापर करावा.

४) पावसाळ्यात हंडीचा दर्शनी भाग प्लॅस्टिक कापडाने बंद करावा.

५) मिक्सर ड्रायव्हरकडे मोबाईल अथवा वायरलेस यंत्रणा असावी. ज्यामुळे प्लॅन्ट अथवा साईटवरून संपर्क साधणे शक्य होते.

सध्या रेडीमिक्स प्लॅन्ट व ट्रान्झिट मिक्सर असे समीकरणच बनले आहे. रस्ते, इमारती, पूल, शॉपिंग मॉल अशा सर्वच ठिकाणी रेडीमिक्स काँक्रीटचा वापर सध्या मोठ्या प्रमाणावर केला जात आहे. काँक्रीटच्या सुरक्षित वाहतुकीसाठी ट्रान्झिट मिक्सरचे महत्त्व अनन्यसाधारण आहे.

♦♦♦

जलद उभारणीसाठी कॉंक्रीट पंप

बांधकामाच्या जागी खडी, वाळू, सिमेंट आणून मिक्सर मशिनच्या साहाय्याने कॉंक्रीट बनवणे आता हळूहळू कालबाह्य होत आहे. जागेची कमतरता, अपुरे मनुष्यबळ व लागणारा वेळ या सगळ्यांवर मात करणारे तयार कॉंक्रीट (RMC) सध्या जागोजागी होताना आढळते. बॅचिंग ब्लॅन्टमधून तयार झालेले कॉंक्रीट विविध प्रकल्पांवर मिक्सर ट्रकमधून (Transit Mixer) पाठविले जाते. हे कॉंक्रीट इमारतीचे कॉलम, बीम, स्लॅब अशा विविध घटकांपर्यंत पोचविण्यासाठी कॉंक्रीट पंपाचा वापर केला जातो.

कॉंक्रीट पंपाचे प्रकार

प्रामुख्याने दोन प्रकारचे पंप असतात. पहिल्या प्रकाराला लाइन पंप, तर दुसऱ्या प्रकाराला बूम पंप असे म्हणतात. लाइन पंप हा ट्रेलरला जोडलेला (Trailer Mounted) अथवा ट्रकवर बसवलेला (Truck Mounted) असतो. लाइनपंपाने कॉंक्रीट वाहून नेण्यासाठी सरळ, वक्राकार, छोटे पाइप एकमेकांना जोडून साइटवर प्रत्येक वेळी स्वतंत्र पाइपलाइन तयार करावी लागते. लाइन पंपाची इंजिन क्षमता ४९ KW ते १३५ KWपर्यंत असते.

स्वयंचलित मिक्सरमधील कॉंक्रीट पंपाच्या हॉपरमध्ये ओतले जाते. रोलरच्या साहाय्याने हे कॉंक्रीट प्रथम घुसळले जाते. पंपामध्ये ५ फूट लांब व ८ इंच व्यासाचे दोन पिस्टन सिलिंडर्स असतात. प्रतिमिनिट १७ ठोके मारून ते कॉंक्रीट पाइपलाइनमध्ये पुढे ढकलण्याचे कार्य करतात. अशा प्रकारे सलग प्रक्रियेने कॉंक्रीट नियोजित जागी पोचविता येते. कॉंक्रीटचा दाब अशा वेळी ७० बार प्रेशर एवढा असतो. पंपाच्या

दुसऱ्या बाजूला इंग्लिश S आकाराचा व्हॉल्व्ह बसवलेला असतो. त्यामधून काँक्रीट पाइपलाइनमध्ये ढकलले जाते. या विशिष्ट व्हॉल्व्हमुळे जास्तीत जास्त अंतर व उंचीपर्यंत काँक्रीट पोचविता येते. काँक्रीट करतेवेळी जर पाइपलाइन चोक झाली, तर रिव्हर्स पंपिंग करून ती त्वरीत साफ करता येते. लाइनपंपाने जमिनीला समांतर ८०० मीटर, तर उंचीला १२५ मीटरपर्यंत काँक्रीट करणे साध्य होते. डिझेल व विद्युतप्रवाह या दोन्हींवर चालणारे पंप बाजारात उपलब्ध आहेत. कमीत कमी वेळात काँक्रीट करणे पंपाच्या साहाय्याने शक्य होते. मिक्सर ट्रकमधून येणारे काँक्रीट हे अंदाजे पाच घनमीटर एवढे असते. लाइनपंपाने प्रती तासाला ४५ घनमीटर काँक्रीट करता येते.

बूम पंपामध्ये एकमेकांना जोडलेले पाइपलाइनचे चार भाग घडी केलेल्या अवस्थेत असतात. पंपाच्या जागेपासून ज्या ठिकाणी काँक्रीट करावयाचे आहे त्या अंतरानुसार बूमची लांबी कमीजास्त करता येते. हा बूम स्वत:भोवती ३६० अंशांमध्ये फिरू शकतो. इमारतीच्या सर्वांत वरच्या मजल्यावरचे काँक्रीटसुद्धा ऑपरेटरला रिमोट कंट्रोलच्या साहाय्याने पंपाला दिशा देऊन जमिनीवरून साध्य होऊ शकते. बूम पंपाची इंजिन क्षमता ८२ KW असल्यामुळे प्रतितास ८० घनमीटर एवढे काँक्रीट करता येते. जलद गतीने इमारती पूर्ण करण्यासाठी काँक्रीट प्लान्ट व काँक्रीट पंप हे महत्त्वाचे घटक बनले आहेत.

♦♦♦

काँक्रीट बॅचिंग प्लॅन्ट

पूर्वीच्या काळात काँक्रीट बनविण्यासाठी मनुष्यबळाचा वापर मोठ्या प्रमाणात होत असे. सध्याच्या काळात प्रगत तंत्रज्ञानाच्या साहाय्याने उच्च दर्जाचे काँक्रीट बनविणे साध्य झाले आहे. हे काँक्रीट बनविण्यासाठी बॅचिंग प्लॅन्टची उभारणी केली जाते.

काँक्रीटचा पूर्वेतिहास

सुरुवातीच्या काळात गोलाकार घाणीमध्ये लाकडी दांड्याच्या मदतीने मनुष्यबळाचा वापर करून काँक्रीटचे मिश्रण केले जाई. कालांतराने हा प्रकार कालबाह्य होऊन काँक्रीट बनविण्यासाठी छोटा मिक्सर अस्तित्वात आला. जर्मनीमध्ये १९०३मध्ये जगातील पहिल्या काँक्रीट बॅचिंग प्लॅन्टची उभारणी झाली. भारतामध्ये १९७९मध्ये काँक्रीटचा पहिला बॅचिंग प्लॅन्ट जर्मनीहून आयात केला.

प्रति तासाला विविध घनमीटर काँक्रीट बनविण्याची क्षमता असणारे प्लॅन्ट बाजारात उपलब्ध आहेत. यामध्ये २५, ६०, १२० पासून २४० घनमीटर प्रति तास अशी त्यांची क्षमता असते.

छोट्या अथवा मोठ्या क्षमतेच्या प्लॅन्टमध्ये अनेक गोष्टी सारख्या असतात. यामध्ये खडी, वाळू यांचा साठा करणारे स्वतंत्र कप्पे (Bins), त्यांच्या वाहतुकीसाठी ट्रॉली अथवा सरकते पट्टे, मिश्रणासाठी मिक्सर, सिमेंट, फ्लाय ॲशसाठी स्वतंत्र टँक (silons), पाणी व ॲडमिक्श्चरसाठी स्वतंत्र पाइपलाइन अद्ययावत संगणक यंत्रणा, कंट्रोल पॅनेल यांचा समावेश असतो.

छोट्या क्षमतेचे बॅचिंग प्लॅन्ट

प्रतितास २५ घनमीटर काँक्रीट तयार करणाऱ्या या प्लॅन्टसाठी खडी, वाळू, क्रश सँड यासाठी स्वतंत्र कप्पे असतात. काँक्रीटसाठी लागणारे असे घटक क्रमाक्रमाने एका मोठ्या बकेट ट्रॉलीमध्ये कप्प्यामधून खाली जमा होतात. त्यांच्या अचूक वजनासाठी सेन्सर्स बनवलेले असतात. ट्रॉलीमध्ये जमा झालेले साहित्य मिक्सरपर्यंत नेण्यासाठी लोखंडी वायर रोपचा वापर केला जातो. या मिक्सरची क्षमता पाऊण

घनमीटर असते. यामध्ये एका वेळी अर्धा घनमीटर काँक्रीट फक्त तीस सेकंदांमध्ये तयार केले जाते. मिक्सरच्या अंतर्भागात स्वत:भोवती आणि विरुद्ध दिशेला फिरणारी दोन ब्लेड्स असतात. मिक्सरचा अंतर्भाग आणि ब्लेड्ससाठी उच्च दर्जाच्या स्टीलचा वापर केला जातो. सिमेंट आणि फ्लाय अ‍ॅशसाठी स्वतंत्र टँक असतात. स्क्रू कन्व्हेअरच्या साहाय्याने दोन्ही घटक अचूक वजनाने मिक्सरमध्ये मिसळले जातात. स्वतंत्र पाइपलाइन मधून येणारे पाणी व अ‍ॅडमिक्श्चर यांचे प्रत्येक बॅचसाठी वजन केले जाते. मिक्सरच्या तळभागात तयार काँक्रीट बाहेर पडण्यासाठी हायड्रॉलिक तत्त्वावर कार्य करणारा दरवाजा असतो. प्लॅन्टच्या कंट्रोल पॅनेलमध्ये सर्व घटकांचे वजन दर्शविणारे इंडिकेटर्स असतात. पॅनेलमध्ये काँक्रीटचे विविध मिक्स डिझाइन असणारा संगणकीकृत तयार प्रोग्रॅम असतो. काँक्रीटची हवी ती ग्रेड त्यामधून निवडता येते.

मटेरिअल वाहतुकीसाठी असणारी ट्रॉली बकेट ५.५ KW, तर मिक्सरसाठी ८.५ KW क्षमतेची विद्युत मोटर असते. अचूक वजनासाठी असणारे सेन्सर्स हवेच्या दाबतत्त्वावर (Pneumatic) कार्य करतात. त्यासाठी ५.५ KW क्षमतेचा कॉम्प्रेसर असतो. संपूर्ण प्लॅन्टसाठी एकूण ४५ KW विद्युत ऊर्जेची आवश्यकता असते. प्लॅन्टची उभारणी फक्त पाच तासांत करता येते. एका ठिकाणाहून दुसरीकडे अशा प्लॅन्टची वाहतूक सोपी असते. एका महिन्यामध्ये अंदाजे पाच हजार घनमीटर काँक्रीटचे उत्पादन करता येते.

मोठ्या क्षमतेचे बॅचिंग प्लॅन्ट

प्रतितास ६० घनमीटरपासून २४० घनमीटर काँक्रीटचे उत्पादन या प्लान्टमधून करता येते. मटेरियल मिक्सरपर्यंत नेण्यासाठी अशा प्लान्टमध्ये सरकत्या पट्ट्यांचा वापर केला जातो. सिमेंट, फ्लाय अ‍ॅशसाठी मोठ्या क्षमतेचे स्वतंत्र टँक असतात. काँक्रीट मिक्सरची रचना विशिष्ट पद्धतीची असते. मिक्सरच्या

अंतर्भागात विरुद्ध दिशेला फिरणारे दोन शाफ्ट (Twin shaft) असतात. काँक्रीटचे मिश्रण पृष्ठभागाला चिकटू न देण्याचे काम स्क्रेपरमुळे होते. एका वेळी एक घनमीटरपासून सहा घनमीटरपर्यंत काँक्रीट बॅच करता येते.

या प्लॅन्टचे सर्व कार्य संगणक तत्त्वावर चालते. प्लॅन्टच्या इतर भागांचे कार्य विविध क्षमतेच्या विद्युत मोटर्सच्या साहाय्याने चालते. अशा प्लॅन्टसाठी एकूण १०० KVA पासून ३५० KVA विद्युत ऊर्जेची आवश्यकता असते. महिन्याला १० हजारांपासून ५० हजार घनमीटरपर्यंत काँक्रीट या प्लॅन्टमधून तयार करता येते.

♦♦♦

काँक्रीट रस्त्यांसाठी सेन्सर पेव्हर

दळणवळण सुरक्षितपणे आणि कमी कालावधीमध्ये होण्यासाठी रस्त्यांचा दर्जा उत्तम असणे गरजेचे असते. रस्ते चांगले असतील, तर इंधन व मौल्यवान वेळ यांची बचत होते. त्याचप्रमाणे अपघातांच्या प्रमाणावर नियंत्रण राखता येणे शक्य होते. काँक्रीटमधील अष्टपैलू गुणधर्मामुळे रस्तेबांधणीसाठी जगभरात त्याचा वापर मोठ्या प्रमाणात होत आहे. उत्तम दर्जाच्या काँक्रीटच्या रस्त्यांसाठी काँक्रीटचा ७० टक्के, तर रस्ते बनविण्याच्या पद्धतीचा ३० टक्के वाटा असतो. अद्ययावत सेन्सर पेव्हरच्या साहाय्याने उत्तम दर्जाचे काँक्रीट रस्ते बनविणे साध्य झाले आहे.

सेन्सर पेव्हरचे विविध भाग

लोखंडी सरकते चेन ट्रॅक, हायड्रॉलिक लेव्हलिंग सिलिंडर्स, ऑगर, स्क्रीड प्लेट, व्हायब्रेटर, स्टील टाकण्यासाठी स्वयंचलित यंत्रणा, फिनिशिंगसाठी हलता बीम, इलेक्ट्रॉनिक सेन्सर्स, कंट्रोल पॅनेल अशा विविध भागांनी पेव्हर बनलेला असतो. पेव्हरचे वजन अंदाजे ४० टन असते, तर २७५ अश्वशक्तीचे शक्तिशाली डिझेल इंजिन त्याला बसविलेले असते. कमीत कमी १२ फूट ते ३९ फूट रुंदीपर्यंतचे रस्ते पेव्हरच्या साहाय्याने बनवता येतात. एकाच गतीने पेव्हर चालवण्याची विशिष्ट योजना यामध्ये असते. चारही बाजूंना लोखंडी ट्रॅकच्या हालचालींसाठी हायड्रॉलिक सिलिंडरचा वापर केला जातो. सेन्सर्ससाठी उभ्या आणि आडव्या धातूंच्या सळयांचा वापर केलेला असतो. आडवी सळई काँक्रीटची जाडी, तर उभी सळई पेव्हरची दिशा नियंत्रित करते. सेन्सर्स आणि सिलिंडर कंट्रोल पॅनेलशी संलग्न असतात.

काँक्रीट पेव्हिंग करताना

रस्त्याच्या दोन्ही बाजूंना ठरावीक अंतरावर लोखंडी सळया उभारल्या जातात. काँक्रीट थराच्या जाडीच्या खुणा या सळयांवर केल्या जातात. यासाठी अद्ययावत लेव्हलचा वापर केला जातो. सर्व खुणा एकत्रित येतील अशा पद्धतीने एक गाइड वायर त्यांना ताणून बांधली जाते. पेव्हरचे सेन्सर्स या गाइड

वायरच्या मदतीने थराच्या जाडीवर नियंत्रण ठेवतात. काँक्रीटीकरण चालू करण्यासाठी प्लॅन्टमधील तयार काँक्रीट पेव्हरच्या पुढील भागात ओतले जाते. साधारणत: ३० घनमीटर काँक्रीट जमा झाल्यावर पेव्हर कार्यान्वित करणे योग्य ठरते. वक्राकार ऑगर एकसारख्या प्रमाणात काँक्रीटला पेव्हरच्या मागील भागात ढकलण्याचे कार्य करतो. त्यानंतर व्हायब्रेटरच्या साहाय्याने काँक्रीटमधील हवेचे बुडबुडे विलग करून काँक्रीट एकजीव केले जाते. शेवटी लोखंडी हलत्या बीमच्या साहाय्याने पृष्ठभागाचे फिनिशिंग करण्यात येते.

काँक्रीटमध्ये आकुंचन आणि प्रसरणाची प्रक्रिया सलग घडत असते. त्यासाठी रस्त्यावर प्रत्येक ४.५ मीटर अंतरावर सांधा (Joint) ठेवणे गरजेचे असते. पेव्हरमधील स्वयंचलित यंत्रणेच्या साहाय्याने सांध्यांच्या ठिकाणी थराच्या जाडीच्या मध्यावर स्टीलच्या सळया टाकल्या जातात. तापमानातील बदलामुळे काँक्रीट सुरक्षित ठेवण्यासाठी रस्त्याच्या रुंदीवर ठरावीक अंतरावर अशाच सळया टाकणे गरजेचे असते. राष्ट्रीय महामार्गासाठी ३५० मिलिमीटर जाडीचे आणि M४० दर्जाचे काँक्रीट केले जाते. एकाच गतीने चालणारा पेव्हर प्रति मिनिटाला एक मीटर काँक्रीटचा रस्ता बनवू शकतो. गाडीचे टायर आणि रस्त्याचा पृष्ठभाग यामधील पकड घट्ट ठेवण्यासाठी रस्त्याचा पृष्ठभाग लोखंडी वायर ब्रशच्या साहाय्याने खडबडीत (Texturing) केला जातो. काँक्रीटमधील पाण्याचे बाष्पीभवन रोखण्यासाठी रस्त्याच्या पृष्ठभागावर लगेचच रासायनिक द्रव्याचा (Curing Compound) थर चढविला जातो. संपूर्ण रस्त्यावर २८ दिवस पाणी साठवले (Curing) जाते. काँक्रीटमधील सर्व सांधे डायमंड ब्लेडच्या साहाय्याने कापून त्यामध्ये सीलंट भरले जाते. सर्व प्रक्रिया पूर्ण झाल्यानंतर रस्ता वाहतुकीस खुला केला जातो.

काँक्रीट रस्ते बनवताना

काँक्रीटचे मिक्स डिझाईन, लवचिकता, दर्जा, टिकाऊपणा राखणे महत्त्वपूर्ण ठरते. अखंडित काँक्रीट करण्यासाठी बॅचिंग प्लॅन्टची जागा, प्लॅन्टची उत्पादनक्षमता योग्य असावी लागते. खडी, वाळू, सिमेंट, पाणी आणि काँक्रीटचा दर्जा वेळोवेळी तपासण्यासाठी सुसज्ज प्रयोगशाळेची आवश्यकता असते. रात्रीच्या वेळी तापमान कमी असताना काँक्रीटीकरण करणे योग्य ठरते. अशा वेळी पुरेशा दिव्यांची सोय आणि चालू वाहतुकीचे योग्य नियोजन करावे लागते.

♦♦♦

डांबरीकरणासाठी सेन्सर पेव्हर

अ‍ॅस्फाल्टिंगसाठी बिटूमेनचा वापर कित्येक दशकांपासून होत आहे. पूर्वीच्या काळी डांबरी रस्ते बनवताना मनुष्यबळाचा वापर मोठ्या प्रमाणात केला जात असे.

अमेरिकेत १९३१मध्ये यांत्रिक अ‍ॅस्फाल्ट पेव्हरचा वापर सर्वप्रथम करण्यात आला. कालांतराने यामध्ये अनुकूल बदल घडून सध्याचा अद्ययावत सेन्सर पेव्हर अस्तित्वात आला. कमीत कमी वेळामध्ये उच्च दर्जाचे अ‍ॅस्फाल्ट रोड बनविण्यासाठी संपूर्ण जगभर अशा पेव्हरचा वापर सध्या केला जात आहे.

डांबरी (अ‍ॅस्फाल्ट) रोड बनविण्यासाठी उष्ण बिटूमेन, बारीक खडी, खडी पावडर या घटकांचे विविध प्रमाणातील मिश्रण प्लॅन्टमध्ये तयार केले जाते. रस्ते बनवताना मध्य भागापासून दोन्ही बाजूंकडे असणारा उतार, घाट वळणावर असणारा चढ, थरांची जाडी, बिटूमेनचे प्रमाण यांचे महत्त्व अनन्यसाधारण असते.

अ‍ॅस्फाल्ट रोडचे विविध प्रकार

बिटूमिनस मॅकडम (**BM**) : या प्रकारात थराची जाडी अंदाजे ५० मि.मी. ते १०० मि.मी.पर्यंत असते. ६ मि.मी.पासून ३०० मायक्रॉन आकारमानाच्या खडीचा वापर यासाठी केला जातो. खडीच्या एकूण वजनाच्या ३ ते ३.५ टक्के बिटूमेन यामध्ये मिसळले जाते. यासाठी व्हिजी ३० (६०-७० पेनीट्रेशन) ग्रेडच्या बिटूमेनचा वापर केला जातो.

सेमीडेन्स बिटूमिनस कॉंक्रीट (**SDBC**) : या प्रकारात थराची जाडी अंदाजे २५ मि.मी. ते ५० मि.मी. असते. १० मि.मी.पासून ३०० मायक्रॉन आकारमानाच्या खडीचा वापर यासाठी केला जातो. खडीच्या एकूण वजनाच्या ४.५ ते ५ टक्के बिटूमेन यामध्ये मिसळले जाते. यासाठी व्हिजी १० (८०-१०० पेनीट्रेशन) ग्रेडच्या बिटूमेनचा वापर केला जातो.

बिटूमिनस कॉंक्रीट (**BC**) : अ‍ॅस्फाल्टिंगमधील हा सर्वांत वरचा थर आहे. यामध्ये थरातील बिटूमेनचे प्रमाण सर्वाधिक असते. या थराची जाडी अंदाजे २५ मि.मी. ते ५० मि.मी. इतकी असते. १० मि.मी.पासून ७५ मायक्रॉन आकारमानाच्या खडीचा वापर केला जातो. खडीच्या एकूण वजनाच्या ५ ते ७ टक्के बिटूमेन यामध्ये मिसळले जाते. यासाठी व्हिजी १० (८०-१०० पेनीट्रेशन) ग्रेडच्या बिटूमेनचा वापर होतो. (व्हिजी म्हणजे बिटूमेनची व्हिकॉसिटी ग्रेड)

वरील प्रत्येक प्रकारात थराच्या सुरुवातीला ०.३ कि.ग्रॅ. प्रति स्क्वे. मीटर या प्रमाणामध्ये बिटूमिन्स इमल्शन अथवा कटबॅक बिटूमेन याचा टॅक कोट सर्व पृष्ठभागावर अंथरला जातो.

अ‍ॅस्फाल्ट पेव्हरचे भाग व त्यांचे कार्य

हॉपर फीडर, कन्व्हेअर, ऑगर, हायड्रॉलिक व सेन्सर यंत्रणा, इंजिन, ट्रॅक्टर, कंट्रोल पॅनेल, स्क्रीड प्लेट अशा विविध भागांच्या संलग्नीकरणाने पेव्हरचे कार्य चालते. १०१ अश्वशक्तीचे सहा सिलेंडर्स असणारे वॉटरकूल डिझेल इंजिन यामध्ये बसवलेले असते. ट्रॅक्टरला चार मोठे व चार छोटे टायर्स बसवलेले असतात. पेव्हरच्या तळभागात थरांची लेव्हल करणारी स्क्रीड प्लेट असते.

रुंदीला २.५ मीटर असणारी ही प्लेट हायड्रॉलिकली दोन्ही बाजूला १ मीटरपर्यंत वाढवून ४.५

मीटरपर्यंत करता येते. चार बर्नरच्या साहाय्याने प्रथम प्लेटला गरम करावे लागते. प्लॅन्टमधून तयार अॅस्फाल्ट डंपरच्या साहाय्याने प्रत्यक्ष जागेवर आणून पेव्हरच्या हॉपरमध्ये ओतले जाते. हॉपरमध्ये एका वेळी ४ घनमीटर अॅस्फाल्ट मावेल एवढी क्षमता असते. हॉपरच्या पुढील भागात दोन आडवे रोलर्स बसवलेले असतात. डंपरच्या टायर्सना हे रोलर पुढे ढकलण्याचे काम करतात. जसजसा डंपर पुढे जातो तसतसे हॉपरच्या कन्व्हेअर बेल्टवरून अॅस्फाल्ट मागील भागात आणले जाते.

वक्राकार ऑगरच्या साहाय्याने स्क्रिड प्लेटच्या रुंदीएवढे अॅस्फाल्ट विभागले जाते. प्लेटला प्राथमिक धुमसणीसाठी व्हायब्रेटरची योजना केलेली असता. पेव्हर व हॉपरच्या हालचालींसाठी हायड्रॉलिक सिलेंडर्स बसवलेले असतात. कंट्रोल पॅनेलच्या साहाय्याने पेव्हरच्या सर्व हालचालींवर नियंत्रण ठेवता येते. पॅनेलमध्ये तापमान, ऑइलचा व डिझेलचा साठा, वापरलेले एकूण तास, गती यासाठी स्वतंत्र मीटर्स बसवलेले असतात. सेन्सरच्या मदतीने थरांच्या लेव्हलमधील १ मि.मी. व चढउतारामधील ०.१ टक्के इतकी अचूकता मिळणे साध्य होते. ८ टनांपासून १३ टनांपर्यंत वजनाचे टायर्स व लोखंडी ट्रॅक बसवलेले पेव्हर्स सध्या बाजारात उपलब्ध आहेत.

प्रति मिनिटाला सेन्सर पेव्हरच्या साहाय्याने १० ते १५ मीटर एवढा रस्त्याचा सुंदर पृष्ठभाग तयार करता येतो. डिझेलसाठी १३० लिटर तर हायड्रॉलिक ऑइलसाठी १६० लिटरचा टँक असतो. प्रत्येक तासाला पेव्हरसाठी १० लिटर डिझेल खर्च होते. प्रत्येक ३०० तासानंतर हायड्रॉलिक ऑइल बदलणे आवश्यक असते. बॅटरी व अल्टरनेटरच्या साहाय्याने रात्रीच्या वेळीसुद्धा प्रखर दिव्यांचा उपयोग करून अॅस्फाल्टिंग करता येते.

मोकळ्या रस्त्यावरून पेव्हर एका तासामध्ये १८ कि.मी. अंतर पार करू शकतो. आपत्कालीन स्थितीसाठी ब्रेक व वॉर्निंग अलार्मची सोय असते.

♦♦♦

शिअरलाइन व ट्विन मास्टर

बांधकाम साहित्यांमध्ये स्टील हा महत्त्वपूर्ण घटक समजला जातो. एखाद्या बांधकाम प्रकल्पासाठी एकूण स्टील किती लागेल याचा अंदाज आपल्याला बांधता येतो. प्रकल्पाच्या विविध टप्प्यांवर होणारा स्टीलचा प्रत्यक्ष वापर तपासण्याची गरज असते. स्टीलच्या वापरात सर्वसाधारणपणे ३ टक्क्यांपर्यंत वेस्टेज गृहीत धरता येते. परंतु असे वेस्टेज कमीत कमी राखण्याकडे सर्वांचा कल असतो. स्टीलचा अचूक वापर करून त्याच्या वेस्टेजवरती नियंत्रण ठेवणारी शिअरलाइन आणि ट्विन मास्टर यंत्रप्रणाली बाजारात आज उपलब्ध झाली आहे. संरचनाकाराने नमूद केलेल्या आर.सी.सी. डिझाईननुसार फुटिंग, कॉलम, बीम, स्लॅब इत्यादींसाठी लागणाऱ्या स्टीलचे कटिंग आणि रिंगा जलदगतीने बनवणे आता साध्य होत आहे. ही यंत्रप्रणाली अद्ययावत असून संगणकाच्या साहाय्याने कार्य करते.

शिअरलाईन प्रणालीचे भाग व त्यांचे कार्य

६ मि.मी. व्यासापासून ३२ मि.मी. व्यासाच्या स्टीलचे अचूक मापाने कटिंग करण्यासाठी याचा वापर केला जातो. आठ तासांमध्ये अंदाजे ३० टन अखंड स्टीलचे विविध मापांनुसार तुकड्यांमध्ये रूपांतर करता येते. यामध्ये एकाच वेळी सलग दहा सळया वापरता येतात. फीड ट्रॅक, हायड्रॉलिक कटर, मेजरिंग ट्रॅक, स्टॉपर, स्टॅक रॅक व कंट्रोल पॅनेल (Computerised) हे या यंत्रप्रणालीचे प्रमुख भाग आहेत.

प्रथम स्टीलच्या नियोजित मापाची सूचना ऑपरेटरमार्फत संगणकाला दिली जाते. फीड ट्रॅकला अनेक रोलर्स बसवलेले असतात. स्टीलच्या अखंड सळया या रोलर्सवरून पुढे सरकत येऊन नियोजित मापानुसार कटरच्या पुढील भागातील मेजरिंग ट्रॅकवर स्टॉपरच्या साहाय्याने थांबतात. कटरच्या साहाय्याने अखंड स्टीलचे तुकडे होऊन स्टॅक रॅकमधील विविध कप्प्यांमध्ये जमा केले जातात. कटरचे कार्य हायड्रॉलिक तत्त्वानुसार, तर स्टॉपर व स्टॅक रॅकची हालचाल न्यूमॅटिक तत्त्वाने चालते.

ही यंत्रप्रणाली अखंडितपणे चालविण्यासाठी २२ KW विद्युतऊर्जेची गरज असते, तर यंत्रप्रणाली कार्यान्वित करण्यासाठी ६० अश्वशक्तीची विद्युत मोटर बसवलेली असते. स्टीलचे तुकडे करणे, स्टॉपर व स्टॅक रॅकच्या कार्यासाठी ३ अश्वशक्तीच्या विद्युत मोटर्स असतात.

रिंग्ज बनविण्यासाठी ट्विन मास्टर जलद गतीने अचूक मापाच्या रिंग्ज बनवणे हे ट्विन मास्टरचे वैशिष्ट्य

आहे. ६ मि.मी. व्यासापासून १२ मि.मी. व्यासापर्यंतच्या विविध आकाराच्या ९० रिंग्ज बनविण्याचे तंत्र या यंत्रप्रणालीत आहे. यासाठी लागणारे स्टील मात्र गोलाकार कॉईलच्या स्वरूपात असणे आवश्यक असते.

व्हिन मास्टरचे विविध भाग व त्यांचे कार्य :

कॉईल बास्केट, विविध रोलर्स, हायड्रॉलिक कटर, कंट्रोल पॅनेल, आपत्कालीन ब्रेक हे या प्रणालीचे विविध भाग आहेत. अंदाजे १ टन वजनाच्या वर्तुळाकार स्टील कॉईल बास्केटमध्ये ठेवलेल्या असतात. कोणत्या आकाराच्या किती रिंग्ज बनवायच्या याची सूचना प्रथम संगणकाला दिली जाते. कॉम्प्रेसरच्या साहाय्याने न्यूमॅटिक तत्त्वाचा वापर करून बास्केटमधील स्टीलचे अखंड बार यंत्राच्या रोलर्सपर्यंत ओढले जातात. कटरच्या पुढील भागात स्टील वळविण्यासाठी वेगळे रोलर्स बसविलेले असतात. अखंड सळया या रोलरवरून मागेपुढे सरकून त्याची रिंग बनविली जाते व कटरच्या साहाय्याने तिला वेगळे केले जाते. या सर्व प्रक्रियेचा वेग इतका प्रचंड असतो, की एका तासामध्ये छोट्या आकाराच्या अंदाजे ९०० रिंग्ज बनविल्या जातात. रिंगचा आकार मोठा असेल तर अंदाजे ५०० नग बनविले जातात. ही प्रणाली चालविण्यासाठी फक्त एका ऑपरेटरची आवश्यकता असते. आपत्कालीन परिस्थितीमध्ये प्रक्रिया थांबवण्यासाठी ब्रेकचा वापर केला जातो. व्हिन मास्टर अखंडितपणे चालण्यासाठी १८ KW विद्युत ऊर्जेची आवश्यकता असते. सळया ओढणे, कटिंग, बेंडिंग यासाठी ३ KW विद्युत ऊर्जेच्या मोटर्स बसविलेल्या असतात.

शिअरलाइन व व्हिन मास्टरची प्रमुख वैशिष्ट्ये

१) जलद गतीने अचूक मापानुसार स्टीलचे कटिंग, बेंडिंग, रिंग्ज बनविणे.

२) हजारो टन स्टीलच्या वापरासाठी अत्यंत कमी मनुष्यबळाचा वापर.

३) स्टीलच्या वेस्टेजवर नियंत्रण ठेवून लाखो रुपयांची बचत.

असावा सुरक्षित प्लॅटफॉर्म

आजच्या काळातील व्यापारी संकुले, आय.टी. पार्क, शॉपिंग मॉल या इमारतींच्या दर्शनी भागात अल्को पॅनेलिंग, स्ट्रक्चरल ग्लेझिंग, स्पायडर ग्लास, स्टेनलेस स्टील क्लॅडिंग अशा विविध आधुनिक गोष्टींचा वापर करून इमारत आकर्षक केली जाते. बहुमजली इमारतीमध्ये स्वयंचलित लिफ्टची व्यवस्था असते; परंतु ती इमारतीच्या अंतिम टप्प्यामध्ये कार्यान्वित होते. अशा इमारतींचे बांधकाम चालू असताना इंजिनीअर्स, सुपरवायझर्स, व्हिजिटर्स, कामगार यांना वरच्या मजल्यावर सुरक्षितपणे नेण्यासाठी ट्रान्झिट प्लॅटफॉर्मचा वापर करणे उपयुक्त ठरते. त्याचप्रमाणे टाईल्स, ग्लास, सॅनिटरी वेअर अशा नाजूक सामग्रीची ने-आण करण्यासाठी असा प्लॅटफॉर्म वापरणे सोईचे ठरते.

ट्रान्झिट प्लॅटफॉर्मचे विविध भाग व कार्य

उभी शिडी (Vertical Track), प्लॅटफॉर्म, कंट्रोल पॅनेल अशा विविध भागांची एकत्रित जोडणी करून प्लॅटफॉर्म कार्यान्वित होतो. इमारतीपासून अंदाजे १ मीटर अंतरावर १.५ मीटर उंचीचे त्रिकोणी ट्रॅक हे नटबोल्ट व क्लॅम्पच्या साहाय्याने एकमेकांना जोडले जातात. सर्वांत वरचा ट्रॅक लाल रंगाचा असतो व त्यामध्ये प्लॅटफॉर्म सुरक्षित अंतरावर थांबविण्यासाठी नियंत्रण स्विच बसवलेले असतात. प्रत्येक ३ मीटर अंतरावर इमारतीपासून आडवा आधार (Cross Bracing) घेत अंदाजे १५० मीटरपर्यंत ट्रॅकची उंची वाढवता येते. प्लॅटफॉर्म १.७५ मीटर चौरस व उंचीला १ मीटर एवढा असतो. एका वेळी १० व्यक्ती किंवा एक टन वजनाच्या सामानाची वाहतूक करता येते. स्टील प्लॅटफॉर्म गंजू नये म्हणून त्यावर हॉट डीप गॅल्व्हनायझिंगची प्रक्रिया केलेली असते. प्लॅटफॉर्मला उघडझाप करणारे तीन दरवाजे असतात. त्याचे नियंत्रण कंट्रोल पॅनेलच्या साहाय्याने करता येते. ब्रेक व केबल यासाठी ८ KW क्षमतेच्या विद्युतमोटर्स बसवलेल्या असतात. सर्व स्वयंचलित हालचालींसाठी एकंदर ३४ सेन्सर्स यामध्ये बसवलेले असतात.

ट्रान्झिट प्लॅटफॉर्मची वैशिष्ट्ये

* नियंत्रणासाठी स्वतंत्र इलेक्ट्रॉनिक कंट्रोल पॅनेल.
* मॅन्युअल आणि स्वयंचलित अशा दोन्ही पद्धतींनी चालविण्याची सोय.
* प्लॅटफॉर्म जमिनीपासून २ मीटर अंतरावर येताच सुरक्षिततेचा अलार्म वाजतो.
* लेव्हल व धुमसणी केलेल्या जमिनीवर पी.सी.सी. करून प्लॅटफॉर्मची उभारणी करता येते. इमारतीच्या बाहेरील भागातील कामे सुरक्षितपणे करण्यासाठी व पूर्णत्वानंतरची देखभाल करण्यासाठी तरंगत्या प्लॅटफॉर्मचा (Suspended Rope Platform) वापर करणे उपयुक्त ठरते.

तरंगत्या प्लॅटफॉर्मचे विविध भाग, कार्य व वैशिष्ट्ये

२.५ मीटर लांबी, ०.७५ मीटर रुंदी व १ मीटर उंची असलेल्या स्वतंत्र, छोट्या प्लॅटफॉर्मची एकमेकांना आडवी जोडणी करून ७.५ मीटर, १० मीटर अशा लांबीचे तरंगते प्लॅटफॉर्म बनवले जातात. प्लॅटफॉर्म बनवताना लोखंडाच्या चौरस आकाराच्या ट्यूब गंजू नये म्हणून गॅल्व्हनायझिंग केले जाते. इमारतीच्या वरच्या मजल्यावरून आडव्या लोखंडी खांबाच्या आधारावर वायर रोप व पुलीच्या साहाय्याने प्लॅटफॉर्मची वर-खाली हालचाल केली जाते. प्लॅटफॉर्मच्या संतुलनासाठी वजनांचा (Counter Weights) वापर केला जातो. प्लॅटफॉर्मसोबत ५ KW क्षमतेच्या दोन शक्तिशाली गिअर मोटर्स बसवलेल्या असतात. वायर रोप, पुली बनविण्यासाठी उच्च प्रतीच्या स्टीलचा वापर केला जातो. एका वेळी चार ते पाच व्यक्ती सुरक्षितपणे प्लॅटफॉर्मवरून कामे करू शकतात. प्लॅटफॉर्मसोबत केबलला जोडलेले रिमोट कंट्रोल स्विच असते, ज्यामुळे हव्या त्या उंचीला प्लॅटफॉर्म आणता येतो. कामाच्या ठिकाणी सुरक्षिततेसाठी अशा प्लॅटफॉर्मचा वापर करणे गरजेचे आहे.

◆◆◆

रस्तेबांधणीसाठी ॲस्फाल्ट बॅचिंग प्लान्ट

आपल्या देशात रस्ते बनवण्यासाठी डांबरीकरणाचा वापर पूर्वापार होत आहे. ॲस्फाल्ट म्हणजेच बिटूमेन अथवा डांबर. देशातील अनेक राष्ट्रीय महामार्ग, राज्य, शहर आणि खेडेगावांतील रस्ते बनवण्यासाठी डांबरीकरण केले जाते. प्रति तासाला ८० ते २४० टन मिश्रण तयार करणारे विविध क्षमतेचे ॲस्फाल्ट प्लॅन्ट असतात. अनेक वेळा जुने डांबरी रस्ते उखडून त्याजागी नवीन रस्ते बनवले जातात. अशा वेळी निघालेल्या जुन्या मटेरियलचा पुनर्वापर (recycling) करून त्यापासून नवीन रस्ते बनवणारे प्लान्ट आज उपलब्ध आहेत. ७० टक्के जुने आणि ३० टक्के नवीन साहित्य वापरून नवीन रस्ते तयार करणे इथून पुढील काळात शक्य होणार आहे. त्यामुळे मौल्यवान ॲस्फाल्टची बचत घडेल.

ॲस्फाल्ट प्लॅन्टची जोडणी

डांबरी रस्ते बनवताना उष्ण ॲस्फाल्ट, विविध आकारातील खडी, वाळू, ग्रॅव्हल, सिमेंट, स्टोन डस्ट यांचे विविध प्रमाणातील मिश्रण ॲस्फाल्ट प्लॅन्टमध्ये तयार केले जाते. खडीचा आकार ५ मि.मी.पासून ४० मि.मी.पर्यंत असतो. बिटूमेन व्हिजी (व्हिस्कोसिटी ग्रेड) १०, २०, ३०, ४० श्रेणीमध्ये उपलब्ध असते. तापमानातील बदलानुसार त्याची निवड करावी लागते. सर्वसाधारणपणे बिटूमेनचे प्रमाण ५ टक्के आणि इतर घटक ९५ टक्के असतात. काँक्रीटप्रमाणेच सर्वांचे मिक्स डिझाईन करावे लागते. प्रत्यक्ष वापरापूर्वी प्रयोगशाळेत बिटूमेनची लवचीकता, चिकटपणा, मृदुता, अंतर्गत शिरकाव इ. चाचणी परीक्षा घेणे आवश्यक असते. प्लॅन्ट विविध प्रकारचे असतात. छोट्या कामासाठी मोबाइल प्लॅन्टचा वापर करणे योग्य ठरते. कामाचे स्वरूप मोठे असेल, तर मोठ्या प्लॅन्टची उभारणी करावी लागते. प्लॅन्टची उभारणी करताना विविध भागांची जोडणी करावी लागते. त्यामधे कोल्ड फीडर हॉपर, कलेक्टिंग बेल्ट, हॉट एलेव्हेटर, थ्रोन बेल्ट, व्हायब्रेटर, ड्राइंग आणि स्क्रीन ड्रम, बर्नर, हॉट मिनरल बिन्स, वेईंग सिस्टीम, मिक्श्चर, प्रदूषण नियंत्रण यंत्रणा, कंट्रोल रूम, हॉट स्टोरेज सायलो, फिलर वेअर, बिटूमेन वेअर, हॉट एलेव्हेटर इ. भागांचा समावेश असतो. पारंपरिक प्लॅन्टच्या रचनेत हॉट एलेव्हेटर असतो. त्यामध्ये बकेटच्या साहाय्याने साहित्य स्क्रीन ड्रमपर्यंत नेले जाते. काही प्लॅन्टमधे उष्णतेचा अपव्यव आणि देखभाल खर्च कमी करण्यासाठी हॉट एलेव्हेटरची रचना नसते. कलेक्टिंग बेल्ट आणि थ्रोन बेल्टच्या साहाय्याने साहित्य स्क्रीन ड्रमपर्यंत नेले जाते.

प्लॅन्टची कार्यपद्धती

विविध आकारमानातील खडी, वाळू यांचा कोल्ड फीडर हॉपरमधील स्वतंत्र कप्प्यात साठा केला जातो. कलेक्टिंग बेल्टवरून हे मटेरियल थ्रोन बेल्टच्या मदतीने अंदाजे ४० फूट उंचीवरील स्क्रीन ड्रममध्ये आणले जाते. बर्नरच्या साहाय्याने सर्व साहित्य अंदाजे १८० अंश तापमानापर्यंत तापवले जाते. या वेळी निर्माण झालेली डस्ट बंदिस्त चिमणीद्वारे जमा केली जाते. बिटूमेन थोडे अधिक, म्हणजे अंदाजे २०० अंश तापमानापर्यंत तापवले जाते. हॉट मिनरल बिन्समधील चाळण्यांमधून स्वतंत्र कप्प्यात साहित्य पुन्हा जमा केले जाते. मिक्स डिझाईनप्रमाणे वजन करून मटेरियल मिक्श्चरमध्ये पडते. त्याच वेळी फिलर

म्हणून सिमेंट आणि बिटूमेन नियोजित प्रमाणात मिसळले जाते. तयार झालेल्या मिश्रणाचे तापमान या वेळी साधारणपणे १८० अंश असते. प्रत्यक्ष कामावर त्याचा वापर करताना ते अंदाजे १४० ते १६० अंश असते. ॲस्फाल्ट पेव्हरच्या मदतीने पाहिजे त्या जाडीचे रस्ते बनवता येतात. प्लॅन्ट चालवण्यासाठी फ्युएल ऑईल, एलडीओ, एलपीजी आणि विद्युत पुरवठा, जनरेटर यांची आवश्यकता असते. हॉट स्टोरेज सायलोमध्ये जादा साहित्याचा साठा केला जातो.

उत्तम दर्जाचे डांबरी रस्ते बनवण्यासाठी ॲस्फाल्ट प्लॅन्ट आणि सेन्सर पेव्हर हे आजच्या काळातील योग्य समीकरण बनले आहे.

♦♦♦

इमारतींसाठी उपयुक्त बांधकाम तंत्रज्ञान

इमारतींसाठी अद्ययावत तंत्रज्ञान - १

बांधकामक्षेत्रात जागतिक स्तरावर रोज नवनवीन तंत्रज्ञानाची भर पडत आहे. जागतिकीकरणामुळे अनेक देश एकमेकांच्या अधिक जवळ आल्याने तंत्रज्ञानाची देवाणघेवाण करणे सोपे झाले आहे. आजच्या स्पर्धात्मक युगात टिकून राहण्यासाठी नवीन तंत्रज्ञानाची माहिती आपल्यालाही असणे आवश्यक आहे. बांधकाम प्रकल्पावर अद्ययावत तंत्रज्ञानाचा वापर केला असता कामाची गुणवत्ता वाढते आणि नियोजित कालावधीत आणि खर्चातही बचत घडू शकते. या विभागात बांधकामक्षेत्रातील अद्ययावत तंत्रज्ञानाची ओळख आपल्याला होणार आहे.

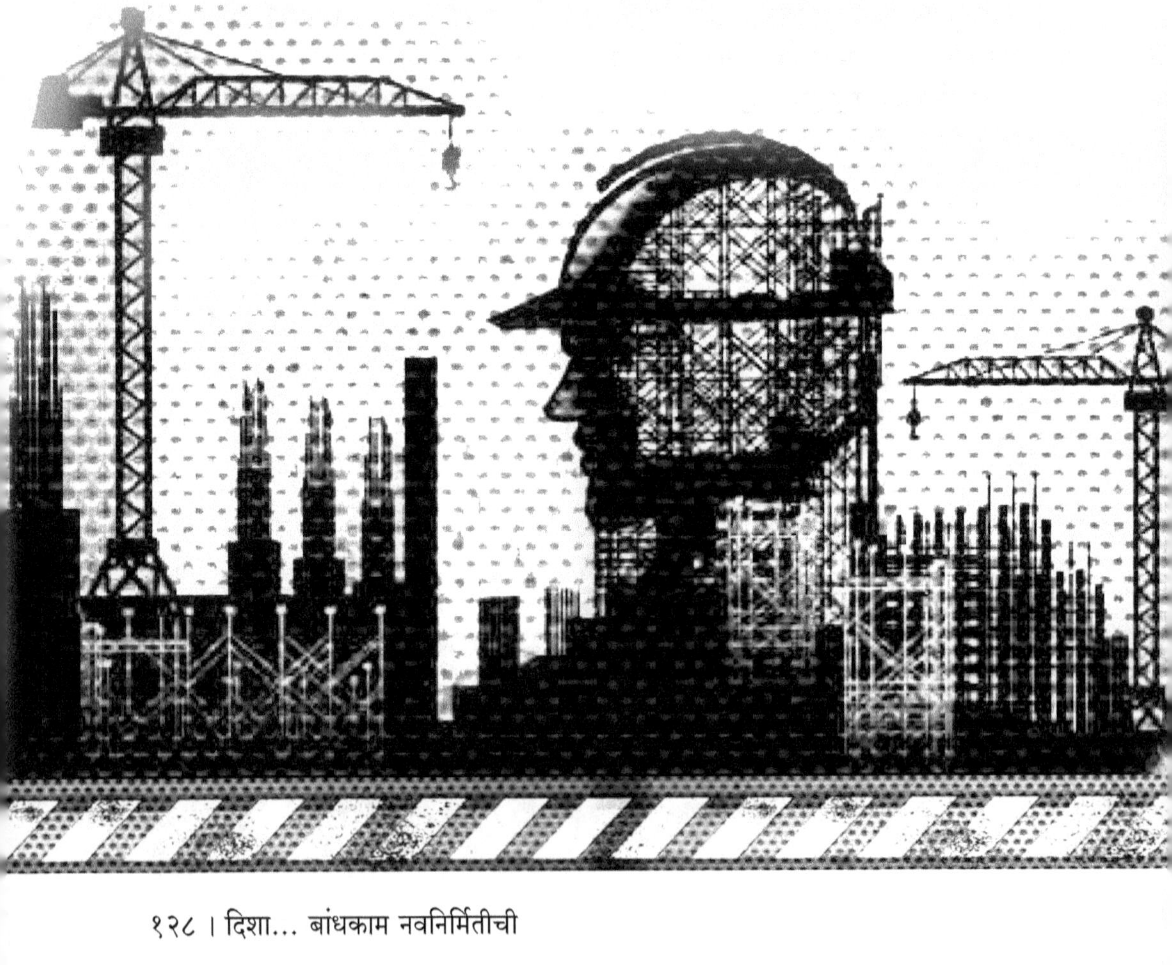

इमारतींसाठी अग्निप्रतिबंधक यंत्रणा

आग ही आपत्कालीन घटना आहे. तिची कोणतीही पूर्वसूचना नसते; इंधन, ऑक्सिजन, उष्णता यांच्या एकत्रित परिणामामुळे आग उद्भवते. यापैकी एका गोष्टीवर जरी आपण नियंत्रण करू शकलो, तरी आग टाळता येते. आगीला लगेचच नियंत्रित केले नाही, तर क्षणार्धात ती रौद्र रूप धारण करू शकते. लागलेल्या आगीचे तापमान पहिल्या पाच मिनिटात ५३८ अंश सेल्सिअसपर्यंत पोचते आणि प्रतिबंध केला नाही तर पुढील दोन तासांत ते ११०० अंश सेल्सिअसपर्यंत पोचते. बांधकामासाठी विविध प्रकारचे साहित्य वापरले जाते. यापैकी लाकूड, फायबर, वॉलपेपर, रंग, ग्रीस, ऑइल, गॅस, प्रोपेन, पेट्रोल, डिझेल, कॅल्शियम कार्बोईड, अल्कोहोल, स्पिरिट, इलेक्ट्रिक केबल, कंट्रोल पॅनेल, स्विचगिअर इ. साहित्य कमीअधिक प्रमाणात ज्वलनशील आहे. काही साहित्य शीघ्र ज्वलनशील आहे. या साहित्यांचा बांधकामाच्या जागी उपयोग आणि साठा करताना तो अतिशय काळजीपूर्वक करणे आवश्यक आहे. कोठेही आग निदर्शनास आल्यावर गोंधळून न जाता अग्निशामक सेवा (क्र. १०१) व पोलीस यंत्रणा (क्र. १००) यांना सर्वप्रथम कळविणे गरजेचे असते; परंतु या सेवाही आपद्ग्रस्त ठिकाणी पोचण्यास काही कालावधी लागतो. मधल्या कालावधीत आगीपासून संरक्षण करण्यासाठी विविध उपाययोजना असतात; मात्र त्यांचा वापर कसा करायचा याची सर्वांना माहिती असणे गरजेचे आहे.

आग विझविण्यासाठी पाण्याचा वापर

आग विझविण्यासाठी सर्वत्र पाण्याचा वापर मोठ्या प्रमाणावर केला जातो. १५ मीटर उंचीपर्यंतच्या इमारतींमध्ये लागलेली आग अग्निशामक बंबाच्या साहाय्याने नियंत्रित करता येते. १५ ते २४ मीटर उंच इमारतींच्या कायमस्वरूपी टेरेस टाकीमध्ये १० हजार लिटर, तर २४ ते ४५ मीटर उंचीसाठी २० हजार लिटर पाण्याचा साठा राखीव ठेवावा लागतो. अशा इमारतींच्या तळातील टाकीमध्ये अंदाजे ५० हजारांपासून ते १ लाख लिटरपर्यंत पाण्याचा राखीव साठा ठेवला जातो. पाणी पुरविण्यासाठी दोन्ही टाक्यांजवळ शक्तिशाली पंप बसवले जातात. इमारतीच्या उंचीनुसार फायर डक्टमधून ४ अथवा ६ इंच व्यासाची ‘C’ दर्जाची गॅल्व्हनाइज्ड अखंडित पाइपलाइन केली जाते. या वाहिनीला प्रत्येक मजल्यावर फायर हायड्रंट व्हॉल्व्ह असतात. आगीच्या वेळी या व्हॉल्व्हला कॅनव्हासची पाइपलाइन जोडून पाणी मारले जाते. पार्किंगसाठी स्प्रिंकलर यंत्रणा असते. यासाठी स्वतंत्र पाइपलाइन करावी लागते. प्रत्येक ३ स्क्वेअर मीटर जागेसाठी एक स्प्रिंकलर बसवला जातो. आगीमुळे वातावरणातील तापमान वाढते. असे तापमान ६८ अंश सेल्सिअसपेक्षा जास्त झाल्याबरोबर स्प्रिंकलरमधील बल्ब फुटून पाण्याचा प्रवाह सुरू होतो.

रिफ्युज एरियाचे महत्त्व

उंच इमारतींसाठी अग्निशामक बंब इमारतीजवळ सहजपणे पोचण्यासाठी प्रवेशद्वाराची रुंदी ४.५ मीटर, तर उंची कमीत कमी ५.५ मीटर ठेवावी लागते. इमारतीच्या सर्व बाजूने ६ मीटर रुंद जागा ब्रिगेड सुलभपणे फिरण्यासाठी असावी. तळघरात पार्किंग असेल, तर त्यावरील स्लॅब अशा बंबाचे वजन

पेलण्याची क्षमता असणारी आवश्यक असते. आगीच्या वेळी इमारतीमधून लवकर बाहेर पडण्यासाठी स्वतंत्र जिना ठेवावा लागतो. या जिन्यामध्ये ज्वलनरोधक दरवाजे बसवावेत. इमारतीची उंची २४ मीटरपेक्षा जास्त असेल, तर २४ मीटर उंचीवरील मजल्यावर तेथील क्षेत्रफळाच्या १५ टक्के जागा आपत्कालीन स्थितीत रहिवाशांना एकत्रित आणण्यासाठी राखीव ठेवावी लागते. रिफ्युज एरियामध्ये अडकलेल्या रहिवाशांना इमारतीबाहेर काढण्यासाठी शिड्या वापरल्या जातात. २४ मीटर उंचीनंतरच्या प्रत्येक १५ मीटर उंचीवर अशीच राखीव जागा ठेवावी लागते. या जागेला सुरक्षिततेसाठी सर्व बाजूने १ मीटर उंच भिंत बांधावी लागते.

फायर डिटेक्शन व फायर अलार्म यंत्रणा

आगीचे निदर्शन करण्यासाठी इमारतीमध्ये विविध उपकरणे बसवली जातात. ऑफीसमध्ये फॉल्स सीलिंग उंचीवर प्रत्येक ३ स्क्वेअर मीटर अंतरावर धुराची नोंद करणारे 'स्मोक डिटेक्टर' वापरले जातात. व्यापारी संकुले, सिनेमागृहे अशा ठिकाणी जास्त उंचीमुळे 'बीम डिटेक्टर' बसवणे उपयुक्त ठरते. एक बीम डिटेक्टर अंदाजे १५०० स्क्वेअर मीटर जागेवर नियंत्रण ठेवू शकतो. 'एअर कंडिशनिंग'साठी असणाऱ्या डक्टमध्ये धुराची नोंद करणारे डक्ट डिटेक्टर असतात. फिल्म, व्हिडिओ अथवा कॉम्प्युटर टेप जळल्यावर अल्ट्राव्हायोलेट किरणे उत्सर्जित होतात. त्यासाठी फ्लेम डिटेक्टर असतात. या यंत्रणेमध्ये प्रत्येक मजल्यावर 'कॉल पॉइंट' व 'अलार्म' बसवलेले असतात. प्रथमदर्शनी आगीची जाणीव होणारी व्यक्ती कॉलपॉइंटद्वारे इतरांना सावध करू शकते. कंट्रोल पॅनेलसाठी प्रवेशद्वाराजवळील सुरक्षा केबिन योग्य ठरते. क्लोज सर्किट टीव्ही (C.C.T.V.) यंत्रणाही अशा वेळी उपयुक्त ठरते. विजेचा मुख्य प्रवाह खंडित झाला, तरी बॅटरीद्वारे ही यंत्रणा चालवता येते. प्रत्येक मजल्यावर ड्राय केमिकल अथवा CO_2चे पुरेसे 'फायर एक्स्टिंग्विशर्स' असणे गरजेचे असते.

इलेक्ट्रिक व एअर कंडिशनिंगची कामे करताना

इलेक्ट्रिकची कामे करताना ज्वलनाला विरोध करणाऱ्या व धूरविरहित वायरिंगचा वापर करावा. केबलसाठी स्वतंत्र डक्ट असावा. नामांकित कंपन्यांचे उत्तम दर्जाचे M.C.B. व E.L.C.B. वापरावेत. अशी उपकरणे शॉर्टसर्किटच्या वेळी विद्युतप्रवाह त्वरित खंडित करून आगीचा फैलाव रोखण्याचे महत्त्वपूर्ण कार्य करतात. इलेक्ट्रिक स्विच, सॉकेट, ट्यूब, चोक उच्च दर्जाचे असावेत. स्विच गीअर असणाऱ्या खोलीमध्ये चोवीस तास खेळती हवा असणे आवश्यक असते. एअर कंडिशनिंगसाठी स्वतंत्र यंत्रणा असते. प्रत्येक मजल्यावरील अनेक खोल्यांमध्ये त्यांचे डक्ट विभागलेले असतात. अशा डक्टिंगसाठी १८ ते २४ गेजच्या IS ६५५-१९६३ निर्देशित गॅल्व्हनाइज्ड पत्र्याचा वापर करावा. गरम हवा बाहेर फेकण्यासाठी मुख्य जिना, लिफ्ट लॉबीचा वापर करू नये. भिंती व डक्टमधील जागा बंद करण्यासाठी ॲस्बेस्टॉस रोप, ग्लासवुलसारखे ज्वलनरोधक वापरावेत.

आग विझवण्यासाठी दोन पद्धतींचा वापर केला जातो. पहिल्या प्रकारात बांधकाम करताना (passive) फायरडोअर, फायरवॉल, खिडक्या, फर्निचर, कार्पेट, इलेक्ट्रिक उपकरणे, डॅम्पर्स, फायर स्टॉप इ. ज्वलनरोधक बांधकाम साहित्याचा वापर केला जातो.

दुसऱ्या पद्धतीत (active) आगीशी प्रत्यक्ष सामना केला जातो. त्यासाठी फायर हायड्रंट्स, फायर एक्स्टिंग्विशर्स, वॉटर स्प्रिंकलर्स, गॅस बेस सिस्टीम, फायर ब्रिगेड यांची मदत घेतली जाते. आगीचा

प्रतिबंध करण्यासाठी नॅशनल बिल्डिंग कोडनुसार (NBC yr 2016) काही महत्त्वपूर्ण निकष ठरवले आहेत. त्यानुसार रहिवासी इमारतीची उंची १५ मीटरपेक्षा जास्त असेल, तर त्या इमारतीला फायर एनओसी प्राप्त करणे आवश्यक आहे. इमारतीची उंची २४ मीटर आणि मजल्याचा फ्लोअर प्लेट एरिआ ५०० स्क्वेअर मीटरपेक्षा कमी असेल, तर १.२ मीटर रुंदीचे दोन स्वतंत्र जिने करता येतील. एकच जिना ठेवायचा असेल, तर त्याची रुंदी १.५ मीटर असणे आवश्यक आहे. इमारतीची उंची २४ मीटर आणि फ्लोअर एरिआ ५०० स्क्वेअर मीटरपेक्षा जास्त असल्यास १.५ मीटर रुंदीचे दोन जीने ठेवावे लागतील. हॉटेल, सिनेमा हॉल, कार्यालय इ. ठिकाणी जिन्याची रुंदी १.५ मीटरपेक्षा अधिक असेल. २४ मीटर उंचीवरील फ्लॅट अथवा ऑफीस यांच्या मुख्य दरवाजामध्ये एक तासाची ज्वलनरोधक क्षमता (Fire Rating) असावी लागते. इमारतीमधील एक स्वतंत्र जिना आपत्कालीन स्थितीकरीता असावा. इमारतीमधून या जिन्याकडे जाणारे प्रत्येक मजल्यावरील दरवाजे बाहेर (जिन्यात) उघडणारे असावेत. या जिन्याचा तळमजल्यावरील दरवाजा बाहेरील मोकळ्या जागेत उघडणारा असावा. इमारतीत तळघर असेल, तर तिथे प्रतिबंधात्मक भिंत असते अथवा जिन्यावरून खाली येणारी व्यक्ती चुकून तळघरात जाऊ शकते. NBCप्रमाणे फायरडोअरचे निकष ठरवले आहेत. त्यानुसार दरवाजाचे शटर, फ्रेम, बिजागिरी, हँडल, लॉक, हार्डवेअर, ऑटोडोअर क्लोझर, व्हिजन ग्लास, पॅनिक बार इ. यांमधे योग्य ज्वलनरोधक क्षमता असणे आवश्यक आहे. अनेकदा गैरसमजुतीने फक्त दरवाजाला प्राधान्य देऊन इतर गोष्टींसाठी वेगळे साहित्य वापरले जाते. परंतु यामुळे धोका निर्माण होऊ शकतो. इमारतीमधील इलेक्ट्रिकल, वातानुकूलित यंत्रणा, गार्बेज शूट यांसाठी स्वतंत्र डक्टची रचना केली जाते. अशा डक्टसाठी असणाऱ्या भिंती आणि दरवाजे यांमध्ये योग्य तेवढी ज्वलनरोधक क्षमता असावी लागते. अशा डक्टचा वापर फक्त संबंधित व्यक्तींनीच करावा.

♦♦♦

पाण्याच्या नियोजनासाठी

सर्वसाधारणत: तळमजल्यावर बांधलेल्या टाकीमधून पंपाद्वारे इमारतींच्या वरच्या मजल्यावर पाणी चढवले जाते. इमारतींच्या उंचीनुसार पंपाची अश्वशक्ती ठरवली जाते. उंच इमारतीच्या वरच्या मजल्यावर बांधकाम करताना पंप बंद पडणे, कमी दाब, अनियमित पाणीपुरवठा अशा अडचणींना तोंड द्यावे लागते. अपुऱ्या पाण्यामुळे स्लॅब, बांधकाम प्लॅस्टर, वॉटर प्रूफिंग अशा कामांच्या दर्जावर परिणाम होऊ शकतो. सर्व मजल्यांवर पुरेशा दाबाने पाणीपुरवठा होण्यासाठी हायड्रोन्युमॅटिक यंत्रणेचा वापर करणे उपयुक्त ठरते. या यंत्रणेमध्ये दाब निर्माण करण्यासाठी पाणी व हवा या दोन्हींचा उपयोग होतो.

हायड्रोन्युमॅटिक यंत्रणेचे विविध भाग

पंप प्रेशर टँक, पाइप लाइन, व्हॉल्व्ह केबल, कंट्रोल पॅनेल हे या यंत्रणेचे प्रमुख भाग असतात. इमारतींची उंची व पाण्याच्या एकूण गरजेनुसार तज्ज्ञांच्या सल्ल्याप्रमाणे या यंत्रणेचे डिझाइन करावे लागते. पंपाची अश्वशक्ती, पाइपलाइनचा व्यास, प्रेशर टँकचा आकार, व्हॉल्व्हची जागा हे सर्व डिझाईनप्रमाणे ठरविले जाते. इमारतीच्या उंचीनुसार एक अश्वशक्तीपासून दहा अश्वशक्तीपर्यंतचे पंप यासाठी वापरले जातात. पाइपलाइनचा व्यास एक इंचापासून चार इंचापर्यंत वाढू शकतो. नेहमीच्या जमिनीवरील पंपाच्या पाण्याची पाइपलाइनच्या तळातील फूटव्हॉल्व्हमधून पाण्याची गळती होण्याचा संभव असतो. पंप चालू करण्यासाठी अशा वेळी पाइपलाइनमध्ये पुन्हा पाणी भरावे लागते. या यंत्रणेमध्ये चोवीस तास अखंडपणे पाण्यामध्ये कार्य करणाऱ्या (submerssible) पंपाची योजना असते. याच पंपाला विद्युत मोटर संलग्न असतात. टाकीमध्ये एक जादा पंप (stand by) बसवणे आवश्यक ठरते. दोन्ही पंप एकाआड एक पद्धतीने चालवता येतात. फायबर ग्लास व इपॉक्सी रेझिनने बनविलेला प्रेशर टँक वजनाला हलका असतो. टँकच्या अंतर्भागाला पॉलिइथर युरेथीनचा (PEU) पडदा असतो. कंट्रोल पॅनेलमध्ये स्वयंचलितपणे पंप चालू बंद करणे, पाण्याची पातळी नियंत्रित करणारे सेन्सर्स, दाबाचे नियंत्रण करणारी स्विच असतात आणि विद्युत प्रवाहाचा दाब, प्रवाह मोजणारे मीटर असतात. विद्युतप्रवाहामधील धोके टाळण्यासाठी MCB चा समावेश असतो.

हायड्रोन्युमॅटिक यंत्रणेचे कार्य

प्रथमत: तळातील टाकीमध्ये पंप बसवले जातात. पाण्याच्या पातळीवर नियंत्रण ठेवण्यासाठी योग्य उंचीवर सेन्सर्स असतात. पंपापासून निघणारी पाइपलाइन प्रेशर टँकला जोडून इमारतीच्या नियोजित उंचीपर्यंत नेली जाते.

पाइपलाइनमधून विरूद्ध दिशेने पाणी येऊ नये म्हणून पंपाजवळ व्हॉल्व्ह (NRV) बसवला जातो. प्रेशर टँकच्या वरील भागातील छोट्या व्हॉल्व्हमधून ठराविक दाबाची हवा टँकमध्ये भरली जाते. कंट्रोल पॅनेलच्या साहाय्याने पाण्याचा न्यूनतम व अधिकतम दाब निश्चित केला जातो. पंप चालू झाल्यावर पाणी पाइपलाइन व प्रेशर टँकमध्ये शिरते. पाण्याच्या एका बाजूने पाणी, तर दुसऱ्या बाजूने हवेचा दाब निर्माण होतो. पाणी व हवा यांचे आकारमानाचे समप्रमाण झाल्याबरोबर पंप बंद होतो. पाइपलाइनमधील

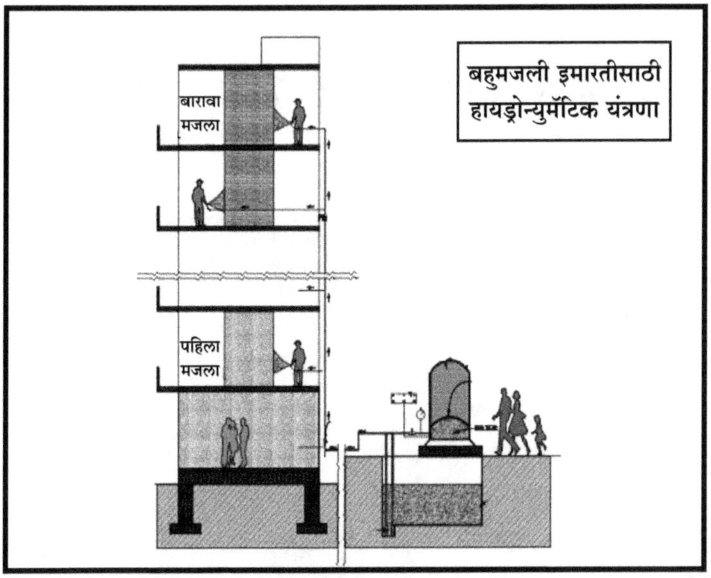

पाण्यात या वेळी उच्चदाब निर्माण झालेला असतो. जसजसा पाण्याचा वापर होतो तसा दाब कमी हाऊन न्यूनतमपर्यंत पोचतो. या वेळी पंप पुन्हा चालू होतो.

हायड्रोन्युमॅटिक यंत्रणेचे फायदे

ही संपूर्ण यंत्रणा स्वयंचलित व मॅन्युअल अशा दोन्ही पद्धतीने चोवीस तास अखंडितपणे कार्यान्वित राहू शकते. सर्व मजल्यांवर पुरेशा व उच्च दाबाने पाणी मिळते. सेन्सर्समुळे तळातील टाकीमधील पाणी पातळीपेक्षा कमी झाले, तर यंत्रणा आपोआप बंद होते.

पाणी नसताना पंप चालू राहून जळण्याचा धोका नसतो. विद्युतप्रवाहाचा दाब कमी जास्त झाला, अथवा फेजचा क्रम बदलला तर पंप चालू होत नाही. कमीत कमी वेळेमध्ये जास्तीत जास्त पाणी उपलब्ध झाल्यामुळे पाण्याचा अपव्यय टळतो.

पंपावर नियंत्रण राहून अंदाजे ४० टक्के विजेची बचत होऊ शकते. पंपाच्या देखभालीचा खर्च कमी होतो. बाहेरील पाणी अथवा हवेचा शिरकाव या यंत्रणेमध्ये होत नाही. त्यामुळे पाणी सदैव स्वच्छ, निर्जंतुक राहू शकते. पाण्याचा साठा करण्यासाठी कोणत्याही स्वतंत्र टाकीची गरज भासत नाही. अत्यंत कमी कालावधीमध्ये संपूर्ण यंत्रणेची उभारणी करता येते.

इमारतीच्या बांधकामासाठी अशी यंत्रणा खूपच उपयुक्त ठरू शकते. बांधकाम पूर्ण झाल्यावर त्याच इमारतीसाठी अथवा पुढील प्रकल्पासाठी तिचा उपयोग करता येतो.

♦♦♦

कचरा वर्गीकरणासाठी गार्बेज शूट

गार्बेज शूट यंत्रणेचे विविध भाग

कचरा वर्गीकरण करणाऱ्या गार्बेज शूट चे रेखाचित्र

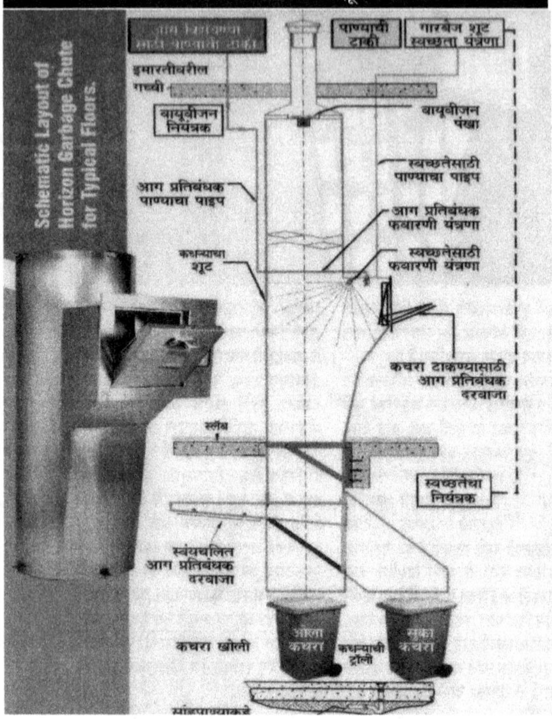

इमारतीच्या उंचीएवढा गार्बेज शूट, गार्बेज रूम, कंट्रोल पॅनेल, अग्नी प्रतिबंधक स्प्रिंकलर्स, सॅनिटेशन यंत्रणा, कॉम्पॅक्टर अशा विविध भागांच्या एकत्रीकरणाने मुख्य यंत्रणा कार्यान्वित होते. इमारतीच्या प्रकारानुसार विविध व्यासाचे शूट वापरले जातात. रहिवासी इमारतींसाठी ४५० मि.मी. तर व्यापारी इमारती, मॉल्स, हॉटेल्स, हॉस्पिटल्स यांसाठी ६०० मि.मी. ते ७५० मि.मी. व्यासाचे शूट वापरले जातात. शूट बनविण्यासाठी स्टेनलेस स्टील SS ४३०, SS ३०४ श्रेणीच्या २ मि.मी. जाडीचा पत्रा वापरला जातो. कचऱ्याची पिशवी टाकण्यासाठी शूटमध्ये साधारणत: २ फूट चौरस आकाराचा दरवाजा (Intake Hopper) असतो. या दरवाजामध्ये नव्वद मिनिटांची ज्वलनरोधक क्षमता असते. इमारतीमध्ये गार्बेजशूटसाठी स्वतंत्र डक्टची रचना असते. प्रत्येक मजल्यावर अथवा जिन्यामध्ये एकआड एक मध्यावर (Midlanding) दरवाजा बसवला जातो. डक्टच्या बाहेर स्वतंत्र भिंती आणि दरवाजा बसवून छोटी खोली तयार केली जाते. यामुळे कचरा जिना अथवा लॉबीमध्ये सांडत नाही. शूट बसवण्यासाठी आर. सी.सी. बीमच्या आधारावर प्रत्येक मजल्यावर गॅल्व्हनाईज स्टील फ्रेम बसवल्या जातात. गोलाकार शूटच्या अंतर्भागात स्वच्छतेसाठी ४० मि.मी. व्यासाची तर अग्निप्रतिबंधनासाठी २५ मि.मी. व्यासाची पाण्याची पाइपलाइन असते. दोन्ही लाइनसाठी प्रत्येक मजल्यावर स्वतंत्र स्प्रिंकलर्स बसवले जातात.

तळमजल्यावर गार्बेज रूम

कचऱ्याच्या पिशव्या एकाच जागी गोळा करण्यासाठी तळमजल्यावर ६ चौरस फूट आणि ८ फूट उंचीची गार्बेज रूम असते. या रूममधील वास बाहेर जाऊ नये म्हणून खिडक्या नसतात. ट्रॉली बाहेर नेण्यासाठी फक्त दरवाजा असतो. रूमच्या आतील भागात सर्व बाजूला भिंतींना ६ फूट उंचीपर्यंत आणि तळामध्ये टाइल्स बसवलेल्या असतात. तळामध्ये एका बाजूला उतार देऊन पाणी बाहेर जाण्यासाठी

ड्रेनेजची व्यवस्था असते. घन आणि ओला कचरा गोळा करण्यासाठी प्लॅस्टिक अथवा स्टीलच्या स्वतंत्र ट्रॉलीज असतात. ट्रॉलीची क्षमता २४० लिटर्सपासून १००० लिटर्सपर्यंत असते. उजेडासाठी रूममध्ये ट्यूब बसवलेल्या असतात. यंत्रणेचे मुख्य कंट्रोल पॅनेल याच रूममध्ये असते. कंट्रोल पॅनेलमध्ये मुख्य यंत्रणा, स्प्रिंकलर्स, सॅनिटेशन यंत्रणा चालू बंद करण्यासाठीची स्विच असतात.

सॅनिटेशन आणि अग्निप्रबंधक यंत्रणा

सॅनिटेशन यंत्रणेच्या साहाय्याने गार्बेज शूट संपूर्णत: स्वच्छ करता येतो. यासाठी इमारतीच्या गच्चीवर ५० लिटर क्षमतेचा पाण्याचा टँक असतो. ४० लिटर पाणी आणि १० लिटर फिनेल यांचे मिश्रण यामध्ये तयार केले जाते. यंत्रणेसाठी छोटा पंप असतो. यंत्रणा चालू केल्यावर प्रत्येक मजल्यावर असणारे स्वच्छतेचे स्प्रिंकलर दोन मिनिटे चालू होऊन शूटची स्वच्छता केली जाते. शूटच्या अगदी वरच्या भागात प्रदूषित हवा बाहेर फेकण्यासाठी पंखा असतो. दिवसातून वीस ते चाळीस वेळा हवा बदलण्याचे कार्य त्याद्वारे केले जाते. आग लागून आपत्कालीन प्रसंग निर्माण झाल्यास ६८ अंश सेल्सियस तापमानाला प्रत्येक मजल्यावरील स्प्रिंकलर्स चालू होतात. गार्बेजरूममध्ये आग लागली तर प्रतिबंधासाठी शूटच्या तळभागात विशिष्ट दरवाजा असतो. ७९ अंश तापमानाला हा दरवाजा स्वयंचलित पद्धतीने बंद होऊन शूटच्या अंतर्भागात होणारा आगीचा फैलाव रोखण्याचे कार्य करतो.

ब्रश क्लिनिंग आणि गार्बेज कॉम्पॅक्टर

गार्बेज शूटसाठी या दोन अतिरिक्त सुविधा उपलब्ध असतात. ब्रश क्लिनिंगचे कंट्रोल पॅनेल इमारतीच्या गच्चीवर बसवले जाते. विद्युत मोटर्सवर चालणाऱ्या नायलॉन ब्रशमुळे संपूर्ण शूट काही मिनिटांमध्ये स्वच्छ करता येतो. या वेळी पाण्याचे स्प्रिंकलर्स चालू केले जातात. शॉपिंग मॉल, हॉस्पिटल या ठिकाणी कचऱ्याचे प्रमाण जास्त असते. गार्बेज रूममध्ये कॉम्पॅक्टर युनिट त्यासाठी बसवले जाते. त्याच्या साहाय्याने घनकचऱ्याच्या पिशव्यांना दाब देऊन त्यांचे आकारमान २० टक्के कमी करता येते. पिशव्यांवर दाब देण्याआधी त्यावर फिनेलचा फवारा मारला जातो. यासाठी हायड्रॉलिक तत्त्व आणि लेझर सेन्सर्सचा वापर केला जातो. कॉम्पॅक्टर चालविण्यासाठी ७.५ अश्वशक्तीची विद्युत मोटर असते.

गार्बेज शूटची कार्यपद्धती

इमारतीमधील रहिवाशांना वेगवेगळ्या रंगाच्या पिशव्यांमध्ये घन आणि ओला कचरा भरावा लागतो. शूटच्या दरवाजाजवळ छोटे कंट्रोल पॅनेल असते. त्यावर घन, ओला कचरा, यंत्रणा चालू असणे याचे इंडिकेटर्स आणि स्विच असतात. कचऱ्याच्या प्रकारानुसार स्विच दाबून दरवाजातून बंद पिशवी आत सोडली जाते. यावेळी इतर मजल्यांवरील सर्व दरवाजे बंद असतात. एका वेळी एकाच मजल्यावरील व्यक्तीला ही यंत्रणा चालवता येते. कचऱ्याची पिशवी तळापर्यंत पोचण्यास फक्त १० सेकंदांचा कालावधी लागतो. कचऱ्याच्या प्रकारानुसार शूटच्या तळातील तिरप्या दरवाजाची उघडझाप होऊन त्याचे वर्गीकरण केले जाते. घन आणि ओल्या कचऱ्याच्या पिशव्या स्वतंत्र ट्रॉलीमध्ये जमा केल्या जातात. या पिशव्यांची पुढे योग्य प्रकारे विल्हेवाट लावली जाते.

♦♦♦

सुरक्षित बांधकामासाठी डेब्री शूट

बांधकाम कंपन्यांची गुणवत्ता आणि सुरक्षितता यांचे मूल्यमापन करण्यासाठी आज विविध प्रकारची प्रमाणपत्रे आहेत. यामध्ये आस्थापनाचे आएसओ-९००१, उत्कृष्ट वातावरणनिर्मितीचे आयएसओ-१४००१, आणि सुरक्षिततेचे आयएसओ-१८००१ यांचा समावेश आहे. कोणत्याही प्रकारचे बांधकाम सुरक्षितपणे करण्यासाठी प्रकल्पांवर अनेक नियमांची कठोर अंमलबजावणी करणे आवश्यक असते. त्यासाठी विविध उपाययोजना केल्या जातात. बहुमजली बांधकाम प्रकल्पावरील डेब्री मटेरियल (उरलेले, वाया गेलेले बांधकाम साहित्य) सुरक्षितपणे जमा करण्यासाठी डेब्री शूट यंत्रणेचा वापर करणे आज आवश्यक बनले आहे.

डेब्री शूटची आवश्यकता

बांधकामासाठी विटा, वाळू, सिमेंट, खडी, ब्लॉक्स, कॉंक्रीट, स्टील, प्लायवूड अशा बांधकाम साहित्याचा वापर केला जातो. अशा साहित्याच्या वापरावर नियंत्रण ठेवले गेले नाही, तर त्याचे रूपांतर डेब्रीमध्ये होते. डेब्रीचे प्रमाण जास्त झाले आणि त्याची साफसफाई नियमित केली नाही, तर त्याचे ढीग तयार होतात. देखरेखीचा अभाव असेल तर बांधकाम मजूर असे डेब्री कोणत्याही मजल्यावरून कोठेही खाली फेकून देताना आढळतात. असे करणे अत्यंत धोकादायक, अपघाताला निमंत्रण देणारे असते. कामावरील छोटा अथवा मोठा अपघात संपूर्ण कामाची घडी विसकळीत करू शकतो. वरून खाली फेकलेल्या डेब्रीमुळे ध्वनी आणि हवेचे प्रदूषण वाढते. अनेक ठिकाणी डेब्री डक्टमध्ये फेकून दिले जाते. अशा डक्टची कालांतराने साफसफाई करणे अवघड होते. या सर्व गोष्टींवर उपाय म्हणून डेब्री शूट यंत्रणा बसवणे योग्य ठरते. यंत्रणेच्या साहाय्याने सर्वात वरच्या मजल्यापासून इतर प्रत्येक मजल्यावरील डेब्री तळमजल्यापर्यंत सुरक्षितपणे आणले जाते.

डेब्री शूटची कार्यपद्धती

या यंत्रणेमध्ये आधारासाठी फ्रेम आणि शूट असे प्रमुख भाग असतात. शूट बनवण्यासाठी ५ मि.मी. जाड, उच्च घनतेच्या पॉलिइथेलीन प्लॅस्टिकचा वापर केला जातो. अंधारातही स्पष्टपणे दिसण्यासाठी पिवळसर रंगाचे प्लॅस्टिक वापरले जाते. गोलाकार शूटच्या एका भागाची उंची ४ फूट असते. शूटचा व्यास गरजेनुसार दीड फुटांपासून तीन फुटांपर्यंत असतो. शूटच्या पृष्ठभागावर सुरक्षिततेच्या सूचना लिहिलेल्या असतात.

गच्चीवर आणि प्रत्येक मजल्यावर दरवाजा असणारे शूट बसवले जातात. इतर ठिकाणी फक्त गोलाकार शूट वापरले जातात. शूटचे दोन भाग एकमेकांना जोडण्यासाठी उच्च ताणशक्तीच्या स्टील रोपचा वापर केला जातो. इमारतीच्या प्रत्येक चौथ्या मजल्यावर यंत्रणेच्या आधारासाठी मिश्रधातूंच्या फ्रेम उभारल्या जातात. त्यांची वजन पेलण्याची क्षमता ३०० किलो एवढी असते. वायर रोपच्या साहाय्याने ढकलणे आणि ओढणे (Push and Pull) तत्त्वावर शूटचे विविध भाग एकमेकांना जाडले जातात. शूटच्या सर्वात खालच्या भागात डेब्री अत्यंत वेगाने बाहेर पडते. त्यासाठी तेथे अंतर्भागात स्टील लाइनर्स बसवले जातात. प्रत्येक मजल्यावरील शूटच्या दरवाजामध्ये रबरी पडदा असतो. त्यामुळे डेब्री विरूद्ध बाजूला पडत नाही. यंत्रणा बंद ठेवण्यासाठी लाल रंगाची नायलॉनची दोरी असते. शूटमध्ये ही दोरी आडवी बांधून यंत्रणा तात्पुरती बंद ठेवता येते. डेब्री शूटमध्ये टाकण्यासाठी बांधकाम मजुरांनी व्हीलबॅरोचा वापर करणे योग्य ठरते. शूट यंत्रणा उभारण्यासाठी आर. सी.सी. स्लॅब अथवा बाह्य लोखंडी पहाडाचा आधार घेतला जातो.

डेब्री शूट यंत्रणेची वैशिष्ट्ये

शूट यंत्रणा वजनाला हलकी असून, त्याची उभारणी अत्यंत सोपी असते. या यंत्रणेवर किमान बारा वर्षांपर्यंत वातावरणातील अल्ट्राव्हायोलेट किरणांचा विपरीत परिणाम होत नाही. एका प्रकल्पावर बसवलेली यंत्रणा पुढील अनेक प्रकल्पांवर वापरता येते. त्यासाठी करावी लागणारी वाहतूक सोपी असते. ज्या प्रकल्पावर अशी यंत्रणा कार्यान्वित असते, तेथील वातावरण सर्वांसाठी आरोग्यदायी बनते. तेथे ध्वनी आणि हवा यांचे प्रदूषण रोखण्यास मदत होते. डेब्री गोळा करण्यासाठी लागणाऱ्या मनुष्यबळाची मोठी बचत होते. शूट बनविण्यासाठी वापरलेल्या प्लॅस्टिक मटेरियलची आघातक्षमता आणि घर्षणक्षमता उच्च दर्जाची असते. अशा प्लॅस्टिकची झीज कमी प्रमाणात होते म्हणून ही यंत्रणा जास्त काळ वापरणे शक्य होते. इमारतीच्या बाह्य भागात यंत्रणा बसवून डेब्रीची विल्हेवाट लावणे सोपे पडते. यंत्रणा उभारणीचा आणि देखभालीचा खर्च कमी असतो. सुरक्षितता आणि आरोग्यदायी वातावरणनिर्मितीसाठी डेब्री शूटचा वापर जास्तीत जास्त करणे योग्य ठरेल.

♦♦♦

छतगळती : कारणे व उपाययोजना

इमारतीचे बांधकाम पूर्ण करण्यासाठी विविध टप्पे करताना पाण्याचा योग्य वापर केला, तर इमारतीचे आयुष्यमान वाढते. परंतु तीच इमारत पूर्ण झाल्यानंतर त्यामध्ये बाहेरून अथवा अंतर्गत पाण्याची गळती झाली, तर इमारतीचे आयुष्यमान कमी होण्यास कारणीभूत ठरते. इमारतीमध्ये पाण्याचा शिरकाव होणाऱ्या अनेक जागा असतात. यामध्ये तळघर, लिफ्टपिट, प्लिंथ, पडदी, कॉलम, बिम, स्लॅब, भिंती, बाल्कनी, छज्जा, विंडोसील, पॅरापेट वॉल, छत इ. प्रमुख समजल्या जातात. यांपैकी इमारतीच्या छतावर ऊन, वारा, पाऊस यांचा सर्वाधिक जास्त परिणाम घडत असतो. छतामधून होणारी पाण्याची गळती, बिम, कॉलम, स्लॅब आणि भिंतीमार्फत इमारतीच्या खालील भागात पसरत जाते आणि ताकद कमी करते. इमारतीच्या अंतर्गत भागातही टॉयलेट, बाथरूम, किचन, ड्राय बाल्कनी, बेसीन इ. ठिकाणांहून पाण्याची गळती होण्याचा संभव असतो. छतामधील पाण्याची गळती रोखण्यास बांधकाम क्षेत्रात काही उपाययोजना आहेत. त्या योग्य वेळी अमलात आणल्या असता पाण्याच्या गळतीवर नियंत्रण ठेवता येते.

छताची रचना आणि काळजी

इमारतीच्या छतावर पडणारे पावसाचे पाणी योग्य प्रकारे निचरा होण्यासाठी छत योग्य पातळीत तयार केले जाते अथवा त्याला उतार दिला जातो. ज्या ठिकाणी पर्जन्यमानाचे प्रमाण अधिक असते, तेथील घरांचे छत उतरते असते. पावसाचे पाणी पन्हाळीमार्फत जमिनीपर्यंत आणले जाते. उष्ण तापमानातील घरांचे छत लेव्हलमध्ये (Flat) असते. तेथे योग्य पद्धतीने वॉटरप्रूफिंग करून रेनवॉटर पाइपद्वारा पावसाचे पाणी जमिनीपर्यंत आणता येते. भूजलाची पातळी वाढवण्यासाठी आजच्या काळात रेनवॉटर हार्वेस्टिंगचे महत्त्व अनन्यसाधारण बनले आहे. आजच्या प्रगतीशील काळात आर.सी.सी. पद्धतीचा वापर सर्वत्र होत आहे. इतर स्लॅबप्रमाणेच सर्वात वरील रूफ स्लॅबचे कॉँक्रीट उत्तम दर्जाचे असावे लागते. त्यासाठी बांधकाम साहित्य, कॉँक्रीटचा दर्जा, सळयांचे कव्हर, कॉम्पॅक्शन आणि क्युरिंग इ. गोष्टी योग्य पद्धतीने होणे आवश्यक असते. कॉँक्रीटमधील सूक्ष्म पोकळीतूनही पाण्याचा शिरकाव होऊ शकतो. कॉँक्रीट चांगल्या दर्जाचे होण्यासाठी त्यामधील पाणी आणि सिमेंट यांचे प्रमाण कमीत कमी आणि योग्य असावे लागते. एकजीव कॉँक्रीटमधून पाण्याची गळती शक्यतो होत नाही. प्रत्यक्ष कामावर कॉँक्रीट करताना काही प्रमाणात त्रुटी राहू शकतात. यामुळेच वॉटरप्रूफिंगचा वेगळा थर करून छत पाणीगळतीपासून अधिक सुरक्षित केले जाते.

छतगळतीची कारणे

छताचे स्लॅब कॉँक्रीट शक्यतो एकाच वेळी एकाच दिवशी पूर्ण करावे. तसे शक्य झाले नाही तर दोन वेगवेगळ्या वेळी होणाऱ्या कॉँक्रीटमध्ये सांधा (Construction Joint) तयार होतो. असा सांधा योग्य पद्धतीने जोडला नाही, तर त्यामधून भविष्यात पाणीगळती घडू शकते. त्यासाठी सांधा स्वच्छ करून सिमेंट, पाणी आणि वॉटरप्रूफिंग एजंट वापरून जोडावा लागतो. छताला चहूबाजूंनी सुरक्षिततेसाठी पॅरापेट वॉल बांधावी लागते. इमारतीचे बाहेरील प्लॅस्टर करताना सर्वात वरील मजला आणि पॅरापेट वॉल यामध्ये

एकसंधता असणे आवश्यक असते. अनेकदा या भिंतीचा आधार घेऊन टीव्ही अँटेना, डिश अँटेना बसवल्या जातात. त्या वेळी काळजी घेतली नाही तर भिंतींना भोके पडून आणि प्लॅस्टरला तडे जाऊन त्यामधून पाणीगळती घडू शकते. इमारतीच्या सर्वात वरील भागात लिफ्टरूम, वॉटरटँक, सोलर यंत्रणा, पवनचक्की, अग्निप्रतिबंधक यंत्रणेचे पंप, वातानुकूलित यंत्रणा इ. बसवल्या जातात. त्यांची देखभाल करण्यासाठी मनुष्यबळ आणि मशिनरी यांची वाहतूक होत असते. त्यावेळी योग्य देखरेख नसेल, तर छत खराब होऊ शकते. इमारतीची लांबी जास्त असेल, तर अंदाजे ३० मीटर अंतरानंतर आकुंचन आणि प्रसरणासाठी तळापासून गच्चीपर्यंत अखंडित सांधा (Expansion Joint) ठेवावा लागतो. उत्तम दर्जाचे सीलंट वापरून असा सांधा बंद करावा लागतो. छतावरील असा सांधा पाणीगळतीचा एक मार्ग असू शकतो.

पारंपरिक पद्धत

छताचे वॉटरप्रूफिंग करण्यासाठी विविध पद्धती आहेत. यामध्ये ब्रिकबॅट कोबा ही पारंपरिक पद्धत प्रचलित आहे. तुकडे झालेल्या मातीच्या विटांचा या ठिकाणी वापर करून विटांचे वेस्टेज उपयोगात आणले जाते. सिमेंट, वाळू, वॉटरप्रूफिंग एजंट आणि पाणी यांचे योग्य प्रमाणात मिश्रण करून ब्रीकबॅट कोबा केला जातो. सर्वात वरती काँक्रीट (IPS) केले जाते. या पद्धतीमध्ये छतावरील वजन वाढते. परंतु छत उष्णतारोधकाचे कार्य करते. ब्रिकबॅट कोबा करताना योग्य काळजी घेतली नाही, तर त्यामध्ये पाणी साठून भविष्यात पाणीगळती होऊ शकते. पूर्वीच्या काळात काँक्रीट केल्यानंतर फुटलेल्या चिनी मातीचे तुकडे बसवून कवडीकाम केले जात असे. त्यामुळे संपूर्ण छत स्वच्छ आणि आकर्षक दिसत असे. आज तसे काम करणाऱ्या मनुष्यबळाची कमतरता आहे.

आधुनिक पद्धत

आजच्या प्रगतिशील काळात छताचे वॉटरप्रूफिंग करण्यासाठी विविध पद्धती उपलब्ध आहेत. यामध्ये टारफेल्ट, बिटूमेन मेंब्रेन, क्रिस्टलाइन, इपॉक्सी, पॉलियुरेथीन, पॉलिमर, ॲक्रेलिक बेस, इंटिग्रल, इंजेक्शन ग्राऊट इ. अनेकांचा समावेश आहे.

इंटिग्रल वॉटरप्रूफिंग करताना द्रव अथवा पावडर स्वरूपातील केमिकल ॲडमिक्श्चर काँक्रीटमध्ये मिसळले जाते. त्यामुळे काँक्रीटमधील अंतर्गत पोकळी भरून सच्छिद्रता कमी होते. दुसऱ्या पद्धतीत सिमेंट, वाळू आणि पॉलिमर यांचे रंगस्वरूपातील मिश्रण तयार करून ब्रश अथवा स्प्रेगनद्वारा स्लॅबवर आवरण दिले जाते. काँक्रीटचा पृष्ठभाग ओला असला तरी अशा पद्धतीचा वापर करता येतो. इमारतीमधील पाणीगळती रोखली, तर तिचे आयुष्यमान वाढण्यास मदत होते.

ड्राय वॉल तंत्रज्ञान

भिंती बांधताना वापरल्या जाणाऱ्या पारंपरिक पद्धतीमध्ये आज आमूलाग्र आणि अनुकूल बदल झालेले आढळतात. बांधकामक्षेत्रात येणारे नवीन तंत्रज्ञान आणि बांधकाम साहित्य ही अत्यंत स्वागतार्ह गोष्ट आहे. अशा बदलांची आपल्या सर्वांनाच माहिती असणे, त्याचे फायदे समजणे आवश्यक आहे.

बदलता काळ

पूर्वीच्या काळात भिंती जाडसर होत्या. त्यांची जाडी २ ते ३ फुटांपर्यंत होती. त्यामुळे घराबाहेरील वातावरणाचा परिणाम अंतर्गत भागावर होत नसे. भिंती बांधण्यासाठी दगड आणि चुन्याचा वापर केला जाई. कालांतराने दगडांऐवजी विटा आणि चुन्याऐवजी सिमेंटचा वापर करण्यास सुरुवात झाली. बांधकाम करतेवेळी जाडसर भिंती बांधण्याऐवजी दोन भिंतीमध्ये पोकळी (cavity) ठेवली, तर अंतर्गत भाग थंड राहतो, हे लक्षात आले. यालाच cavity wall असे म्हणतात. आज विटांना पर्याय म्हणून काँक्रीटचे भरीव आणि पोकळ ब्लॉक्स, एअरेटेड ब्लॉक्स, फ्लाय ॲश ब्रिक्स बाजारात उपलब्ध आहेत. भिंती बांधण्यासाठी आता पर्यावरणपूरक ड्रायवॉल तंत्रज्ञानाचे आगमन झाले आहे. ऑस्ट्रेलिया, इंग्लंड, दुबई, सिंगापूर इ. देशांप्रमाणे भारतातील महत्त्वपूर्ण बांधकाम प्रकल्पांसाठी या तंत्रज्ञानाचा वापर करण्यास सुरुवात झाली आहे.

खर्चाचे गणित

आज इमारतीचे बांधकाम करताना आर.सी.सी. पद्धतीचा वापर मोठ्या प्रमाणावर केला जातो. अशा इमारतींचा पाया मजबूत करण्यासाठी त्याचे आर.सी.सी. डिझाइन करावे लागते. या वेळी इमारतीमधील डेड लोड आणि लाइव्ह लोड यांचे मोजमाप केले जाते. डेड लोड काढण्यासाठी अंतर्गत आणि बाह्य भिंतींचे एकूण वजन काढले जाते. भिंती बांधताना वापरल्या जाणाऱ्या साहित्यानुसार वजन बदलते. प्रत्येक बांधकाम साहित्याची स्वत:ची एक विशिष्ट घनता असते. घनता म्हणजे साहित्याचे वजन भागिले त्याचे आकारमान. घनतेसाठी किलो प्रतिघनमीटर हे परिमाण वापरले जाते. काँक्रीटच्या भरीव ब्लॉक्सची घनता २२०० असते. विटांची घनता अंदाजे २०००, तर पोकळ काँक्रीट ब्लॉक्सची घनता १५०० असते. एअरेटेड ब्लॉक्सची घनता ६०० भरते, तर ड्रायवॉल पार्टिशन बोर्डाची घनता सर्वात कमी म्हणजे ३२५ किलो प्रतिघनमीटर असते. थोडक्यात, विटा अथवा ब्लॉक्सच्या तुलनेत ड्रायवॉल पद्धतीच्या भिंतींचे वजन कमी असते. यामुळे पायावर येणारे भिंतीचे एकूण वजन कमी भरते. त्यामुळे पाया बनवण्यासाठी लागणारे स्टील आणि काँक्रीट यांचे प्रमाण कमी होऊन पायासाठी लागणारा खर्च कमी होतो. ड्रायवॉल

तंत्रज्ञानात विविध प्रकारचे पॅनेल बोर्ड वापरले जातात. यामध्ये प्रामुख्याने जिप्सम प्लॅस्टर बोर्ड, सिमेंट बोर्ड, कॅल्शियम सिलिकेट बोर्ड, मॅग्नेशियम सिलिकेट बोर्ड यांचा समावेश असतो. यापैकी जिप्सम प्लॅस्टर बोर्ड सर्वात अधिक लोकप्रिय आहेत.

बोर्ड बनविण्याची प्रक्रिया

जिप्सम हे नैसर्गिक खनिज स्तरित खडकांमध्ये प्रामुख्याने आढळते. याला हायड्रेटेड सल्फेट ऑफ कॅल्शियम म्हणतात. जिप्सममध्ये ८० टक्के कॅल्शिअम सल्फेट आणि उर्वरित पाणी असते. सिमेंटनिर्मितीमध्ये आणि प्लॅस्टर ऑफ पॅरिस बनविण्यासाठी जिप्समचा वापर केला जातो. साधारणत: ७००० वर्षांपूर्वी तुर्कस्तानात बांधकामासाठी जिप्समचा वापर केल्याची नोंद इतिहासात आहे. जिप्समपासून पॅनेलबोर्ड बनवण्याचा अद्ययावत प्लॅन्ट इंग्लंडमध्ये १८८८मध्ये चालू झाला. पुढील काळात बोर्ड बनविण्याच्या पद्धतीमध्ये संशोधन होऊन पर्यावरणपूरक जिप्सम बोर्डची निर्मिती झाली. जिप्सम बोर्डची विविध आकारांतील पॅनेल बनवली जातात. त्यासाठी कच्चा माल म्हणून जिप्सम, कोळशाच्या ज्वलनप्रक्रियेतून निर्माण झालेली राख, पुनर्प्रक्रियेतून तयार केलेले कागद यांचा वापर केला जातो. कागदाच्या दोन थरांमध्ये जिप्सम प्लॅस्टरचा स्राव ओतला जातो. अनेकदा कागदाऐवजी वुल, फेल्ट यांचा वापर केला जातो. प्लॅस्टर बनविण्यासाठी जिप्सम, प्लॅस्टिसायझर, ग्लास फायबर, फोमिंग एजंट यांचा वापर होतो. नैसर्गिक क्युरिंग प्रक्रियेनंतर पॅनेल बोर्डामध्ये ताकद निर्माण होते. प्रत्यक्ष कामावर भिंत बांधताना जीआय अथवा ॲल्युमिनिअम धातूचे फ्रेमिंग केले जाते. फ्रेमिंगच्या दोन्ही बाजूंनी पॅनेल बोर्ड उभारून त्यामध्ये पोकळी ठेवली जाते. अशा पोकळ जागेतून इलेक्ट्रिक किंवा प्लंबिंग पाइपलाइन आणि इतर सर्व्हिस लाइन एका ठिकाणाहून दुसरीकडे सुरक्षितपणे नेता येतात. स्क्रूच्या साहाय्याने बोर्ड जोडून सीलंटच्या साहाय्याने सांधे बंद केले जातात. भिंत बांधण्याची संपूर्ण प्रक्रिया अत्यंत जलद गतीने करता येते.

ड्रायवॉल तंत्रज्ञानाचे फायदे

नवीन बोर्डची निर्मिती करण्यासाठी कच्चा माल म्हणून टाकाऊ साहित्याचा वापर केला जातो. टाकाऊ साहित्यावर पुनर्प्रक्रिया करून त्याचा पुनर्वापर केला जातो. या बोर्डमध्ये दोन तासांपर्यंत अग्निप्रतिबंधक क्षमता निर्माण करता येते. त्यामुळे आगीपासून आवश्यक असणारी उष्णतारोधकता, ध्वनिरोधकता, भूकंप प्रतिकारकता आणि सुरक्षितता हे गुणधर्म या बोर्डमध्ये आढळतात.

♦♦♦

उत्कृष्ट प्लंबिंगचे मूलमंत्र

बांधकामाच्या विविध टप्प्यांमध्ये प्लंबिंग (Plumbing) हा महत्त्वपूर्ण टप्पा समजला जातो. अनेक वेळा ही कामे भिंतीच्या आत अथवा जमिनीखाली झाकली जात असल्यामुळे त्याकडे हमखास दुर्लक्ष होण्याचा संभव असतो. चुकीच्या प्लंबिंग कामामुळे येणारी दुर्गंधी आणि पाण्याची गळती याचा मानवी आरोग्यावर थेट परिणाम होत असतो. इमारतीचे आयुष्यमान वाढण्यासाठी दर्जेदार प्लंबिंगची आवश्यकता असते. अशी कामे करताना काही नैसर्गिक, मूलभूत तत्त्वांचा वापर केला जातो. यामध्ये गुरुत्वाकर्षण, हवेचा दाब, पाण्याची समपातळी यांचा प्रामुख्याने वापर होतो. प्रत्यक्ष प्लंबिंग काम करण्याअगोदर प्लंबिंगचे डिझाइन करणे गरजेचे असते.

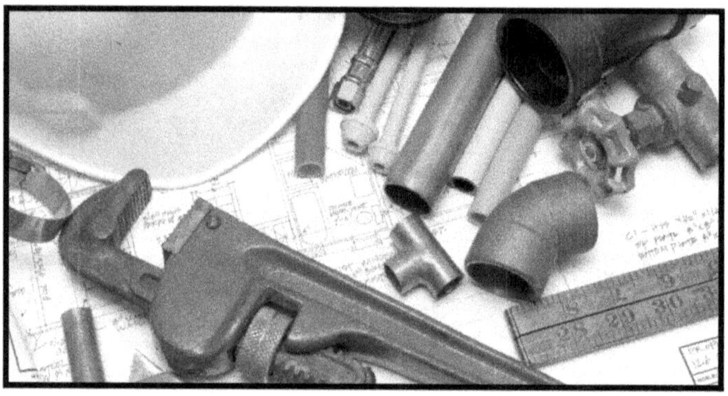

पाणीपुरवठा, ड्रेनेज आणि पावसाळी पाण्याचा निचरा करणे अशा प्रमुख तीन प्रकारांत प्लंबिंग कामाची विभागणी होते. इमारतीसाठी विकसनकर, तर शहरासाठी महानगरपालिका यांना या कामाचे नियोजन करण्याची जबाबदारी असते. शहरातील प्रत्येक नागरिकास पिण्यासाठी पुरेसे, स्वच्छ व शुद्ध पाणी पुरवणे आणि ड्रेनेजच्या निचऱ्याची योग्य विल्हेवाट करणे हे त्या त्या शहराच्या विकासाच्या दृष्टीने अत्यंत महत्त्वाचे असते. गगनचुंबी इमारती, बहुमजली शॉपिंग मॉल, पार्किंगसाठी प्रशस्त तळघरे यामुळे सध्याच्या काळातील प्लंबिंग अधिक गुंतागुंतीचे बनले आहे. पाण्याची वाढती गरज आणि वापर यामुळे पाण्याचा साठा करण्याच्या टाकीचे आकारमान वाढले आहे. अशा वेळी पाण्याचा दर्जा टिकवणे महत्त्वाचे ठरत आहे. इतर क्षेत्रांप्रमाणेच प्लंबिंग कामामध्ये मोठी प्रगती घडून नवनवीन शास्त्र आणि बांधकाम साहित्य उपलब्ध झाले आहे. यापैकी अनेक प्रकारचे साहित्य हे पर्यावरणपूरक असून, त्यांच्या वापराने भविष्यात पाण्याची बहुमूल्य बचत होणार आहे.

पूर्वकालीन प्लंबिंग

स्थापत्यशास्त्रामध्ये प्लंबिंगचा उपयोग अतिप्राचीन काळापासून होत आला आहे. २६०० B.C. या काळातील मोहेंजोदडो आणि हडप्पा ही शहरे उत्खननात सापडली. आश्चर्याची गोष्ट म्हणजे या शहरांतील घराघरांमध्ये स्वच्छतागृहांची रचना होती. पाणीपुरवठा आणि सांडपाणी यासाठी स्वतंत्र दगडी

पाइपलाइन होत्या; परंतु सर्व सांडपाणी नदी, नाले, ओढे अशा नैसर्गिक स्रोतांमध्ये सोडले जात असे अथवा जमिनीमध्ये जिरवले जात असे. प्राचीन काळात ग्रीस व रोम येथे यामध्ये काही प्रमाणात सुधारणा झाल्या. रोमन काळात पाण्याची गळती रोखण्यासाठी शिसे या धातूपासून बनविलेल्या जलवाहिन्यांचा वापर करण्यात आला; परंतु दुर्दैवाने याच पाइपलाइनमधून दूषित झालेल्या पाण्यामुळे संथ विषबाधा होऊन कालांतराने संपूर्ण रोमन साम्राज्य लयास गेले. दुसऱ्या महायुद्धाच्या काळात शिशाचा वापर बंद होऊन तांब्याचे पाइप आणि पितळी फिटिंगचा वापर सुरू झाला. पाण्यासाठी पोकळ बांबूभोवती स्टीलचे आवरण असलेले पाइप वापरले जात. सध्याच्या काळात पाणीपुरवठा करण्यासाठी अतिशय शक्तिशाली पंप आणि विविध धातूंचे पाइप वापरले जातात. यामध्ये पाण्यासाठी कॉपर, ब्रास, प्लॅस्टिकचा वापर केला जातो, तर ड्रेनेजसाठी कास्ट आयर्न, आर.सी.सी. पॉलिप्रोपेलिन, UPVC, CPVC, ABS इ. अनेक प्रकारचे पाइप वापरले जातात.

पाणीपुरवठा आणि सांडपाणी व्यवस्था

मानवी आरोग्याशी पाण्याचा थेट संबंध येत असल्यामुळे शहरासाठी बारा महिने पुरेसे तास व पुरेशा दाबाने शुद्ध, पिण्यायोग्य पाणी मिळणे आवश्यक असते; परंतु वाढती लोकसंख्या आणि नैसर्गिक बदल यामुळे असा पाणीपुरवठा काही प्रमाणात होणे अपरिहार्य आहे. पाण्यामध्ये अनेक घटक निसर्गत: मिसळलेले असल्यामुळे पिण्यासाठी त्याचे शुद्धीकरण करण्याची गरज असते. यापैकी काही घटक आरोग्यास अपायकारक असल्यामुळे त्यांचे घटकप्रमाण मोजण्याची गरज असते. पाण्यामध्ये मॅग्नेशियम, कॅल्शियम यांचे प्रमाण जास्त असेल, तर असे पाणी पचनास जड (Hard Water) असते. पाण्यातील अशा घटकांचा पाइपलाइनवर दुष्परिणाम होऊन कालांतराने ती गंजण्याचा धोका असतो. अशा पाण्यावर शुद्धीकरण प्रक्रिया केली जाते. आपल्याला रोजच्या वापरामध्ये थंड आणि गरम अशा दोन्ही प्रकारच्या पाण्याची आवश्यकता असते. थंड पाण्यासाठी योग्य दाबाची गरज असते. तर गरम पाण्यासाठी सौर पॅनेल, बॉयलर, विद्युत अथवा गॅसगिझर इ. चा वापर केला जातो. गरम पाण्याचे तापमान नियंत्रित करण्यासाठी अशा उपकरणांना थर्मोस्टेट बसवणे आवश्यक असते. ड्रेनेजचे डिझाईन करताना सिंगल अथवा डबल पाइप पद्धतीने केले जाते. डबल पाइप पद्धतीमध्ये किचन सिंक, बाथरूम, वॉश बेसिन, शॉवर, वॉशिंग मशिन यांकरिता एक पाइपलाइन (waste) असते. एशियन w/c, युरिनल याकरिता वेगळी स्वतंत्र पाइपलाइन (Soil) असते. सिंगल पाइपलाइन पद्धतीमध्ये सर्वांकरिता एकाच पाइपलाइनचा वापर केला जातो. पाइपलाइन कोणत्याही प्रकारची असो, त्यामध्ये खेळती हवा (ventilation) असणे आवश्यक असते. त्यामुळे निर्माण झालेले विषारी वायू बाहेर पडण्यास मदत होते. पाइपलाइनमधील विषारी वायूंचा टॉयलेटद्वारा घरामध्ये शिरकाव होऊ नये, यासाठी विशिष्ट ट्रॅप (fixture trap) बसवण्याची आवश्यकता असते. अगदी अलीकडच्या काळात चुकीच्या पद्धतीने बसवलेल्या ट्रॅपमुळे विषारी वायूंचा प्रादुर्भाव होऊन हाँगकाँग शहरात कित्येक व्यक्तींना प्राण गमवावे लागले आहेत. किंचन सिंक, बाथ टब, वॉश बेसिन, युरिनल अशा सर्व ठिकाणी या ट्रॅपची आवश्यकता असते. इंग्रजी 'P' आकाराच्या ट्रॅपमध्ये ५० मि.मी. पातळीचे पाणी कायमस्वरूपात राहण्याची रचना असते. या पाण्यामुळे पाइपलाइनमधील जीवाणू व विषारी वायूंना अंतर्भागात प्रवेश करता येत नाही.

स्वच्छतागृहांच्या विविध प्रकारांचे घरगुती, सार्वजनिक, अपंग व्यक्तींकरिता असे वर्गीकरण केले जाते. प्रत्येकाची रचना आणि प्लंबिंग करण्याची पद्धत वेगवेगळी असते. अशा वेळी प्लंबिंग तज्ज्ञांचा

सल्ला घेणे योग्य ठरते. स्वच्छतागृहासाठी सॅनिटरीवेअर आणि फिटिंग यांची निवड पहिल्यांदा केल्यास प्रत्यक्ष काम करताना चुका कमी होतात.

अपंग व्यक्तींकरिता स्वच्छतागृह

सार्वजनिक इमारती, शाळा, कॉलेज, वसतिगृहे, व्यापारी संकुल, रेल्वेस्थानक, सिनेमागृहे अशा सर्व ठिकाणी अपंग व्यक्तींकरिता स्वतंत्र स्वच्छतागृहाची अत्यंत आवश्यकता असते. अपंग व्यक्तींना व्हीलचेअरवरून सुलभपणे ने-आण करण्यासाठी स्वच्छतागृहाचा दरवाजा कमीत कमी साडेतीन फूट रुंद आणि बाहेरच्या बाजूस उघडणारा असणे गरजेचे आहे. स्वच्छतागृहातील तळामधील टाईल्स पाय घसरू न देणाऱ्या पद्धतीच्या बसवल्या जातात. स्वच्छतागृह आकाराने कमीत कमी २.४ चौ.मी. लांबी-रुंदीचे असावे. अंघोळीसाठी असणारी खुर्ची आणि कमोड यांची उंची तळापासून दीड फूट एकसारखी ठेवली जाते. वॉश बेसिन आणि खुर्ची यांचा वापर करताना उभे-आडवे सरकवण्याची सोय असते. गरम पाण्याचे तापमान ५० अंश सेल्सिअसपर्यंत नियंत्रित करण्यासाठी थर्मोस्टेट सुविधा असते. आधारासाठी योग्य ठिकाणी ग्रॅबबार बसवले जातात. सुरक्षिततेसाठी अंतर्गत पाइपलाइन तळापासून १।। फूट उंचीवर ठेवली जाते.

सार्वजनिक आणि घरगुती स्वच्छतागृह

सर्व सार्वजनिक ठिकाणी स्वच्छतागृहांची आवश्यकता असते. या ठिकाणी युरिनल, एशियन डब्ल्यू/सी, कमोड, वॉश बेसिन यांचा वापर केला जातो. युरिनलसाठी स्वतंत्र भाग असतो. दोन युरिनलमध्ये कमीत कमी दोन फूट अंतर ठेवले जाते. मध्यभागी सिरॅमिक, ग्रॅनाइट, ग्लास अथवा कडाप्पा यांचे योग्य उंचीचे पार्टिशन केले जाते. युरिनलची निवड करताना अंतर्गत ट्रॅप असणारी निवडणे गरजेचे असते. अशा ठिकाणी वेस्ट कपलिंग आणि बॉटल ट्रॅपचा वापर करू नये. पाण्याच्या योग्य वापरासाठी पुशकॉक अथवा इलेक्ट्रॉनिक सेन्सर्स बसवावेत. युरिनल वापरताना प्रत्येक फ्लशिंगच्या वेळी जास्तीत जास्त २ ते ४ लिटर पाणी वापरले जाईल अशी योजना करावी. सध्या बाजारात पाण्याची आवश्यकता नसणारी (Waterless) युरिनल उपलब्ध आहेत. पाण्याची बचत कण्यासाठी त्यांचा जास्तीत जास्त उपयोग

करून घेणे आवश्यक आहे. बेसिनची रचना भिंतीला काटकोनामध्ये असेल तर एकाच वेळी दोन व्यक्ती त्याचा वापर करू शकतात. कोरियन या नवीन मटेरिअलमध्ये बेसिन आणि लगतचे टेबल एकत्रितपणे बसवता येते. बेसिनचा नळ प्रत्येकवेळी जास्तीत जास्त २ लीटर पाणी वापरले जाईल असा असावा. त्यासाठी मीटर कॉक अथवा सेन्सर्स कॉकचा वापर करावा.

कमोडसाठी ३ लीटर आणि ६ लिटर पद्धतीची ड्यूएल फ्लशिंग टाकी बसवावी. सर्व सॅनिटरी वेअरसाठी ५० मि.मी. वॉटरसिल असणारे ट्रॅप बसवावेत. टॉयलेटच्या भिंती आणि तळामधील कोपरे यांना टाईल्स बसवताना गोलाकार आकार द्यावा. दोन टॉयलेटमधील वॉल तळापासून ६ इंच मोकळी असावी. यामुळे स्वच्छता राखण्यास सोपे जाते आणि जंतू, विषाणू निर्माण होत नाहीत.

आपल्या घरातील स्वच्छतागृहासाठी आपल्या आवडीप्रमाणे सॅनिटरी वेअर फिटिंग, योग्य दर्जाचे पाइप यांची निवड करून उत्तम दर्जाचे प्लंबिंग आपल्याला करता येते. घरगुती प्लबिंगच्या वेळी फिक्श्चर ट्रॅप, गरम पाण्यासाठी इन्सुलेशन, डायव्हर्टर, फ्लोअर चॅनल, वॉशिंग मशिनसाठी वेस्ट ट्रॅप इ. गोष्टींची आवश्यकता असते.

किचन आणि हॉस्पिटलसाठी प्लबिंग

घरामधील किचन सिंक एकापेक्षा जास्त असली, तर तळामध्ये एक ट्रॅप पुरेसा असतो. प्रत्येक सिंकसाठी स्वतंत्र ट्रॅपची गरज नसते. किचन सिंकसाठी असणारा नळ हवा मिश्रण करणारा असला, तर पाण्यामध्ये बुडबुडे तयार होऊन कमी पाण्यामध्ये जास्त पाणी वापरल्याचे समाधान मिळते. पाण्याचे शुद्धीकरण करण्यासाठी अॅक्वागार्ड सिस्टीम बसवणे योग्य ठरते. भांडी धुण्यासाठी स्वतंत्र जागेची अथवा सिंकची व्यवस्था करावी. हॉटेलमधील किचन सिंकसाठी स्वच्छतेला सोप्या असणाऱ्या स्टेनलेस स्टीलचा वापर करावा. किचनमधील तळात मध्यभागी पाणी वाहून जाण्याकरिता ड्रेन चॅनेलची रचना असते. पाण्यात मिसळलेले तेल, तूप वेगळे करण्यासाठी हॉटेलमधील किचन सिंकसाठी ग्रिस ट्रॅप बसवण्याची आवश्यकता असते.

हॉस्पिटल प्लंबिंग पाइपलाइनसाठी स्टेनलेस स्टील पाइप वापरणे योग्य ठरते. या ठिकाणी स्टेनलेस स्टील सिंक असतात. ऑपरेशन थिएटरमध्ये एल्बोटॅप असलेले स्क्रबसिंक वापरले जाते. ऑपरेशनपूर्वी हातामध्ये ग्लोव्ह्ज असणाऱ्या डॉक्टरांना एल्बोटॅपच्या साहाय्याने बेसिन वापरता येते. तळामध्ये पाय घसरू न देणाऱ्या टाईल्स बसवल्या जातात. भिंतीवरील टाईल्समध्ये सांधाजोड नसते. यामुळे जंतू, विषाणू निर्माण होत नाहीत. वातावरण आरोग्यदायी राहते.

♦♦♦

पाण्याच्या बचतीसाठी वॉटरलेस युरिनल

पर्यावरणाचे संतुलन राखण्यासाठी पर्यावरणपूरक इमारती बांधण्याची संकल्पना जगभर रुजत आहे. भारतातही या संकल्पनेतून नवीन इमारती निर्माण होत आहेत. अमेरिकेतील लीड (LEED) आणि भारतातील इंडियन ग्रीन बिल्डिंग कौन्सिल (IGBC) या संस्थांनी पर्यावरणपूरक बांधकामाचे निकष ठरवले आहेत. त्यांना जगभरातून मान्यता मिळाली आहे. त्यानुसार इथून पुढील काळात आपल्याला ऊर्जेची बचत, पाण्याची बचत आणि योग्य वापर, बांधकाम साहित्याचा पुनर्वापर तसेच साहित्यांवर पुनर्प्रक्रिया अशा सर्व गोष्टींना प्राधान्य द्यावे लागणार आहे. अशा निकषांची पूर्तता करणाऱ्या इमारतींना संस्थेतर्फे ग्रीन बिल्डिंगचे गुणवत्ता प्रमाणपत्र दिले जाते. बांधकाम क्षेत्रातील आयएसओ (ISO) प्रमाणपत्राप्रमाणेच हे प्रमाणपत्र व्यवस्थापनाच्या दृष्टीने महत्त्वाचे समजले जाते.

पाण्याची बचत करण्यासाठी अमेरिकेतील फाल्कन ग्रुपने वॉटरलेस युरिनलची निर्मिती केली आहे. अशा युरिनलचा जागोजागी वापर करून आपण भविष्यात लाखो लिटर पाण्याची बचत करू शकतो. आरोग्यदायी वातावरणनिर्मिती आणि पाण्याची बचत ही उद्दिष्टे साध्य केल्याने अशा युरिनलला 'लीड'चे मानांकन मिळाले आहे. शहरातील सार्वजनिक ठिकाणी असणाऱ्या स्वच्छतागृहांसाठी अशी वॉटरलेस युरिनल उपयुक्त ठरणार आहेत.

वॉटरलेस युरिनलची रचना :

पारंपरिक युरिनलच्या तळामध्ये बॉटलट्रॅप असतो जो मुख्य ड्रेनेज लाइनला जोडला जातो. वॉटरलेस युरिनलच्या तळाशी छोटे गोलाकार कार्टेज बसवलेले असते. हेच कार्टेज सील ट्रॅपचे महत्त्वपूर्ण कार्य करते. कार्टेजमध्ये पाणी आणि ५० मिलिलीटर ऑलसील नावाचे केमिकल असते. या केमिकलचा थर पाण्यावर तरंगतो तो एखाद्या पडद्याप्रमाणे कार्य करतो. या पडद्यामुळे युरिनलमधील हवेचा शिरकाव मुख्य

ड्रेनेजलाइनमध्ये होत नाही; तसेच पाइपलाइनमधील विषारी वायूंना विरुद्ध दिशेने युरिनलमध्ये प्रवेश करता येत नाही. युरिनलचा वापर करताना युरिन कार्टेजद्वारा पाइपलाइनमध्ये वाहून नेले जाते. ज्या वेळी मानवी शरीरातील युरिनचा पाणी आणि हवेशी संपर्क येतो तेव्हा रासायनिक प्रक्रियेतून अमोनिया ऑक्साईड वायू तयार होतो. याच वायूची दुर्गंधी येते. वॉटरलेस युरिनलमध्ये पाण्याचा वापर होत नसल्यामुळे दुर्गंधी निर्माण होत नाही. दिवसातून दोन वेळा स्वच्छतागृहांची पाण्याने सफाई केली तरी चालू शकते.

वॉटरलेस युरिनलचे फायदे :

स्वच्छतागृहे स्वच्छ व दुर्गंधीमुक्त ठेवण्यास मदत होते. बॅक्टेरिया व्हायरस यांची होणारी वाढ रोखणे शक्य होते. पाण्याची वाहतूक करणे, पंप इ. गोष्टींची गरज नसल्यामुळे ऊर्जेची बचत होते. ऊर्जाबचतीमुळे कार्बन डायऑक्साईड वायूचे उत्सर्जन कमी होऊन पर्यावरण संतुलन राखण्यास मदत होते.

ज्या ठिकाणी मुख्य ड्रेनेज नसते, तेथे सेप्टिक टँक असतो. अशा टँकची क्षमता आपोआपच कमी होते. एक वॉटरलेस युरिनल वर्षाकाठी अंदाजे एक लक्ष लीटर पाण्याची बचत करू शकते.

सार्वजनिक, निवासी, व्यापारी, औद्योगिक संकुले, विमानतळ, रेल्वे स्थानक, बस स्थानक अशा ठिकाणी ही युरिनल उपयुक्त आहेत. पाण्याचा प्रत्येक थेंब पुढील काळात मौल्यवान असल्यामुळे पाण्याची बचत करणारी उपकरणे वापरणे सयुक्तिक ठरणार आहे.

पाण्याचा प्रत्येक थेंब पुढील काळात मौल्यवान असल्यामुळे पाण्याची बचत करणारी उपकरणे वापरणे सयुक्तिक ठरणार आहे. आज अनेक ठिकाणी वॉटरलेस युरिनलचा वापर प्रायोगिक तत्त्वावर सुरु झाला आहे. परंतु या उपकरणाला इंडियन प्लंबिंग कोडची मान्यता मिळणे बाकी आहे.

♦♦♦

गरज भूकंपप्रतिकारक इमारतींची

भूकंप ही एक नैसर्गिक आपत्ती मानली जाते, जिची कोणतीही पूर्वसूचना नसते. परंतु भूकंपामुळे अत्यंत कमी कालावधीमध्ये प्रचंड विध्वंस होतो. भूकंपतज्ज्ञ म्हणतात की, भूकंप हा हानिकारक नसतो, तर त्याच्या धक्क्याने इमारती, दरडी कोसळतात अथवा त्सुनामी उद्‌भवते व त्यामुळे जीवित व वित्तहानी होते. भूकंपाची तीव्रता अधिक असेल, तर हानी मोठ्या प्रमाणात होते. जपानमधील नागरिकांना भूकंप हा प्रकार नवीन नाही. जपानी अभियंत्यांनी स्थापत्यशास्त्रातील प्रगत तंत्रज्ञानाचा वापर करून अगोदरच तेथील इमारतींची बांधणी भूकंप प्रतिकारक पद्धतीने केली आहे.

भूगर्भ आणि भूकंप

पृथ्वी हा या सूर्यमालेतील सजीवसृष्टी असणारा एकमेव ग्रह समजला जातो. पृथ्वीची उत्पत्ती सुमारे ४.५ अब्ज वर्षांपूर्वीची असून, पुढील ५० कोटी वर्षांपर्यंत येथे सजीवसृष्टी राहील, असा शास्त्रज्ञांचा अंदाज आहे. पृथ्वीचा व्यास १२,७५६.२० किलोमीटर असून, तिचा अंतर्भाग हा प्रमुख चार विभागांनी बनला आहे. अंतर्भाग घन स्वरूपातील आयर्न, सल्फर, निकेल अशा धातूंनी बनला आहे. त्याच्या बाहेर कित्येक किलोमीटर जाडीचा द्रवरूपातील थर आहे. तिसरा भाग उष्मखडकांनी बनलेला असून, सर्वात बाहेरचे कवच ग्रॅनाईट, बेसाल्ट अशा खडकांनी बनलेले आहे. अंतर्भाग आणि बाह्यकवच यामधील तापमानामध्ये खूप फरक आहे. त्यामुळे प्रचंड दाब निर्माण होऊन उत्सर्जित झालेल्या उष्णतेमुळे एकसंध भूपृष्ठाची विभागणी झाली आहे. भूगर्भातील पोटॅशियम, युरेनियम, थोरियम असे धातू उष्णता उत्सर्जित करण्यास कारणीभूत ठरतात. पृथ्वीच्या या विभागणीमुळे भूखंडे आणि महासागर यांनी बनलेले भूकवच खंडित झाले आहे. त्याचे अनेक तुकडे बनले आहेत. त्यांना भू-तबके (Techtonic Plates) म्हणतात. घनतेच्या फरकामुळे या भू-तबकांची एकमेकांच्या अनुबंधाने हालचाल होते, त्याला 'तबक विवर्तनी' म्हणतात. ही भू-तबके कधी एकमेकांवर आदळतात, तर कधी विलग होतात. अनेकदा वरखाली होतात. अशा वेळी भू-तबकांच्या सीमावर्ती भागात प्रचंड दाब निर्माण होऊन भ्रंशरेषा (Fault line) निर्माण होतात. त्या ठिकाणी खडकांना भेगा पडून त्यामधून प्रचंड ऊर्जा अचानक बाहेर पडते, तेव्हा तीव्र लहरी उत्पन्न होऊन पृथ्वीचा पृष्ठभाग कंपनांनी हादरतो. यालाच 'भूकंप' म्हणतात. पृथ्वीवर झालेले ९०% भूकंप हे भू-तबकांच्या सीमावर्ती भागात झालेले आहेत.

भूकंपाचे मूल्यमापन

भूपृष्ठाखाली ज्या ठिकाणाहून ऊर्जा बाहेर पडते, त्या उगमस्थानाला 'फोकस' म्हणतात. त्यापासून बरोबर सरळ वर पृष्ठभागावर असणाऱ्या ठिकाणाला भूकंपाचा केंद्रबिंदू (Epicentre) म्हणतात. ऊर्जेचे मोजमाप रिश्टर स्केलने १ ते १० अंकांमध्ये केले जाते. सर्वसाधारण ८ रिश्टर स्केल व त्यापेक्षा अधिक तीव्रतेचा भूकंप हानिकारक समजला जातो. भूकंपामुळे घडलेल्या वित्त अथवा जीवितहानीवरून त्याची तीव्रता ठरवली जाते. या तीव्रतेचे मर्काली स्केलच्या साहाय्याने १ ते १२ पातळीपर्यंत मूल्यमापन केले जाते. भूकंपाची वेळ, जागा आणि व्याप्ती यांचा कोणालाच अंदाज बांधता येत नाही.

भारतात आजपर्यंत झालेले भूकंप आणि त्यांची तीव्रता यावरून ब्यूरो ऑफ इंडियन स्टॅण्डर्ड्सने (BIS) भारताची चार प्रमुख भूकंपप्रवण क्षेत्रे (Seismic Zones) ठरवली आहेत. त्यापैकी चौथे क्षेत्र अतिसंवेदनशील मानले जाते. भौगोलिक बदलानुसार ही क्षेत्रे बदलली जातात. उदा. कोयना हे पूर्वी नं. १मध्ये समाविष्ट होते. परंतु १९६७च्या भूकंपानंतर त्याचा समावेश क्षेत्र नं. ४मध्ये झाला आहे.

भूकंप प्रतिकारक इमारतींची रचना

भूकंपामुळे होणारी इमारतींची हानी ही तिचा आकार, लांबी-रुंदी, भौमितिक रचना आणि भूकंपाचा दाब यांवर अवलंबून असते. इमारतीसाठी साधी सोपी आणि प्लॅन व इलेव्हेशनला सम प्रमाणात असणारी रचना करण्याची गरज असते. प्रतिकूल आकार, अनावश्यक वजन, अधिक लांबीचे कँटिलिव्हर, रुंद बाल्कनी, तरंगते कॉलम टाळण्याची आवश्यकता असते. इंग्रजी U, V, H व + अशा आकाराच्या इमारती भूकंपाचे वेळी अधिक प्रतिकार करतात, असे निदर्शनास आले आहे, तर अति लांबलचक, अति उंच, आकाराने बोजड इमारतींना भूकंपाचा जास्त धोका असतो. इमारतींची भूकंप प्रतिकारक्षमता वाढविण्यासाठी उच्च ताणशक्ती असणारे स्टील आणि योग्य दर्जाचे क्रॉंक्रीट यांचा वापर करणे उपयुक्त ठरते. स्टीलची दिर्घीकरण क्षमता (Elongation) १४ टक्के आणि ताकद (Yield Strength) कमीत कमी ५०० N/mm२ असणे गरजेचे असते, तर कॉंक्रीट कमीत कमी M२० दर्जाचे असणे आवश्यक असते. कॉंक्रीट आणि स्टील यांनी एकमेकांना घट्ट पकडून ठेवणे (Bonding) याचे महत्त्व या ठिकाणी अनन्यसाधारण असते. इमारतींसाठी वापरले जाणारे बांधकाम साहित्य उदा. सिमेंट, वाळू, विटा, ब्लॉक्स या सर्वांचा दर्जा तपासण्याची गरज असते. खेड्यापाड्यांतील घरे अनेकदा विटा, ब्लॉक्स, दगड यांनी बांधली जातात. अशा घरांना पाया, लिंटेल आणि छत या ठिकाणी आर.सी.सी.च्या योग्य जाडीचा थर (R.C.C. Band) असण्याची आवश्यकता असते. घराच्या अंतर्गत भिंती मुख्य भिंतींना जोडण्याची गरज असते. त्यामुळे भूकंपाचे वेळी त्यांचा एकमेकांना आधार मिळतो. पाया आणि छत या ठिकाणी भिंतींना कॉंक्रीट थराची आवश्यकता असते.

भूकंपलहरींचा आघात

जमिनीतून बाहेर पडणाऱ्या भूकंपलहरी सर्वप्रथम इमारतींच्या पायाजवळ आघात करतात. त्यासाठी पाया भक्कम असणे आवश्यक असते. अशा वेळी जमिनीच्या विविध स्तरांमधील पाण्यांचे प्रमाण, त्या स्तरांची घनता, वजन पेलण्याची क्षमता इ. चाचण्या प्रयोगशाळेत करून येणारे निष्कर्ष तपासण्याची गरज असते.

उतरत्या जमिनीवर पाया असेल तर तळातील सर्व कॉलम प्लिंथ बीमने एकमेकांना जोडण्याची आवश्यकता असते. भूकंपलहरींमुळे पायाजवळ उभा, आडवा आणि कर्णरेषेत दाब (Inertia) निर्माण होतो. त्यातून निर्माण झालेली कंपने पायातून कॉलममार्फत छतापर्यंत

पोचतात आणि स्लॅब, बीम आणि कॉलमपर्यंत पुन्हा परततात. त्याच्या जाण्यायेण्याचा मार्ग अखंडित असावा लागतो. इमारतीमधील जिना हा आपत्कालीनप्रसंगी इमारतीमधून बाहेर पडणारा मुख्य मार्ग असतो. असा जिना मुख्य इमारतीला तळापासून पूर्ण उंचीपर्यंत जोडलेला असण्याची गरज असते.

भूकंप प्रतिकारक स्ट्रक्चरल डिझाइन

भूकंपप्रतिकारक पद्धतीने डिझाइन करण्यासाठी IS ४५६, IS १३९२०, IS १८९३, IS ४३२६, नॅशनल बिल्डिंग कोड इ. प्रमुख कोड्सचा वापर केला जातो. कॉलम हा इमारतीचा मुख्य आधारस्तंभ असतो. त्यामुळे कॉलम हे बिमपेक्षा अधिक ताकदवान असणे आवश्यक असते. भूकंपाला प्रतिकार करण्यासाठी कॉलम आणि बीम यांचा सांधा महत्त्वाचा असतो. काँक्रीटमध्ये ताणशक्ती नसते. त्यासाठी त्यामध्ये स्टीलचा वापर केला जातो. स्टीलमध्ये लवचीकपणा असतो, त्यामुळे प्रथम ते ताणले जाते आणि नंतर तुटते. स्टीलमधील हाच गुणधर्म डिझाइन करताना उपयुक्त ठरतो. कॉलममधील मुख्य स्टील आणि रिंग्ज यांची बांधणी योग्य प्रकारे असण्याची गरज असते. त्यासाठी रिंग्जना १३५ अंशांमध्ये हूक बनवला जातो. अनेक वेळा प्रत्यक्ष जागेवर असा हूक ९० अंशांमध्ये बनवला जातो. जो भूकंपाच्या वेळी काँक्रीट आणि मुख्य स्टील यांस विलग करतो. कॉलम आणि बीम यांमधील स्टीलचा एकमेकांमध्ये सुलभतेने गुंताव होण्याची आवश्यकता असते. कॉलम बीम सांध्यामध्ये आवश्यक स्टील रिंग्जची गरज असते.

इमारतींच्या प्रत्येक मजल्यावरील स्लॅब लेव्हलला भूकंपाचा दाब तीव्र असतो. अशा वेळी प्रत्येक मजल्यावरील कॉलममधील मुख्य स्टीलसाठी लागणारा जोड (Lap) स्लॅब लेव्हलला न ठेवता मजल्याच्या उंचीच्या निम्म्या अंतरावर ठेवतात. जोड देताना सर्व सळयांना न देता एकाआड एक दिला जातो. बीमच्या मध्यावर आणि कॉलमजवळ मुख्य स्टीलला जोड दिला जात नाही. त्या ठिकाणी अखंडित स्टीलची गरज असते. उंच इमारतींचे डिझाइन करताना आर.सी.सी. फ्रेमवर्क आणि भिंती अशी विभागणी केली जाते. भिंती शक्यता कमी वजनाच्या असतात.

बेस आयसोलेशन तंत्रज्ञान

भूकंपाचा धोका असणाऱ्या अनेक देशांमध्ये बेस आयसोलेशन तंत्रज्ञानाचा वापर होत आहे. भूकंपाच्या तीव्र धक्क्याला प्रतिकार करण्याची शक्ती इमारतींमध्ये निर्माण करणे यामुळे शक्य झाले आहे. पारंपरिक पद्धतीमध्ये इमारतींचा पाया आणि उर्वरित भाग एकमेकांना जमिनीलगत एकसंध जोडलेला असतो. या तंत्रज्ञानात पाया आणि इमारतीचा उर्वरित भाग भूकंपापासून बचाव करण्यासाठी विलग केलेला असतो. यासाठी दोन पद्धतींचा वापर केला जातो. पहिल्या प्रकारात इलेस्टोमेरिक बेअरिंग वापरतात. त्यांना 'इलेस्टोमर' म्हणतात. नैसर्गिक अथवा कृत्रिम रबर आणि स्टील प्लेट्स यांपासून ते बनवतात. पाया आणि इमारतीचा वरील भाग यांच्या मधोमध जमिनीलगत अशी बेअरिंग्ज बसवली जातात. बेअरिंगमध्ये इमारतीचे वजन पेलण्याची क्षमता असते. रबरामधील लवचीकपणा हा गुणधर्म भूकंपाच्या वेळी उपयुक्त ठरतो. जेव्हा भूकंपलहरी इमारतीच्या पायावर आघात करतात, तेव्हा निर्माण होणारी भूकंपने बेअरिंग शोषण करतात. त्यांना इमारतींच्या उर्वरित वरील भागात जाऊ देत नाहीत. दुचाकी अथवा चार चाकीमध्ये बसवलेला शॉक ॲबसॉर्बर ज्या प्रकारे कार्य करतो, तसेच या वेळी घडते. दुसऱ्या पद्धतीत सरकती यंत्रणा वापरली जाते. इथे दोन प्लेट्स आणि त्यामध्ये वर्तुळाकार रोलर बेअरिंग असतात. खालची प्लेट

इलेस्टोमेरिक बेअरिंग

वक्राकार असते. वरची प्लेट इमारतीच्या पायाचे ठिकाणी बसवली जाते. भूकंपाचे वेळी इमारत चक्क आपल्या जागेवरून तात्पुरती काही अंतर सरकते आणि नंतर पूर्ववत आपल्या जागेवर येते.

बेस आयसोलेशनचा वापर

नैसर्गिक रबरापासून बेअरिंग बनवण्यासंबंधित असणारे संशोधन होण्याची सुरुवात १९७६च्या सुमारास अमेरिकेतील कॅलिफोर्निया विद्यापीठात झाली. रबरासाठी मलेशियातील रबर उत्पादकांची मदत घेण्यात आली. १९७८च्या सुमारास पाच मजली इमारतीचे मॉडेल तयार करून बेअरिंगची यशस्वी चाचणी करण्यात आली. नंतरच्या काळात इमारतींसाठी प्रत्यक्षात वापर करण्यास सुरुवात झाली. १९८५ या वर्षी लॉस अँजेलिस येथील चार मजली इमारतीचा पाया बनवताना एकूण ९८ बेस आयसोलेटर्स वापरण्यात आले. भूकंपाच्या वेळी ही इमारत जागेवरून १५ इंच सरकू शकते. जपानमध्ये १९८६पासून बेस आयसोलेशन तंत्रज्ञान वापरण्यास सुरुवात झाली. बेस आयसोलेशन असणारी जगातील सर्वात मोठी यंत्रणा जपानमधील एका इमारतीमध्ये बसवण्यात आली आहे. ही इमारत सहा मजली असून तिचे क्षेत्रफळ पाच लाख स्क्वेअरफूट आहे. पायामध्ये एकूण १२० इलेस्टोमेरिक आयसोलेटर्स बसवले आहेत. जपानमधील असंख्य इमारतींचा पाया आज याच तंत्रज्ञानावर आधारित आहे. किल्लारी येथील दोन मजली शाळा आणि भूज येथील चार मजली हॉस्पिटलच्या इमारतीसाठी बेस आयसोलेशन तंत्रज्ञान वापरण्यात आले आहे. इमारतींच्या अंतर्भागात डॅम्पर्स बसवून तिची भूकंप प्रतिकारकता वाढवता येते. तैवान देशात १०६ मजली, ५०८ मीटर उंचीचा तैपेई १०१ हा गगनचुंबी टॉवर बांधण्यात आला आहे. टॉवरच्या ८८व्या मजल्यावर ७०० टन वजनाचा शक्तिशाली डॅम्पर बसवला आहे. त्यामुळे भूकंप, वादळ, वारा, यापासून टॉवर सुरक्षित बनला आहे. नैसर्गिक आपत्तींना तोंड देण्याची प्रतिकारकता इमारतींमध्ये असणे काळाची गरज आहे.

♦♦♦

उत्कृष्ट रंगकामाचा मूलमंत्र

आपल्या घराचा रंग आपल्या आवडीनुसार असावा, असा प्रत्येकाचा आग्रह असतो. रंगांचे विविध प्रकार आणि असंख्य रंगछटांमुळे अनेकदा रंगाची निवड करताना गोंधळ उडतो. अगदी शेवटच्या क्षणापर्यंत त्यामध्ये बदल होतात.

सात मुख्य रंगांपासून विविध रंगाच्या लाखो छटा तयार करता येतात. प्रत्येक रंगाचे स्वत:चे वैशिष्ट्य असते. सूर्यप्रकाशाशी साधर्म्य असणारा पिवळा रंग प्रसन्नता आणि स्फूर्तीचे प्रतीक असतो. लाल रंग तामसी असल्यामुळे त्यामध्ये पांढरा रंग मिसळून गुलाबी रोमँटिक रंग बनवता येतो. निळा रंग अथांग समुद्र, भव्य आकाश आणि शांततेचे प्रतीक समजला जातो, तर हिरवा रंग निसर्गाचे हरित रूप समजले जाते.

बांधकाम नवीन असताना, तसेच जुने झाल्यानंतरही काही काळाने पुन्हा नवीन रंग देण्याची गरज असते. वातावरणातील विविध बदलांमुळे भिंतीला तडे जातात, लाकडाला वाळवी लागते, तर धातू गंजतात. वास्तूंचे सौंदर्य आणि ताकद वाढविण्यासाठी त्यांना रंगवण्याची गरज असते. रंगाच्या बाह्य आवरणामुळे वातावरणाचा विपरीत परिणाम वास्तूंवर होत नाही. त्यामुळे त्यांचे आयुष्य वाढते. भिंती, धातूंच्या वस्तू, लाकूड यांचे मूलभूत गुणधर्म वेगवेगळे असल्यामुळे त्यांना वेगवेगळ्या पद्धतीने रंगकाम करावे लागते. सध्याच्या प्रगतीच्या काळात असंख्य ब्रँडचे रंग बाजारात उपलब्ध आहेत. त्यापैकी अचूक निवड करणे हे ग्राहकाचे कौशल्य असते.

रंगाची पूर्वतयारी

रंगकामाची सुरूवात करण्याआधी प्रत्यक्ष जागेची तपासणी करणे गरजेचे असते. अनेकदा रंग देण्याच्या ठिकाणी पाण्याची गळती, भिंतींना तडे, भेगा, भोके, खिळे इत्यादी प्रकार आढळतात. अशा वेळी त्या जागी योग्य पद्धतीने प्लॅस्टर अथवा वॉटरप्रूफिंग करण्याची गरज असते. हवामान अतिदमट अथवा पावसाळी असेल तर शक्यतो रंगकाम करू नये. अशा वातावरणात रंग वाळण्यास जास्त वेळ लागतो. सध्या संगणकाचा उपयोग करून आपल्या आवडीची रंगछटा निर्माण करता येते. आपण

निवडलेली रंगसंगती फर्निचर व पडदे यासोबत कशी दिसेल हे संगणकाच्या पडद्यावर आपण अगोदरच पाहू शकतो. आवश्यकतेनुसार त्यामध्ये बदल करता येतो. रंगाची निवड झाल्यावर त्याची बाजारातील उपलब्धता तपासणे गरजेचे असते. रंगकामाची सुरुवात करण्याआधी उत्तम पेंटर आणि प्रचलित रेट यांची माहिती गोळा करणे आवश्यक असते. रंगाचे काम दर्जेदार होण्यासाठी रंग, प्रायमर, थिनर, पुट्टी, ब्रश, रोलर इत्यादी सर्व साहित्य

उत्तम दर्जाचे असावे. नवीन बांधकामाला रंग देताना प्लॅस्टर आणि रंगकाम यामध्ये योग्य कालावधी असणे आवश्यक असते. या काळात भिंतीमध्ये होणारे अंतर्गत बदल स्थिरावतात.

रंगाची पहिली प्रक्रिया : डोंगा

रंग देण्याअगोदर भिंती, सीलिंग यांना व्हाइट वॉश अथवा डोंगा दिला जातो. यासाठी चुना आणि पाणी यांचे मिश्रण वापरले जाते. चुन्यामधील अल्कली गुणधर्मामुळे त्याचा वापर करताना कोणताही अपाय होत नाही. डोंगा करण्याअगोदर संपूर्ण पृष्ठभाग स्वच्छ केला जातो आणि तयार मिश्रण गाळून वापरले जाते. चुन्यामुळे भिंतीमधील सूक्ष्म तडे भरले जातात आणि प्लॅस्टरमधील पाणी शोषले जाते. त्यामुळे रंगाआधी सर्व पृष्ठभाग पूर्णपणे कोरडा बनतो. अनेक ठिकाणी सध्या चुन्यामध्येच विविध रंग आणि फेव्हिकॉल मिसळून रंगकाम केले जाते. एक किलो चुन्यामध्ये अंदाजे २५० स्क्वे.फूट पृष्ठभाग व्हाइट वॉश करता येतो, याचे दोन अथवा तीन कोट दिले जातात.

रंगाची दुसरी प्रक्रिया : प्रायमर

प्रायमर देण्याच्या आधी दिलेला व्हाइट वॉश पॉलिश पेपरने संपूर्णत: घासून स्वच्छ करावा लागतो. प्रायमरमुळे रंग आणि पृष्ठभाग यामधील पकड घट्ट होते. पृष्ठभाग अधिक गुळगुळीत बनून त्याची शोषणक्षमता कमी होते. विविध मटेरिअलसाठी वेगवेगळे प्रायमर वापरले जातात. तयार प्रायमर बाजारात उपलब्ध असतात. प्रायमरमधील चिकटपणा नियंत्रित करण्यासाठी त्यामध्ये २० ते ३० टक्के थिनर मिसळले जाते.

रंगाची तिसरी प्रक्रिया : पुट्टी

रंग देण्याअगोदर भिंतीच्या पृष्ठभागावर असणारे तडे आणि प्लॅस्टरमधील खाचखळगे भरण्याची आवश्यकता असते. मोठे तडे प्लॅस्टर ऑफ पॅरिस अथवा सिमेंट आणि वाळू यांच्या मिश्रणाने भरावे लागतात. बारीक तडे भरण्यासाठी पुट्टीचा वापर केला जातो. पुट्टी तयार करण्यासाठी व्हाइटिंग पावडर, पांढरा ऑइलपेंट, लिनसीड ऑइल आणि पाणी यांचे विशिष्ट प्रमाणातील मिश्रण वापरले जाते. लिनसीड ऑइलमुळे पुट्टी अधिक ताकदवान बनून पृष्ठभागावर घट्ट चिकटते. पृष्ठभाग कसा आहे यावरून पुट्टीचा एक अथवा दुसरा थर दिला जातो. पुट्टीचे काम पूर्ण झाल्यानंतर मुख्य रंगाचे काम चालू होते.

ड्राय डिस्टेंपर

अंतर्गत रंग म्हणताना सर्वप्रथम ड्राय डिस्टेंपरची आठवण होते. या रंगामध्ये असंख्य, विविध रंगछटा तयार करता येतात. मुख्य रंग बनविण्यासाठी विविध घटक एकत्र

केले जातात. त्यामध्ये गुजरात पोरबंदर येथील व्हाइटिंग पावडर (९२ टक्के), सरस (३ टक्के), ॲडेसिव्ह, कलर पिगमेंट्स यांचा वापर केला जातो. रंग देण्याआधी रंगाची पावडर आणि पाणी यांचे ढवळलेले मिश्रण एकजीव होण्यासाठी अंदाजे अर्धा तास ठेवले जाते. त्यानंतर स्वच्छ कापडातून गाळून घेतले जाते. भिंतीला दिलेल्या पुट्टीचा पृष्ठभाग सँडपेपरने घासून स्वच्छ केला जातो. रोलर अथवा ब्रशच्या साहाय्याने डिस्टेंपरचा पहिला थर दिला जातो, तो पूर्ण वाळण्यासाठी अंदाजे तीन ते चार तासांचा अवधी लागतो. त्यानंतर पुढील थर दिले जातात. तिसऱ्या थरानंतर रंगाला योग्य तो तजेला दिसू लागतो.

डिस्टेंपर रंग दिल्यानंतर त्यामध्ये अनेकदा त्रुटी आढळतात. रंगाचे मिश्रण एकजीव नसेल अथवा डिंक हलक्या प्रतीचा असेल, तर दिलेला रंग हाताला लागतो. बांधकामामध्ये वापरलेली वाळू अथवा विटा योग्य दर्जाच्या नसतील, तर कालांतराने त्यामधून सूक्ष्म प्रमाणात ॲसिड बाहेर पडण्यास सुरुवात होते. यामुळे रंगावर चट्टेपट्टे दिसण्यास सुरवात होते. पृष्ठभाग सँडपेपरने स्वच्छ घासला नसेल, तर रंगामध्ये छोट्या रेषा दिसण्यास सुरुवात होते. रंगामध्ये डिंकाचे प्रमाण जास्त असेल, तर रंग देताना ब्रश जड होऊन रंग ओघळण्याची शक्यता असते. सर्व प्रकारची योग्य काळजी घेतली असता दिलेला डिस्टेंपर पुढील चार ते पाच वर्षांच्या कालावधीत उत्तम स्थितीमध्ये टिकतो.

ॲक्रॅलिक डिस्टेंपर आणि इमल्शन पेंट

ड्राय डिस्टेंपरमधील रंगछटा अधिक गडद असतात. त्याच रंगछटा आल्हाददायक रूपामध्ये ॲक्रॅलिक डिस्टेंपरमध्ये तयार करता येतात. दोन्ही रंगांचे शेडकार्ड पाहिले की हा फरक लगेच लक्षात येतो. असा रंग बनविण्यासाठी लागणारी व्हाइटिंग पावडर (९२ टक्के) शुद्ध पांढऱ्या रंगातील राजस्थानातील उदयपूर येथील वापरली जाते. रंगामधील मूलभूत डिंक हा ॲक्रॅलिक इमल्शनमधील असतो. या रंगाचे अनेक फायदे आहेत. अनेकदा रंगावर धुळीचे थर साचतात. ते थर चटकन स्वच्छ करणे शक्य होते. अंतर्गत रंगामध्ये प्लॅस्टिक इमल्शन हा रंग उपलब्ध आहे. डिस्टेंपरपेक्षा हा रंग अधिक चकाकी आणतो. रंगाच्या पृष्ठभागावर डाग पडले, तर ते काढताना रंग धुतला जात नाही. अंतर्गत रंगामध्ये महाग परंतु लोकप्रिय असणारा रंग म्हणजे लस्टर पेंट. डिस्टेंपर, प्लॅस्टिक इमल्शन, ॲक्रॅलिक हे रंग वॉटरबेस्ड असतात, तर लस्टर हा टर्पेंटाइन म्हणजे ऑईलबेस असतो. लस्टर पेंटमध्ये मंद रंगछटांपासून गडद रंगछटा तयार करता येतात. त्यासाठी मुख्य रंगामध्ये पांढऱ्या रंगाचे मिश्रण केले जाते.

इमारतीचे बाह्य रंगकाम :

प्लॅस्टर करताना सिमेंट आणि वाळू यांचा वापर केला जातो. अशा प्लॅस्टरवर रंगकाम करण्यासाठी सिमेंट पेंट वापरणे योग्य ठरते. सिमेंट पेंटमध्ये असंख्य, विविध रंगछटा तयार करता येतात. हा रंग बनविण्यासाठी व्हाइट सिमेंट (७० टक्के), चुना (१५ टक्के), अल्कली प्रतिकारक पिगमेंट्स

(२ टक्के), वॉटरप्रूफिंग कंपाऊंड, ॲडमिक्श्चर, फिलर्स इ. चा वापर केला जातो. सिमेंट पेंट देण्याअगोदर संपूर्ण पृष्ठभाग पाण्याने स्वच्छ धुवून ओला केला जातो. त्यामुळे रंगाचे अधिक शोषण होत नाही. सिमेंट पेंटमुळे प्लॅस्टरमधील सूक्ष्म तडे, भेगा भरल्या जाऊन पृष्ठभागावर वॉटरप्रूफिंगचे एक विशिष्ट आवरण तयार होते. त्यामध्ये अल्कली प्रतिकारक शक्ती असते. अशा आवरणामुळे ऊन, वारा, पाऊस, अल्ट्राव्हायोलेट किरणे यांचा पृष्ठभागावर विपरीत परिणाम होत नाही. रंगाचा पहिला थर देताना रंग आणि पाणी यांचे एकास एक प्रमाण वापरले जाते. दुसऱ्या थरासाठी एकास दीडपट प्रमाण वापरले जाते. पुढील काळात दिवसातून दोन वेळा असे आठवडाभर रंगाचे क्युरिंग केले जाते.

सिमेंट पेंटची निवड करताना फिका रंग निवडल्यास सूर्यप्रकाश परावर्तीत होऊन इमारतीचा अंतर्भाग थंड राहण्यास मदत होते. ऋतुमानाप्रमाणे प्लॅस्टरच्या पृष्ठभागाचे उन्हाळ्यात प्रसरण, तर हिवाळ्यात आकुंचन होते. सिमेंट पेंटमध्येसुद्धा अशाच प्रकारचे बदल होत राहतात, त्यामुळे पृष्ठभागावर तडे पडत नाहीत. बाह्यरंग देताना सिमेंट पेंटला पर्याय म्हणून ॲक्रॅलिक आणि टेक्श्चरपेंट बाजारात उपलब्ध आहेत. त्यासाठी विशिष्ट प्रायमरचे आवरण रंगाअगोदर द्यावे लागते.

रंगाचे मोजमाप करण्यासाठी ब्रास हे परिमाण मानले जाते. एक ब्रास म्हणजे १०० स्क्वे. फूट पृष्ठभाग गणला जातो.

उंच इमारतीचे रंगकाम करताना सुरक्षिततेची सर्वतोपरी काळजी घेणे गरजेचे असते. रंगकामाची शिडी, पहाड, झूला, सेफ्टीबेल्ट, हेल्मेट्स इ. चा योग्य प्रकारे वापर करणे आवश्यक असते. रंगाचे सर्व साहित्य दर्जेदार असेल, तर उत्तम पेंटरच्या साहाय्याने उत्कृष्ट रंगकाम करता येते.

♦♦♦

इमारती जमीनदोस्त करण्यासाठी

नवीन इमारती बांधण्यासाठी विविध तंत्रज्ञानाची आपण मदत घेत असतोच; परंतु त्यांना जमीनदोस्त करण्यासाठीसुद्धा अद्ययावत तंत्रज्ञान विकसित आहे. पत्त्यांचे बंगले बांधून ते कोसळण्याचा अनुभव लहानपणी सर्वांनीच घेतला असेल. त्याचप्रमाणे आधुनिक तंत्रज्ञानाने खऱ्याखुऱ्या बहुमजली इमारती क्षणार्धात सुरक्षितपणे भूतलावर आणणे शक्य झाले आहे. या तंत्रज्ञानाला 'इंप्लोजन' (implosion) असे संबोधले जाते. स्फोटकांच्या साहाय्याने एखादी वास्तू उडविणे म्हणजे 'एक्सप्लोजन' (explosion) याच्या अगदी विरुद्ध क्रिया 'इंप्लोजन'मध्ये घडते. अत्यंत नियंत्रित पद्धतीने स्फोटकांचा वापर यामध्ये केल्यामुळे इमारतींचे अवशेष हवेत उडणे, लगतच्या इमारतींना तडे जाणे, मनुष्यहानी होणे असे धोके यामध्ये संभवत नाहीत.

इंप्लोजन तंत्रज्ञानाची ओळख

यामध्ये गुरुत्वाकर्षण आणि स्वत:च्या वजनामुळे इमारत जागच्या जागी कोसळते. इमारत कोसळताना बाह्यदाबामुळे बाहेरील भिंती अंतर्भागात खेचल्या जातात. इमारतीच्या कोणकोणत्या ठिकाणी स्फोटके ठेवायची, याचा संपूर्ण नकाशा सर्वप्रथम बनवला जातो. इमारतीच्या अंतर्भागाचा अभ्यास करून भिंती,

कॉलम, बीम, स्लॅब यांना अनेकदा अगोदरच तोडून कमकुवत केले जाते. उर्वरित इमारतीच्या भागात नकाशानुसार नियोजित ठिकाणी छिद्रे करतात. या छिद्रांमध्ये विशिष्ट प्रमाणात स्फोटके भरली जातात. प्रति सेकंदाला अंदाजे ५००० किमी वेग असणाऱ्या अतिशक्तिशाली नायट्रोग्लिसरीन आणि डायनामाईट्सचा यासाठी वापर केला जातो. सर्व स्फोटकांची साखळी पद्धतीने वायरच्या साहाय्याने जोडणी केली

जाते. स्फोटकांच्या भोवताली कंपने नियंत्रित करण्यासाठी विशिष्ट कपड्याचे (FRP) वेष्टण केले जाते. अनेकदा त्याचा स्वतंत्र पडदा इमारतीच्या बाह्य भागात सभोवताली बांधण्यात येतो. इमारतीच्या सभोवतालचा भाग इतर व्यक्तींसाठी प्रतिबंधित केला जातो.

पुनर्तपासणीनंतर साखळी पद्धतीने नियोजित क्रमानुसार ठरावीक वेळामध्ये एकामागोमाग एक स्फोटके पेटविली जातात. हे सर्व इतक्या जलदगतीने घडते, की यासाठी फक्त काही सेकंदाचा कालावधी लागतो.

इंप्लोजन तंत्रज्ञानाचे फायदे

इमारतीची व्याप्ती कितीही मोठी असली, तरी अत्यंत कमी कालावधीमध्ये ती जमीनदोस्त करता येते. इमारत पडताना होणारे ध्वनी अथवा हवेचे प्रदूषण मर्यादित स्वरूपाचे असते. सर्वसाधारणत: इमारत कोसळताना होणारा ध्वनी अंदाजे १४० डेसिबल इतका मर्यादित असतो. आजूबाजूच्या इमारतींमधील रहिवाशांना अशा प्रदूषणाला तोंड द्यावे लागत नाही. इमारत नियंत्रित त्रिज्येमध्ये कोसळते.

या तंत्रज्ञानाचे काही चाचणी निष्कर्ष घेण्यात आले. त्यामध्ये इमारतीपासून ३० मीटर अंतरापर्यंतची भूकंपने नोंदवण्यात आली. त्यांची तीव्रता इतकी कमी होती, की त्याची नोंद भूकंपमापक रिश्टर स्केलवर झाली नाही.

इंप्लोजन तंत्रज्ञानाचा वापर या क्षेत्रातील तज्ज्ञ आणि परवाना असणाऱ्या कंपन्यांतर्फेच करणे आवश्यक आहे. जगातील अनेक प्रगत देशांमध्ये इमारती, बोगदे, पूल, उंच चिमण्या जमीनदोस्त करण्यासाठी अशा तंत्रज्ञानाचा वापर होत आहे. भारतामध्येही याचा वापर करण्यास नुकतीच सुरुवात झाली आहे.

चिमणी जमीनदोस्त होणारी दृष्यमालिका

♦♦♦

प्रीइंजिनिअर्ड बिल्डिंग

पूर्वीच्या काळात बांधकाम करण्याअगोदर गणिती आकडेमोड करून ड्रॉईंग पेपरवर डिझाइन केले जाई. परंतु, आज संगणकाच्या साहाय्याने सर्व काही जलद गतीने आणि अचूकतेने करणे शक्य झाले आहे. 'प्रीइंजिनिअर्ड बिल्डिंग' तंत्रज्ञानात नेमका याचाच उपयोग करण्यात आला आहे.

पारंपरिक स्टील बिल्डिंग

बांधकाम क्षेत्रात मुख्य बांधकाम साहित्य म्हणून स्टील गणले जाते. नवीन स्टीलची निर्मिती करताना जुन्या वापरलेल्या स्टीलचा ८० टक्के पुनर्वापर करता येतो. यामुळे स्टील पर्यावरणपूरक समजले जाते. पारंपरिक स्टील बिल्डिंगमध्ये इंग्रजी Z, I, C अशा आकारातील विविध मेंबर्स, स्टील प्लेट्स एकमेकांना जोडून तयार केले जातात. कारखान्यांत त्यासाठी वेल्डिंग करावे लागते. पायासाठी आवश्यक असणारे काम प्रत्यक्ष जागेवर केले जाते. तयार मेंबर्स प्रत्यक्ष जागेवर आणून त्यांची जोडणी केली जाते. विविध मेंबर्समध्ये कॉलम, बिम, पर्लिन, ट्रस इ. चा समावेश असतो. मुख्य मेंबर्स एकमेकांना जोडून प्रथम फ्रेमवर्क केले जाते. त्यानंतर दुय्यम मेंबर्स फ्रेमवर्कला जोडले जातात. यावेळी पुन्हा वेल्डिंग पद्धतीचा वापर केला जातो. या पद्धतीमधील स्टील मेंबर्स अनेकदा आकाराने एकसारखे, वजनदार आणि अनेक जोड असणारे असतात. कच्चा माल पुरवणारे सप्लायर्स आणि मेंबर्स तयार करणारे कॉन्ट्रॅक्टर वेगवेगळे असतात. ड्रॉईंग, डिझाईन, उभारणी यासाठी वेळ अधिक लागतो. उर्वरित बिल्डिंग भिंती, प्लॅस्टर, छत, फ्लोअरिंग, काँक्रीट, वॉटरप्रूफिंग करून पूर्ण केली जाते.

प्रीइंजिनिअर्ड बिल्डिंग

या तंत्रज्ञानाची सुरुवात साधारणत: १९६०च्या दशकात अमेरिकेत झाली. आज तेथील ६० टक्के व्यापारी आणि औद्योगिक इमारतींची निर्मिती अशा पद्धतीने केली जाते. भारतात अंदाजे १९९०च्या दशकात या तंत्रज्ञानाची ओळख झाली. त्यानंतरच्या काळात त्याची लोकप्रियता वाढत गेली. संगणकीय पद्धतीचा वापर करून साधी, सोपी, सुटसुटीत रचना, वजनाला हलकी संरचना, जलद उभारणी, मनुष्यबळाचा

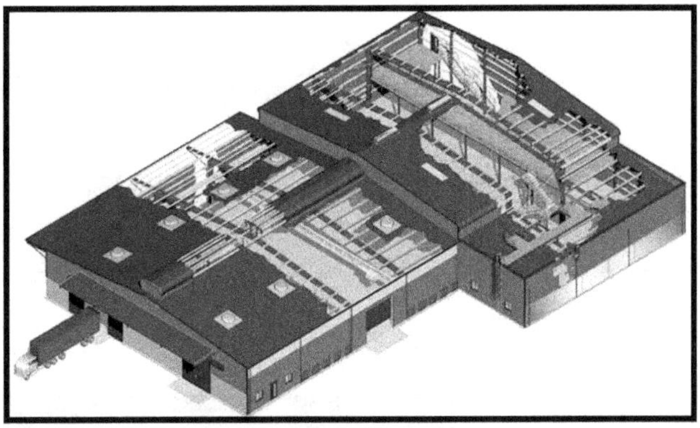

योग्य वापर, नियोजित कमी खर्च इ. अनेक वैशिष्ट्ये असल्यामुळे अशा तंत्रज्ञानाचा वापर प्रति वर्षी २० टक्के वाढत आहे. प्रकल्प वेळेची मौल्यवान बचत यामुळे होते. संगणकाच्या मदतीने प्रकल्पाची रचना आणि संरचना अंदाजे २ ते ३ आठवड्यांत तयार होते. ही संरचना करताना IS-८००-२००७ कोडचे निकष वापरले जातात. संगणकीय प्रणालींमध्ये ऑटोकॅड, स्टॅंड प्रो, टेकला इ. प्रगत प्रणालींचा समावेश असतो. फॅक्टरीमध्ये अद्ययावत वेल्डिंग पद्धतीचा वापर करून विविध स्टील मेंबर्स तयार केले जातात. त्यासाठी ६ ते ८ आठवड्यांचा कालावधी लागतो. प्रकल्प व्याप्तीनुसार हा वेळ कमीजास्त होतो. प्लिंथपर्यंतचे काम प्रत्यक्ष कामाच्या जागेवर करून फॅक्टरीमधील विविध मेंबर्स तेथे आणले जातात. नट-बोल्टच्या साहाय्याने विविध मेंबर्स एकमेकांना जोडून फ्रेमवर्कची उभारणी केली जाते. वेल्डिंगचा वापर कमी प्रमाणात केला जातो. भिंती, प्लॅस्टर, छत, फ्लोअरिंग, क्लॅडिंग, स्कायलाईट, व्हेंटिलेटर्स, रेन वॉटर हार्वेस्टिंग करून इमारत पूर्ण केली जाते.

नवीन तंत्रज्ञानाचे फायदे

पारंपरिक पद्धतीपेक्षा उभारणीसाठी ४० टक्के वेळ कमी लागतो. संरचना करताना स्टील मेंबर्सचे वजन ३० टक्के कमी करता येते. त्यामुळे मेंबर्स वजनाला हलके बनून बिल्डिंगची भूकंपप्रतिकारकता वाढते. निमुळत्या आकारातील विविध मेंबर्सना एकमेकांतील जोड कमी असतात. अंदाजे १०० मीटर रुंद आणि ३० मीटर उंचीची फॅक्टरी शेड मध्यभागी कोणताही आधार न घेता उभारता येते. शेड्स भविष्यात वाढवण्यास वाव असतो. हवेतील आर्द्रता, आग, भूकंप, वातावरणातील बदल यांचा विपरीत परिणाम स्टील मेंबर्सवर होत नाही. संपूर्ण फॅक्टरीशेड विलग करून पुन्हा दुसऱ्या जागी पुनर्वापर करून उभारता येते. अथवा त्याची विक्री करता येते. मूल्यांकन करतेवेळी १०० टक्के योग्य मूल्य मिळते. मापातील अचूकता, कमी देखभाल खर्च, वेस्टेजवर नियंत्रण, कामातील उच्च दर्जा इ. उद्दिष्टे साध्य होतात. संगणकाच्या मदतीने संपूर्ण माहिती संग्रहित करून भविष्यात वेगळ्या प्रकल्पासाठी उपयोगात आणता येते.

औद्योगिक विकास प्रकल्पातील वर्कशॉप, कारखाना, एक्झिबिशन हॉल, रेल्वे इंजिनशेड, पार्किंग यंत्रणा, मेझनिन फ्लोअर, पार्टिशन, गॅस स्टेशन, मेट्रो स्टेशन, पंप हाऊस, शोरूम, विमानाचे हॅंगर्स, रीक्रिएशन हॉल, स्टेडियम, रेल्वे प्लॅटफॉर्मचे छत, डेअरी फार्म, वेअर हाऊस, छोटे-मोठे पूल अशा असंख्य ठिकाणी या नवीन तंत्रज्ञानाची मदत होणार आहे.

♦♦♦

बांधकामक्षेत्रात नॅनो तंत्रज्ञानाचा वापर

नॅनो तंत्रज्ञानामुळे भविष्यात इमारतींचे बांधकाम अधिक गुणवत्तापूर्ण होणार आहे. बांधकामातील काँक्रीट, स्टील आणि ग्लास अशा बांधकाम साहित्याची ताकद वाढविण्यासाठी नॅनो तंत्रज्ञानाची मदत होत आहे. विविध क्षेत्रांप्रमाणेच बांधकाम क्षेत्रामध्ये या तंत्रज्ञानाची सुरुवात झाल्याने बांधकामाचे आयुष्यमान वाढविण्यासाठी त्याची बहुमूल्य मदत होणार आहे.

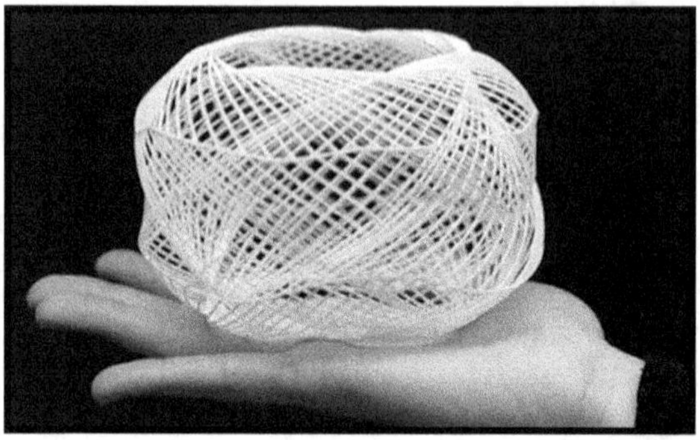

नॅनो तंत्रज्ञानाचा उदय

रिचर्ड फाइनमन या अमेरिकन शास्त्रज्ञाने १९५९मध्ये नॅनो तंत्रज्ञानाची मुहूर्तमेढ रोवली. हे तंत्रज्ञान अतिसूक्ष्म असणाऱ्या अणू-रेणू पातळीवर संशोधन आणि कार्य करते. विज्ञान आणि तंत्रज्ञानातील विकासात पदार्थांची भूमिका महत्त्वाची असते. अतिसूक्ष्म कणांपासून नवीन पदार्थ बनवण्याचे तंत्रज्ञान म्हणजेच नॅनो टेक्नॉलॉजी. हे सूक्ष्म कण सिलिकॉनचे असतात. त्यांना 'सेमीकंडक्टर' म्हणतात. विद्युतवाहक आणि विद्युतरोधक यामधील भूमिका ते बजावतात. सूक्ष्म कणांचे मोजमाप करण्यासाठी नॅनोमीटर हे परिमाण असते. एक नॅनोमीटर म्हणजे एका मीटरचा शंभर कोटी इतका अतिसूक्ष्म भाग. असे सूक्ष्मकण एक ते शंभर नॅनोमीटर आकाराचे असतात. माणसाच्या शरीरातील रक्तपेशीची जाडी सात हजार, तर केसाची जाडी एक लाख नॅनोमीटर असते. संगणकात वापरली जाणारी मायक्रोचिप शंभर नॅनोमीटरची असते. अशा दहा लाख चिप्स एकाशेजारी एक अशा मांडल्यावर त्यांची जाडी फक्त एक इंच असते. अणूचा एक कण दोन दशांश, तर पाण्याचा तीन दशांश नॅनोमीटर असतो. आजच्या काळातील संगणक, मोबाईल, डिजिटल कॅमेरा यांचे आकार कमी असूनही त्यातील माहितीसंग्राह्यता अधिक असते. हे नॅनो तंत्रज्ञानामुळेच शक्य झाले आहे.

नॅनो तंत्रज्ञानाचे चमत्कार

रशियन शास्त्रज्ञ व्हिक्टर पेट्रीक पाण्याच्या शुद्धीकरणाविषयी दहा वर्षे सातत्याने संशोधन करीत होते. नॅनो तंत्रज्ञानाच्या साहाय्याने अशुद्ध पाणी शुद्ध करण्यात त्यांना यश आले आहे. पाणी शुद्ध करणाऱ्या द्रावणाचा त्यांनी शोध लावला आहे.

आज पाण्याचे शुद्धीकरण करणारे फिल्टर्स तयार झाले आहेत. भूजलातील अर्सेनिकसारखे विषारी क्षार,

सूक्ष्म जिवाणू, विषाणू फिल्टर्सच्या साहाय्याने पाण्यातून वेगळे करून पाणी पिण्यायोग्य शुद्ध करता येणार आहे. समुद्राचे खारे पाणी शुद्ध करून पिण्यासाठी योग्य करताना नॅनो तंत्रज्ञानाची मदत होत आहे. भविष्यातील इंधनसमस्येला तोंड देण्यासाठी मोटार, मोटरसायकल हायड्रोजन इंधनावर चालविण्यासाठी संशोधन चालू आहे. अपारंपारिक ऊर्जानिर्मितीसाठी नॅनो तंत्रज्ञान वापरले जाणार आहे. पवनचक्कीचे पंखे, सौर पॅनेल बनविण्यासाठी नॅनो मटेरियल वापरण्यात येणार आहे. जलद वीजवाहनासाठी कमी जाडीच्या तारांचा वापर होणार आहे.

काँक्रीटसाठी नॅनो तंत्रज्ञान

बांधकामातील काँक्रीट, स्टील आणि ग्लास अशा साहित्याची ताकद वाढवण्यासाठी नॅनो तंत्रज्ञानाची मदत होत आहे. काँक्रीट तयार करण्यासाठी मिक्स डिझाइन केले जाते. सिमेंटचा योग्य वापर, काँक्रीटची सुलभता आणि ताकद वाढवणे ही प्रमुख उद्दिष्टे असतात. काँक्रीटमध्ये आज फ्लाय ॲश, ब्लास्ट फर्नेस स्लॅग, अल्कोफाइन, मायक्रोसिलिका, मेटाकोलिन अशा सूक्ष्म घटकांचा वापर केला जात आहे. पर्यावरणपूरक असणाऱ्या अशा सूक्ष्म घटकांमुळेच काँक्रीटमध्ये उच्च दर्जाची ताकद निर्माण झाली आहे.

नॅनो तंत्रज्ञानाच्या साहाय्याने विशिष्ट प्रकारचे सेन्सर्स बनणार आहेत. त्यांच्या मदतीने काँक्रीटची गुणवत्ता तपासता येणार आहे. काँक्रीटची घनता, क्युरिंग, आकुंचन, प्रसरणक्रिया, तापमान, आर्द्रता, क्लोरिनचा परिणाम, अंतर्गत तणाव आणि स्टील गंजण्याची प्रक्रिया, कंपने इ. गोष्टी तपासण्यासाठी हे सेन्सर्स उपयुक्त ठरणार आहेत. सेल्फ कॉम्पॅक्टिंग काँक्रीटचा वापर आज अनेक ठिकाणी केला जात आहे, त्यामुळे मनुष्यबळाची आणि वेळेची बचत होते. असे काँक्रीट तयार करण्यासाठी वापरल्या जाणाऱ्या पॉलीकॉर्बोक्सिलेट नॅनो तंत्रज्ञानातून झालेल्या संशोधनातून सिद्ध झाले आहे. प्रीकास्ट पॅनेलमध्ये लवकर ताकद निर्माण होण्यासाठी त्याचा उपयोग होणार आहे.

काच स्वच्छतेसाठी नॅनो तंत्रज्ञान

असंख्य इमारती आणि गगनचुंबी टॉवर्सच्या दर्शनी भागात काचेचा वापर केलेला असतो. तिथे बसवलेल्या काचेची स्वच्छता राखणे हे आव्हानात्मक आणि खर्चिक काम असते. वातावरणातील धूळ, धूर, वायू यांच्या आवरणाचे थर काचेवर सतत साठत असतात. उंच इमारतींच्या काचेची स्वच्छता करणे नॅनो तंत्रज्ञानामुळे सोपे होणार आहे. नॅनो तंत्रज्ञानामुळे टिटॅनियम डायऑक्साइड हे पांढऱ्या सूक्ष्म कणांपासून बनवलेले कोटिंग तयार केले आहे. त्याचे काचेच्या बाह्य पृष्ठभागावर आवरण दिले जाते. आवरणावर जेव्हा वातावरणातील अल्ट्रा व्हायोलेट किरण पडतात तेव्हा इलेक्ट्रॉननिर्मिती होते. इलेक्ट्रॉन हवेतील आर्द्रता शोषतात, त्यामुळे काचेवर साठलेल्या धूलिकणांचे विघटन होऊन एकत्रितरीत्या ते गळून पडतात आणि काच आपोआप स्वच्छ होते. दोन ग्लास पॅनेलमध्ये मायक्रोसिलिकाचा थर वापरून काचेची अग्निप्रतिबंधकता वाढवता येते. त्यामुळे काचेमध्ये ताकद निर्माण होते. टिटॅनियम डायऑक्साइडचा वापर रंग, धातूच्या खिडक्या, टाइल्स यांच्या निर्मितीसाठी होणार आहे. अशा बांधकाम साहित्यामध्ये होणारी सूक्ष्म जंतूंची वाढ, रंग उडणे, अपायकारक वायूचे उत्सर्जन यांचे प्रमाण कमी होणार आहे. भविष्यात स्टीलनिर्मिती करताना तांब्याच्या सूक्ष्म कणांचा वापर केला जाणार आहे. त्यामुळे स्टीलची ताकद, गंजरोधक क्षमता, अग्निरोधकता, भूकंपप्रतिकारकता, वेल्डिंग क्षमता वाढणार आहे.

♦♦♦

शहरांसाठी उपयुक्त बांधकाम तंत्रज्ञान

शहरांसाठी अद्ययावत तंत्रज्ञान -२

आजची शहरे भविष्यात स्मार्ट शहरे बनणार आहेत. शहराच्या पायाभूत सुविधा बळकट करण्यासाठी उपलब्ध असणाऱ्या नवीन तंत्रज्ञानाची मदत घेणे काळाची गरज आहे. शहरातील खोदाई, ड्रेनेज सफाई, फ्लायओव्हर बांधणी, ऊर्जा निर्मिती, पार्किंग, पाण्याचे शुद्धिकरण, सर्वेक्षण, वेस्टचा पुनर्वापर यासाठी आज अद्ययावत तंत्रज्ञान उपलब्ध आहे. त्यांचा वापर प्रत्यक्षात केला असता मौल्यवान वेळ आणि पैसा यांची बचत निश्चितच होईल. अशा सर्व तंत्रज्ञानाची ओळख सोप्या पद्धतीने करण्याचा प्रयत्न या सदरात केला आहे.

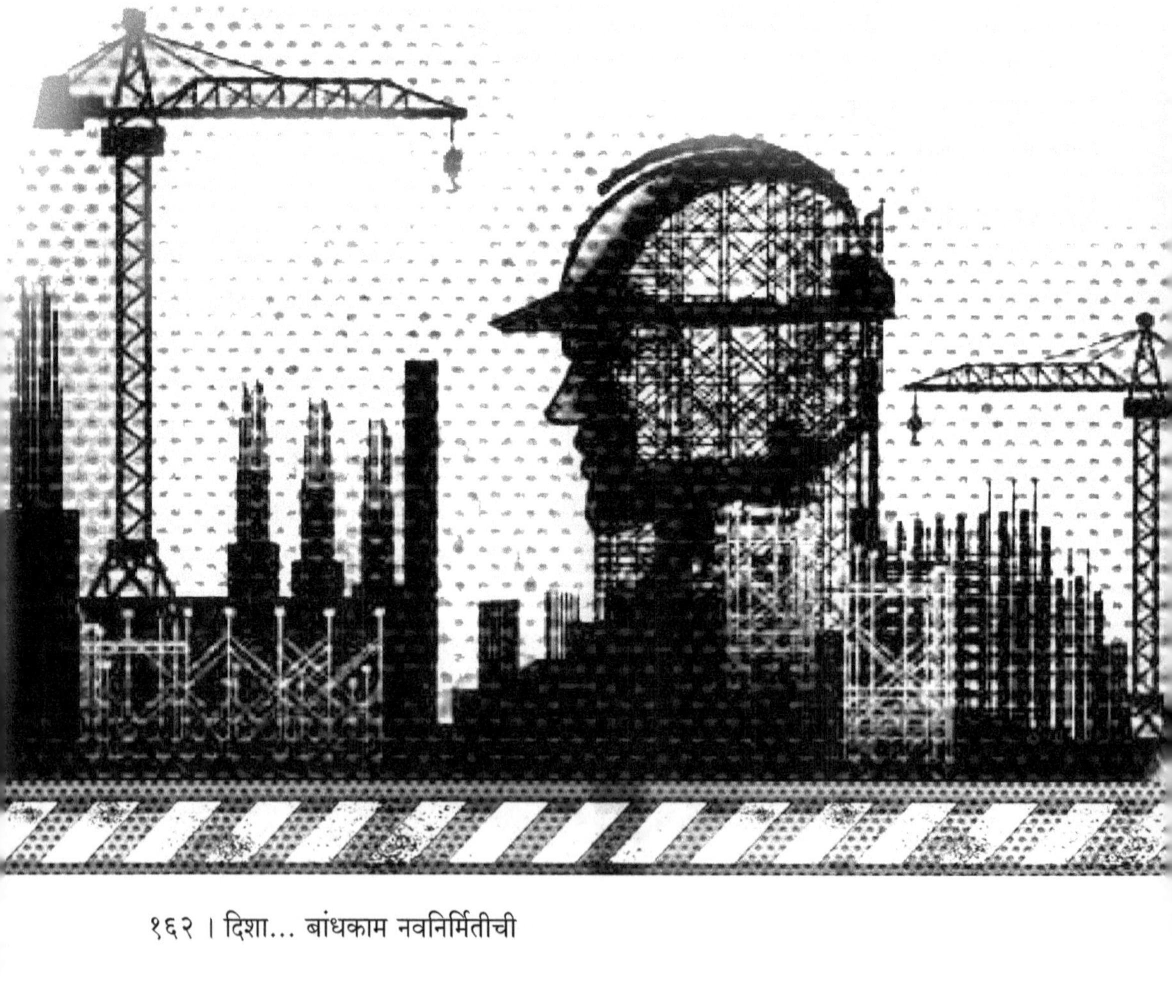

खोदाईविरहित जगाची ओळख

अद्ययावत खोदाईविरहित यंत्रणेचा (Trenchless Technology) वापर करून शहरातील सर्व सुविधांची कामे करण्याची वेळ आता आली आहे. संपूर्ण जगभर सर्वच प्रगत राष्ट्रांनी या अद्ययावत यंत्रणेचा वापर आता मोठ्या प्रमाणावर करण्याचे ठरविले आहे. या यंत्रणेमध्ये भुयारी मार्गाने खोदाई करून जमिनीखालून पाणी, ड्रेनेज, टेलिफोन, वायुवाहिन्या अशा सर्वच सुविधा अतिशय सुरक्षितपणे उपलब्ध करता येतात.

प्रतिवर्षी शहरामध्ये लाखो स्क्वेअरफूट बांधकाम होताना आढळते. या सर्व बांधकामांना सर्व सुविधा उपलब्ध करून देणे, हे एक महाकठीण काम असते. अशा सुविधा प्रामुख्याने उपलब्ध करून देण्यासाठी रस्त्यांच्या दोन्ही बाजूंना शहरांमध्ये खोदाई, सुविधांची जोडणी व रस्ता बुजवणे ही प्रक्रिया कोठे ना कोठे होताना दिसते. पावसाळ्याच्या तोंडावर तर अशा सर्वच कामांचा मोठा जोर असतो. सर्वांनाच पावसाळ्याआधी ही कामे पूर्ण करावयाची असतात.

पारंपरिक कामांपेक्षा अधिक गतिमान

आपल्या पारंपरिक पद्धतीमध्ये जमिनीखालील सुविधा पुरविण्यासाठी टिकाव, फावडे अशा अवजारांचा वापर करून मजुरांच्या साहाय्याने खड्डा खणला जातो अथवा जेसीबी, पोकलेन, जॅकहॅमर अशा मशिनरीचा वापर होतो. बऱ्याच वेळा अशा प्रकारे खोदाई करताना जमिनीखालील चालू अवस्थेतील पाइपलाइन, ड्रेनेज यांना धक्का पोहोचू शकतो, त्यामुळे काम अधिक त्रासदायक होते. या सर्वांवर मात करण्यासाठी आधुनिक ट्रेंचलेस प्रणालीतील उपकरणाचा वापर करणे आवश्यक आहे.

यामध्ये सर्वप्रथम शहराच्या चालू अवस्थेतील सर्व सुविधांचा नियोजनपूर्वक सर्वेक्षण केले जाते. यासाठी EM सिस्टिम (ElectroMagnetic) अथवा GPR (Ground Penetrating Radar) या दोन प्रकारच्या उपकरणांचा वापर केला जातो. EM सिस्टिम या उपकरणामुळे जमिनीखालील चालू अथवा बंद अवस्थेतील सुविधा नेमक्या कोठे व जमिनीपासून किती खोलीवर आहेत, हे समजते. जमिनीखाली जर एखादी विद्युतवाहिनी असेल, तर तिच्याभोवती स्वत:चे एक चुंबकीय वलय असते. अशा चुंबकीय वलयाची नोंद सिग्नलच्या रूपाने त्वरीत ऑपरेटरला मिळते व या वाहिनीची नोंद केली जाते. जमिनीखालील बंद अवस्थेतील केबल्स, धातूचे पाइप अशा गोष्टींचा शोध घेण्यासाठी या उपकरणाला अजून एक छोटे यंत्र (Manhole) जोडले जाते. एखादी व्यक्ती सहज हाताळू शकेल इतक्या हलक्या वजनाचे हे उपकरण असते.

असा होतो उपयोग

GPR उपकरणामधून अति उच्च दाबाच्या रेडिओलहरी जमिनीमध्ये सोडल्या जातात. या लहरी जमिनीअंतर्गत असणाऱ्या केबल, पाइप अशा वस्तूंवर जेव्हा आघात करतात त्याची परावर्तित नोंद या उपकरणात होते. हे उपकरण जमिनीवर दोन ते तीन वेळा समांतर व काटकोनामध्ये वापरून अधिक अचूक नोंदी आपणास करता येतात. उपलब्ध माहिती संगणकाला जोडून जमिनीअंतर्गत विविध वाहिन्यांचा संपूर्ण

नकाशा तयार करता येतो. बऱ्याच ठिकाणी या दोन्ही उपकरणांचा वापर करून त्याची सयुक्तिक माहिती संग्रहित करण्यात येते. अशा प्रकारे केलेले सर्वेक्षण हे ९५ ते ९८ टक्के अचूक ठरू शकते.

शहराच्या पृष्ठभागालगतच्या अशा सर्व वाहिन्यांची माहिती एकत्रित करून एक मोठा 'मास्टर प्लॅन' तयार करण्यात येतो. कोणतीही नवीन सुविधा पुरविताना हा 'मास्टरप्लॅन' उपयोगी ठरतो. एखाद्या जलवाहिनीची अथवा ड्रेनेज लाइनची अंतर्गत सद्य:स्थिती जाणून घेण्यासाठीही C.C. TV (Closed Circuit Television) या उपकरणाचा वापर केला जातो. या उपकरणामध्ये लवचिक धातूचे मोठे रीळ (Rod) असते. रॉडच्या सुरुवातीला शक्तिशाली प्रकाशाचा एक छोटा कॅमेरा जोडलेला असतो. वाहिनीच्या आतल्या भागात हा कॅमेरा सोडण्यात येतो. १०० मीटर अंतरापर्यंत संपूर्ण अंतर्भागाचे चित्रीकरण कॅमेऱ्याच्या साहाय्याने करता येते. हा कॅमेरा ३६० अंशांमध्ये स्वत:भोवती फिरू शकतो. उपकरणाच्या दुसऱ्या टोकाला मॉनिटरची सोय असते. चालू स्थितीतील सुविधांचा अभ्यास करून त्यांना धोका न होता नवीन सुविधा पुरविण्यासाठी जमिनीशी समांतर अशा HDD (Horizontal Directional Drilling) या यंत्रप्रणालीचा उपयोग करता येतो. जमिनीअंतर्गत १०० मि.मी. ते १ मीटर व्यासापर्यंतचे आणि १ कि.मी. लांबीचे सलग भुयार याद्वारे खणता येते. अशा भुयारातून सर्व प्रकारच्या वाहिन्या एका ठिकाणाहून दुसरीकडे नेता येतात. या यंत्रणेचा वापर करून काही देशांमध्ये नदीच्या तळाखालून कित्येक कि.मी. लांबीच्या वाहिन्या सुरक्षितपणे नेण्याचे काम पूर्ण झाले आहे. जमिनीअंतर्गत चालू अवस्थेतील एखाद्या वाहिनीची दुरुस्ती करण्यासाठी 'व्हॅक्युम एक्सकॅव्हेशन' (Vaccum Excavation) यंत्राचा वापर करता येतो. या यंत्राद्वारे हवेचा अथवा पाण्याचा प्रचंड दाब असणारा फवारा नियोजित जागी करण्यात येतो. दुरुस्तीच्या ठिकाणी यामुळे आपणास पाहिजे तेवढ्या खोलीचा खड्डा आपोआप तयार होतो व दुरुस्ती करताना इतर वाहिन्यांचा धोका उद्‌भवत नाही. खोदाईविरहित यंत्रणेचा वापर करणे काळाची गरज आहे.

♦♦♦

उपयुक्त 'वॉटरजेट' प्रणाली

बांधकामासाठी विविध साहित्यसामग्रीची आवश्यकता असते. यापैकी खडी, वाळू, सिमेंट यांचा आहे त्याच स्वरूपात वापर केला जातो. टाइल्स, लाकूड, ॲल्युमिनिअम, ग्लास, रबर, स्टेनलेस स्टील, पीव्हीसी अशांचे आवश्यक त्या विविध आकारांनुसार कटिंग करावे लागते. त्यांना कापण्यासाठी विशिष्ट अवजारांची आवश्यकता असते. उदा. लाकडासाठी करवत, काचेसाठी हिरकणी, ॲल्युमिनिअम अथवा स्टीलसाठी कटर यांचा वापर केला जातो. काँक्रीट, वीटकाम, प्लॅस्टर यासाठी होणारा पाण्याचा वापर सर्वांनाच माहीत आहे; परंतु उच्च दाबाच्या पाण्याच्या धारेने विविध प्रकारचे साहित्य कापता येते, याची अनेकांना कल्पना नसते. बांधकाम क्षेत्रातील तंत्रज्ञानाच्या गरुडझेपेने अशी कल्पना प्रत्यक्षात साध्य झाली आहे. या अत्याधुनिक तंत्रज्ञानाला 'ॲब्रेसिव्ह वॉटरजेट प्रणाली' असे संबोधले जाते.

वॉटरजेट तंत्रज्ञानाचा इतिहास

कॅलिफोर्नियात १८५३मध्ये कमी दाबाच्या पाण्याचा उपयोग सोन्याच्या खाणींमधील सोन्याचे थर विलग करण्यासाठी केला गेला. १९००च्या सुरुवातीच्या काळात गरम पाणी आणि वाफेचा विविध धातूंच्या स्वच्छतेसाठी वापर केला जात असे. १९५०मध्ये डॉ. नॉर्मन फ्रान्झ या अमेरिकन वनअभियंत्याने निरुपयोगी झाडांचे ओंडके कापण्यासाठी उच्च दाबाच्या पाण्याचा सर्वप्रथम उपयोग केला. पाण्याच्या उच्चदाबाचे हे तंत्र त्यानंतर विकसित होत गेले. १९७०च्या दशकात 'फ्लो' या अमेरिकन कंपनीने जगातील पहिली 'ॲब्रेसिव्ह वॉटरजेट प्रणाली' विकसित केली. सध्या जगातील विविध देशांमध्ये दहा हजारांपेक्षा अधिक वॉटरजेट प्रणाली अनेक क्षेत्रांमध्ये महत्त्वपूर्ण योगदान देत आहेत. अभियांत्रिकी, ऑटोमोबाईल, वैद्यकीय, विमानबांधणी, मरिन, वास्तुरचना अशा सर्वच क्षेत्रांमध्ये वॉटरजेट प्रणालीने आपली उपयुक्तता सिद्ध केली आहे.

वॉटरजेट प्रणालीचे विविध भाग

या प्रणालीमध्ये सूक्ष्म छिद्र असणारा हिरा (Diamond), शक्तिशाली हायड्रॉलिक पंप, घर्षणासाठी लागणारे गार्नेट, संगणक यांचा समावेश असतो. मटेरियलचे कटिंग करण्यासाठी ३ मीटर लांब, २ मीटर रुंद व १.५ मीटर उंच आकाराची स्टीलची मोठी टाकी असते. टाकीच्या अंतर्भागात लोखंडी फ्रेमिंगवर १ मीटर x ०.५ मीटर आकाराच्या लोखंडी जाळ्या बसवलेल्या असतात. जाळीच्या पृष्ठभागाचा कटिंग टेबलसारखा उपयोग केला जातो. कटिंग करताना वापरले जाणारे पाणी व गार्नेट जाळीच्या खालील भागात साचते. त्याची नियमितपणे स्वच्छता करावी लागते. गार्नेटसाठी स्वतंत्र सँड फीडर बसवलेला असतो.

वॉटरजेट प्रणालीचे कार्य

ज्या विशिष्ट आकारानुसार साहित्याचे कटिंग करायचे असेल, त्याचे ऑटोकॅड ड्रॉइंग सीडीमार्फत संगणकामध्ये लोड केले जाते. कटिंग करावयाच्या मटेरिअलला लोखंडी जाळीच्या पृष्ठभागावर ठेवले जाते. वॉटरजेटसाठी वापरले जाणारे पाणी रिव्हर्स ऑसमॉसिस प्रणालीने शुद्ध केलेले असते. पाण्यातील

कॅल्शियम, मॅग्नेशियम व अनेक क्षार या प्रक्रियेने विलग केले जातात. कोणत्याही नळावाटे येणाऱ्या पाण्याचा दाब सर्वसाधारणत: एक बार प्रेशर इतका असतो. ५० अश्वशक्तीच्या इंटेन्सिफायर पंपाच्या साहाय्याने अशा पाण्याला ४००० बार इतका अतिप्रचंड दाब निर्माण केला जातो. उच्च दाबाचे असे पाणी ०.२५ मि.मी. आकाराच्या सूक्ष्म छिद्र असणाऱ्या हिऱ्यामधून ज्या वेळी बाहेर पडते, तेव्हा पाण्याचा वेग ध्वनीच्या वेगाच्या तिप्पट असतो. १०२० M/sec वेगाने धावणाऱ्या पाण्याच्या धारेने अक्षरश: कोणतेही मटेरियल लीलया कापले जाऊ शकते. मृदू अथवा कठीण अशा दोन्ही प्रकारच्या मटेरिअलचे वॉटरजेटने कटिंग करता येते. रबर, प्लॅस्टिक, लाकूड अशा मृदू मटेरियलसाठी फक्त पाण्याच्या धारेचा वापर होतो. सिरॅमिक, ॲल्युमिनिअम, साधी काच, मार्बल, ग्रॅनाईट, स्टेनलेस स्टील, टिटॅनियम या कठीण मटेरिअलसाठी धारेमध्ये घर्षणयुक्त गार्नेट मिसळण्यात येते. समुद्र किनाऱ्यावरील बारीक वाळूची पुनर्चाळणी करून गार्नेट बनवले जाते.

वॉटरजेट प्रणालीची वैशिष्ट्ये

मटेरिअलचे कटिंग करताना कोणतीही उष्णता निर्माण होत नाही. ही प्रणाली हवेचे अथवा ध्वनीचे प्रदूषण निर्माण करत नाही. १०० मी.मी. जाडीचे वर नमूद केलेले कोणतेही मटेरिअल ±०.१० मी.मी. इतक्या अचूकतेने कापले जाऊ शकते. कटिंग करताना मटेरिअलचे टवके अथवा कोपरे तुटत नाहीत व कडा सरळ रेषेत राहतात. उष्णतेने विघटन होणाऱ्या मटेरिअलचेसुद्धा कटिंग करता येते. कटिंग झालेल्या मटेरिअलसाठी इंचिंग, ॲनलिंग अशा पुनर्प्रक्रिया कराव्या लागत नाहीत. कापलेल्या मटेरिअरलच्या रंगामध्ये कोणताही बदल होत नाही व डाग पडत नाहीत. नक्षीदार जाळी, काचेवरील नक्षीकाम, आरसे, आकर्षक म्युरल्ससाठी फळे, फुले, पक्षी, प्राण्यांचे विविध आकार, टाइल्स, मार्बल ग्रॅनाईटमधील विविध गोलाकार, वक्राकार, अर्धवर्तुळाकृती आकार, धातूंच्या पाट्या बनवण्यासाठी वॉटरजेट प्रणाली बहुमूल्य ठरली आहे.

♦♦♦

ड्रेनेज सफाईसाठी परिपूर्ण यंत्रणा

शहराच्या विकासासाठी सर्व ड्रेनेज वाहिन्यांचा मास्टर प्लॅन असणे गरजेचे असते. अशा प्लॅनमध्ये वाहिन्यांचा मार्ग, रस्त्याच्या पृष्ठभागापासून त्यांची खोली, त्यांचा प्रकार, चेंबर्सची खोली व एकमेकांमधील अंतर नमूद केलेले असते. कोणतेही नवीन कनेक्शन देताना असा मास्टर प्लॅन अत्यंत उपयुक्त ठरतो. इमारतीच्या अंतर्भागात असणाऱ्या ड्रेनेजची जबाबदारी विकसनकाराकडे तर रस्त्यावरील मुख्य वाहिन्यांची देखभाल प्रशासनाकडे असते. दोन्ही वाहिन्या टाकताना अनेक महत्त्वपूर्ण निकषांची पूर्तता करणे गरजेचे असते. अशा वाहिन्या तुंबू शकतात. त्याची अनेक कारणे असतात. परंतु, अद्ययावत तंत्रज्ञानाच्या साहाय्याने त्यांची त्वरित सफाई करणे आता साध्य झाले आहे. 'रॉथेन बर्गर' या जर्मनीमधील कंपनीने ड्रेनेज सफाईसाठी अत्यंत उपयुक्त यंत्रणा बनवली आहे.

ड्रेनेज वाहिनी टाकताना

अंतर्गत ड्रेनेज लाइन टाकताना संकुलातील निवासी अथवा व्यापारी इमारतींची संख्या, त्यामधील एकूण फ्लॅट, त्यांचे प्रकार, त्यानुसार एकूण बाथरूम, टॉयलेट, किचन यांची गणना केली जाते. पाइपलाइनचा व्यास आणि प्रकार त्यानुसार निश्चित केला जातो. वाहिन्यांसाठी विविध प्रकारचे पाइप वापरले जातात. आर.सी.सी. ह्यूम पाइपचा (NP2) वापर अनेक ठिकाणी केला जातो. वाहनांची वर्दळ असणाऱ्या ठिकाणी अधिक शक्तिशाली (NP3) पाइप वापरले जातात. इमारतींच्या प्लिंथ बाहेर अथवा पाण्याच्या टाकीजवळ कास्ट आयर्न (CI) पाइप वापरणे योग्य ठरते.

सर्वसाधारणत: पाइपलाइनचा व्यास १५० मि.मी.पेक्षा कमी नसावा. दोन चेंबर्समधील अंतर ५० फुटांपेक्षा जास्त नसावे. वाहिन्यांचा उतार ठरविताना प्रवाहाची गती ०.६ m/sec पेक्षा कमी नसावी, तर २.५ m/sec पेक्षा जास्त नसावी अथवा अतिप्रवाहाने वाहिन्या नादुरुस्त होऊ शकतात. अंतर्गत वाहिनी मुख्य वाहिनीला जोडण्यासाठी इमारतीच्या अंतर्भागात सिवर ट्रॅप (sewer trap) चेंबर बांधणे आवश्यक असते. या चेंबरमुळे मुख्य वाहिनीतील विषारी वायूंचा शिरकाव अंतर्गत वाहिनीमध्ये होत नाही.

वाहिन्या तुंबण्याची कारणे

वाहिन्यांना योग्य उतार (slope) नसेल तर प्रवाहाची गती कमी होऊन तुंबण्याची प्रक्रिया चालू होते. ड्रेनेज चेंबरला झाकण नसेल तर त्यामधून अनेक वस्तू वाहिन्यांमध्ये पडू शकतात. असे उघडे चेंबर अपघातांना निमंत्रण देणारे ठरतात. चेंबरचे झाकण योग्य दर्जाचे नसेल तर ते बाह्यदाबाने तुटू शकते. वाहिन्यांचा मार्ग झाडांपासून शक्यतो दूर असावा अथवा कालांतराने झाडांची मुळे विस्तारून वाहिन्यांमध्ये त्यांचा शिरकाव होऊन ड्रेनेज तुंबू शकते. काळ्या मातीमधून जाणाऱ्या वाहिन्यांच्या तळामध्ये योग्य जाडीचे कॉँक्रीट (PCC) करणे आवश्यक असते. वाहिन्यांचा दर्जा योग्य नसेल, तर त्यावरील भरावाच्या दाबाने त्या तुटू शकतात. वाहिनी नेमकी कोणत्या ठिकाणी तुंबली आहे किंवा तुटली, फुटली आहे हे शोधण्यासाठी कॅमेरा, व ती साफ करण्यासाठी अद्ययावत यंत्रणा वापरली जाते.

चित्रीकरणासाठी पाइप कॅमेरा

वाहिन्यांचा अंतर्भाग समजण्यासाठी अद्ययावत पाइप कॅमेरा वापरला जातो. ड्रेनेज वाहिन्यांमध्ये कार्बन डायऑक्साईड, मिथेन यांसारखे अतिविषारी वायू असतात. वाहिन्यांच्या सफाईसाठी कामगारांनी त्यामध्ये उतरणे अत्यंत धोकादायक अथवा प्राणघातक ठरू शकते. म्हणूनच अशा ठिकाणी पाइप कॅमेराचा उपयोग करणे योग्य असते. १०० मि.मी. व्यासाच्या वाहिनीमध्ये चेंबरमधून कॅमेरा खाली सोडला जातो. छोटी चाके असणाऱ्या गाडीवर हा कॅमेरा बसवलेला असतो.

चेंबरपासून दोन्ही बाजूंना ५०० मीटर अंतरापर्यंत केबलमार्फत हा कॅमेरा पुढे जाऊ शकतो. त्याच्या साहाय्याने वाहिनीचा अंतर्भाग, सांधा जोड, अडकलेल्या वस्तू, वाहिनीचा उतार, चेंबरपासूनचे अंतर या सर्वांचे चलतचित्रीकरण करता येते. उपकरणाच्या टीव्ही पडद्यावर संपूर्ण चित्रीकरण आपणास पाहता येते. रात्रीच्या वेळीसुद्धा कॅमेरा वापरता येतो. हा कॅमेरा विद्युतप्रवाह, जनरेटर अथवा इन्व्हर्टरच्या साहाय्याने चालवता येतो.

वाहिन्यांच्या सफाईसाठी अद्ययावत यंत्रणा

कॅमेऱ्याच्या साहाय्याने वाहिनी चेंबरपासून किती अंतरावर आणि कशामुळे तुंबली आहे, हे स्पष्ट होते. पाइपलाइनच्या सफाईसाठी छोटी अद्ययावत यंत्रणा असते. यामध्ये ६.६ अश्वशक्तीचे पेट्रोल इंजिन आणि ३२ मि.मी. व्यासाची वक्राकार स्टीलची स्प्रिंग असते.

स्प्रिंगची लांबी ५५ मीटर ते १४० मीटर असते. स्प्रिंगऐवजी २ मीटर लांबीचे स्टीलचे रॉड एकमेकांना जोडता येतात. दोन्हींवर झिंक धातूचे आवरण असते. वाहिनीमध्ये अडकलेले कागद, दगड, माती, झाडांची मुळे, काँक्रीट, कपडे, भांडी इ. काढण्यासाठी विविध छोटी उपकरणे असतात. स्प्रिंगच्या पुढील भागात ती जोडली जातात. या उपकरणांचा आकार गोलाकार, वक्राकार, धारदार ब्लेड, दुधारी ब्लेड, कातरी, फनेल अशा स्वरूपाचा असतो. अडकलेल्या मटेरियलनुसार उपकरणाची निवड केली जाते. यंत्रणेमधील लिव्हरचा वापर करून स्प्रिंग अथवा रॉड वाहिनीमध्ये पुढे अथवा मागे ढकलता येतो. सफाईचे काम झाल्यावर रिव्हर्स गिअरच्या साहाय्याने स्प्रिंग अथवा रॉड बाहेर ओढता येतो. यंत्रणा तात्पुरती थांबवण्यासाठी ब्रेकची सोय असते. अशी यंत्रणा पावसाळी पाणी किंवा जलवाहिन्यांच्या सफाईसाठीसुद्धा वापरली जाते.

शहरातील वाहिन्या कायम स्वच्छ ठेवण्यासाठी उपयुक्त असणारे जलधारा पॉलिमर आज बाजारात

उपलब्ध झाले आहे. पाण्याला प्रवाही करणाऱ्या पर्यावरणपूरक अशा पॉलिमरचा भविष्यात अनेक ठिकाणी उपयोग होणार आहे.

पॉलिमरची कार्यपद्धती आणि वैशिष्ट्ये

पॉलिमर बनविताना मूलतत्त्व म्हणून पाण्याचा (water base) वापर केला आहे. त्यामुळे त्याचा वापर आणि हाताळणी करताना कामगार, प्राणी, पर्यावरण यांच्यावर कोणताही विपरीत परिणाम होत नाही. अत्यंत कमी वेळामध्ये योग्य तो परिणाम साध्य करता येतो. सफाईसाठी पारंपरिक पद्धतीने लागणारा वेळ, पैसा, श्रम यांची मोठी बचत होते. साचलेल्या गाळामध्ये पॉलिमर मिसळले असता गाळातील प्रत्येक कणावर पॉलिमरचे आवरण चढते. असे कण एकमेकांना दूर ढकलू (Repelling) लागतात. त्यामुळे साचलेला घट्ट गाळ मोकळा होऊ लागतो व त्याचे रूपांतर स्रावामध्ये होते. पंपाच्या साहाय्याने वाहिन्यांमधील गाळ बाहेर काढता येतो. पॉलिमरचा मुख्य अंश हा तीव्र स्वरूपाचा असतो. यामध्ये योग्य प्रमाणात पाणी मिसळून (Dilution) त्याची तीव्रता कमी करता येते.

पॉलिमरची उपयुक्तता

शहरातील ड्रेनेज वाहिन्या तुंबण्याची अनेक कारणे असतात. पॉलिमरच्या वापराने अशा तुंबलेल्या वाहिन्या काही मिनिटांमध्ये प्रवाही करणे शक्य होते. त्यासाठी कामगारांना वाहिन्यांमध्ये उतरण्याची गरज भासत नाही. अशाच पद्धतीने विहिरी, तलाव, धरणे, नद्या, कोल्हापूर पद्धतीचे बंधारे इ. ठिकाणी साचलेला गाळ स्वच्छ करता येतो. आपल्या देशातील धरणे अंदाजे ४० टक्के गाळाने भरलेली आढळतात. पर्यायाने धरणातील पाण्याचा साठा कमी होतो. मशिनरीच्या साहाय्याने असा गाळ काढण्यासाठी वेळ, पैसा, श्रम जास्त प्रमाणात खर्च होतो. पॉलिमरच्या वापरामुळे अशी स्वच्छता करणे सोपे होणार आहे. अनेक ठिकाणी पाण्यासाठी बोअरवेलचा वापर केला जातो. बोअरवेलचा अंतर्भाग स्वच्छ ठेवून त्याची कार्यक्षमता वाढविण्यासाठी या पॉलिमरचा वापर करता येतो. शेतातील पिकांना, बागेतील झाडांना आवश्यक तेवढे पाणी देण्यासाठी ठिबक सिंचन (Drip Irrigation) चा वापर केला जातो. ठिबक सिंचनाच्या नळ्या जास्त काळ टिकण्यासाठी पॉलिमरचा वापर करता येतो. त्याचप्रमाणे पाणीसाठा केंद्र, पाण्याची टाकी, गोबर गॅस प्रकल्प, घरामधील टॉयलेट, बाथरूम इ. ठिकाणी जलधारा पॉलिमर वापरता येते. रंग उद्योग, वाहन उद्योग, साखर उद्योग, पेट्रोलियम उद्योग इ. ठिकाणी पॉलिमर वापरून तेथील स्वच्छता टिकवता येणे शक्य होते.

♦♦♦

भूजल सर्वेक्षण तंत्रज्ञान

जमिनीतील पाण्याचा साठा, त्याची खोली याची आपणास माहिती नसते. भूपृष्ठांतर्गत पाण्याचा साठा कधी उथळ तर कधी अत्यंत खोलवर असतो. पाण्याचा उथळ साठा इमारतीचा पाया बनविताना त्रासदायक ठरतो. परंतु पुढील सर्व बांधकामासाठी अत्यंत उपयुक्त ठरतो. जमिनीखालील पाण्याचा शोध घेण्यासाठी विशिष्ट सर्वेक्षण आणि तंत्रज्ञानाची मदत घेतली जाते. यामध्ये भूपृष्ठांतर्गत असणाऱ्या खडकांची विद्युतरोधक क्षमता (Resistivity) मोजली जाते. अशा सर्वेक्षणाच्या साहाय्याने पाण्याची उपलब्धता, खोली यांचे अंदाज बांधता येतात. याची अचूकता अंदाजे ९० टक्के असते. महाराष्ट्रातील भौगोलिक परिस्थितीनुसार येथे डेक्कन ट्रॅप बेसाल्ट हा अग्निजन्य खडक मोठ्या प्रमाणात आढळतो. कठीण बेसाल्ट खडकामध्येसुद्धा अनेक जागी नैसर्गिक अवस्थेतील भेगा अथवा चिरा असतात. खडकांमधील अशा भेगा पाण्याचे मुख्य स्रोत असतात. अनेकदा बेसाल्टच्या विविध स्तरांमध्ये गेरू हा लाल रंगाचा खडक आढळतो. गेरूमध्ये पाणी साठविण्याची क्षमता असते. परंतु कोरडा गेरू अनेकदा पाण्याचा फसवा साठा दर्शवितो. यामुळे अनेकदा आपणास जिथे पाणी नक्की सापडेल अशी खातरी असते, त्या ठिकाणी निराशा पदरी पडते. जमिनीखालील पाणी शोधण्यासाठी पारंपरिक आणि आधुनिक अशा दोन पद्धतींचा वापर केला जातो.

पाणी शोधण्याची पारंपरिक पद्धत

जमिनीखालील पाण्याचा शोध घेण्याच्या या पद्धतीला डाऊझिंग (Dowsing) असे संबोधले जाते. या शब्दाचा अर्थ पाण्याचा फवारा असून, इंग्लिश शब्द डिव्हाइन (Divine) याच्याशी त्याचा संदर्भ आहे. डिव्हाइन म्हणजे ईश्वरी. पूर्वीच्या काळात माणसांमध्ये पाण्याचा शोध घेणारी शक्ती आहे असा समज होता. अशा व्यक्ती लंबक, घड्याळ, लोखंडी साखळी, पेरूच्या झाडाची छोटी इंग्रजी Y

आकाराची फांदी घेऊन अनवाणी अवस्थेत पाण्याचा शोध घेत असत.

साधारणत: १९६५च्या सुमारास तांत्रिक पद्धतीने पाणी शोधण्याची सुरुवात झाली. यासाठी मोरचूद, चायना पॉट, कॉपर रॉड, मोठ्या आकाराची बॅटरी यांचा वापर होत असे. १९७२मध्ये खऱ्या अर्थाने या क्षेत्रामध्ये क्रांती घडली. त्या सुमारास भारतातील अनेक राज्यांत तीव्र दुष्काळ पडला होता. दुष्काळग्रस्तांच्या मदतीसाठी युनेस्कोतर्फे भारतामध्ये स्वीडन देशातून दोन आधुनिक पाणी शोधणाऱ्या यंत्रणा पाठवल्या गेला. हॉलकोटायगर ड्रिलिंग मशिन आणि पाणी शोधणारे टेरामीटर अशी त्यांची नावे होती. खडकांमध्ये छिद्रे पाडण्यासाठी हॉलकोटायगर आणि त्यांची विद्युतरोधक क्षमता मोजण्यासाठी टेरामीटर यांचा उपयोग त्या वेळी सुरू झाला. या दोन्ही यंत्रणांची स्वीडनमधील स्तरित खडकांमधील कार्यक्षमता अचूक होती. परंतु महाराष्ट्रातील कठीण अग्निजन्य खडकांमध्ये कार्यक्षमता कमी आढळली. कालांतराने यंत्रणेमध्ये अनेक अनुकूल बदल घडून सध्याची प्रगत ॲक्वामीटर यंत्रणा अस्तित्वात आली. अशा यंत्रणेमुळे २५० ते ३०० फूट खोल खडकांपर्यंत असणारा पाण्याचा शोध घेणे शक्य झाले आहे.

पाण्यासाठी 'ॲक्वामीटर सर्व्हे'

असे सर्वेक्षण करण्यासाठी जमिनीचा पृष्ठभाग मोकळा आणि संपूर्णत: नैसर्गिक अवस्थेत असणे आवश्यक असते. सर्वेक्षणाची सुरुवात करण्यासाठी जमिनीचा चढउतार, ५०० मीटर परिघातील नदी, नाला, विहिरी, बोअरवेल यांची प्राथमिक माहिती गोळा केली जाते. अशा माहितीच्या आधारे सर्वेक्षणाची दिशा निश्चित करता येते. सर्वेक्षण करण्यासाठी जमिनीच्या दोन संलग्न बाजूंकडून सुरुवात केली जाते. या सर्वेक्षणामध्ये जनरेटर, ॲम्प्लिफायर, इलेक्ट्रोड्स यांचा उपयोग केला जातो. जमिनीच्या पृष्ठभागावर दर १५ फूट अंतरावर खूण केली जाते. केलेली प्रत्येक खूण हा केंद्रबिंदू पकडून दोन्ही बाजूला ठरावीक अंतरावर जमिनीवर इलेक्ट्रोड्स बसवले जातात. यांमधून विद्युतप्रवाह प्रवाहित केला जातो. ॲक्वामीटरच्या साहाय्याने अशा विद्युत प्रवाहाला खडकांतर्गत होणाऱ्या विरोधाची नोंद केली जाते. खडक एकसंध असेल, तर विद्युतविरोध जास्त असतो. खडकांना भेगा आणि पाण्याचा साठा असेल, तर विरोध कमी आढळतो. जमिनीच्या संपूर्ण पृष्ठभागावर विविध ठिकाणी अशा पद्धतीने असणाऱ्या विद्युतविरोधाची नोंद केली जाते. कमी निर्देशांक असणाऱ्या ठिकाणांची नोंद करून सर्वेक्षणाची आखणी केली जाते. अशा सर्वेक्षणाला साउंडिंग (Sounding) असे संबोधले जाते.

यामध्ये प्राथमिक सर्वेक्षणानुसार नोंदलेल्या जमिनीवरील सर्वात कमी विद्युतविरोधक जागांवर खुणा केल्या जातात. अशा ठिकाणी पुन्हा एकदा दोन्ही बाजूला ॲक्वामीटर सर्वेक्षण केले जाते. सर्वात कमी विद्युत विरोध दर्शविणाऱ्या तीन जागांची त्यांमधून निवड केली जाते. अशा जागी जमिनीखालील खडकांमध्ये असणारा विद्युतविरोध सर्वात कमी असल्याने पाण्याची उपलब्धता असू शकते. बोअरिंग करण्यासाठी अशा जागांची निवड करण्यात येते.

♦♦♦

सर्वेक्षणासाठी जीपीएस (GPS) प्रणाली

बांधकाम प्रकल्पावर जागेचे सर्वेक्षण करणे आवश्यक असते. असे सर्वेक्षण जमिनीवर अथवा पाण्याखालीसुद्धा असू शकते. त्यासाठी अंतराचे मोजमाप करावे लागते. अंतरे मोजण्यासाठी पूर्वीच्या काळात ठरावीक अंतरावर गाठी मारलेले दोरखंड, लोखंडी चेन यांचा उपयोग करत असत. अंतराच्या मोजमापात चेन, यार्ड, मैल, फर्लांग, फूट, मीटर असे बदल होत गेले. एक चेन म्हणजे सहासष्ट फूट अथवा बावीस यार्ड. दहा चेनचा एक फर्लांग, ऐंशी चेन मिळून एक मैल असा हिशोब असतो. जमिनीचे क्षेत्रफळ गुंठा, एकर, हेक्टर, स्क्वेअर फूट, स्क्वेअर मीटर यांमध्ये मोजले जाते. काटकोनासाठी पायथागोरसचा सिद्धांत आजही वापरला जातो. लेव्हलसाठी हवेचा बुडबुडा असणारी स्पिरिट लेव्हल, द्रव समपातळीदर्शक आजही वापरले जाते. सुरुवातीच्या काळात कंपास, प्लेन टेबल, ओळंबा, अंतरमापन यंत्र, होकायंत्र, सावली अथवा वाळूची घड्याळे इ. अनेक उपकरणांचा सर्वेक्षणासाठी उपयोग केला जात असे. बदलत्या काळानुसार तंत्रज्ञान बदलले. आजच्या प्रगत काळात डम्पि लेव्हल, ऑटो लेव्हल, लेझर लेव्हल, थिओडोलाईट, टोटल स्टेशन यांचा वापर सर्वेक्षणासाठी होत आहे. यामध्ये आता अंतराळातील उपग्रह आणि पृथ्वीवरील संगणक प्रणाली यांचा समन्वय असणाऱ्या तंत्रज्ञानाने यशस्वी पदार्पण केले आहे. त्याला ग्लोबल पोझिशनिंग सिस्टीम किंवा GPS असे संबोधले जाते. पृथ्वीच्या पृष्ठभागावरील स्थिती दर्शन, मार्ग निरीक्षण आणि मानचित्रण या सेवा बारा महिने चोवीस तास आपणास उपलब्ध होणार आहेत.

जीपीएस (GPS) सर्वेक्षणाची कार्यप्रणाली

अमेरिकेच्या संरक्षण विभागातर्फे नवस्टार जीपीएस या नावाने १९९३मध्ये जीपीएस तंत्रज्ञानाची सुरवात झाली. अमेरिकी नौदल, वायुसेना, क्षेपणास्त्र यासाठी त्याचा प्रामुख्याने वापर केला जातो. नंतरच्या काळात रशियाने ग्लोनास, युरोपमध्ये गॅलिलिओ, चायनामध्ये कंपास या नावाने ही प्रणाली कार्यान्वित झाली. भारतामध्ये 'गगन' या नावाने स्वतंत्र जीपीएस प्रणाली कार्यान्वित होणार आहे. या प्रणालीचा शेवटचा सातवा उपग्रह नुकताच अंतराळात सोडण्यात आला. सर्व उपग्रह कार्यान्वित झाल्यावर देशाच्या केंद्रबिंदूपासून चहूबाजूंना १५०० कि.मी. अंतरापर्यंतचे सर्वेक्षण करता येणार आहे.

पृथ्वीच्या एकूण क्षेत्रफळापैकी ७० टक्के भाग पाण्याने व्यापलेला आहे, तर उर्वरित भाग भूपृष्ठाने व्यापला आहे. भूपृष्ठाचे क्षेत्रफळ अंदाजे ५० कोटी स्क्वे.कि.मी. एवढे प्रचंड आहे. अशा भूपृष्ठावरील उत्तर-दक्षिण अंतरासाठी विषुववृत्तापासूनचे अंतर (रेखांश), तर पूर्व-पश्चिम अंतरासाठी ग्रिनीज मेरिडियनपासूनचे अंतर (अक्षांश) यांचा वापर केला जातो. त्याचप्रमाणे स्थानिक वेळ, दिशा, प्रकाशाचा वेग यांची मदत घेतली जाते. जीपीएस प्रणाली कार्यरत करण्यासाठी पृथ्वीपासून अंदाजे वीस हजार दोनशे कि.मी. अंतरावर अंतराळातील विविध कक्षांमध्ये ३२

उपग्रह भ्रमण करत आहेत. पृथ्वी आणि या कक्षांचा केंद्रबिंदू समान आहे. प्रत्येक ग्रह दिवसातून दोन वेळा पृथ्वी प्रदक्षिणा करत असतो. पृथ्वीवरील कोणत्याही स्थानावरून कमीत कमी सहा उपग्रहांशी एकाच वेळी संपर्क साधता येतो. अवकाशातील सर्व उपग्रहांवर स्वयंचलित घड्याळे बसवली असून, त्या सर्वांची वेळ एकच ठेवली आहे. उपग्रहांची देखभाल, घड्याळांचे नियंत्रण, संदेशाची देवाणघेवाण यासाठी पृथ्वीवर एकूण पाच 'कंट्रोल स्टेशन्स' कार्यान्वित आहेत. अमेरिकेतील कोलोराडो स्प्रिंग हे त्यांचे मुख्य केंद्र आहे. या स्टेशनच्या ॲन्टिना उपग्रहांशी चोवीस तास संपर्कात असतात. उपग्रहाद्वारे पाठवलेल्या रेडिओ लहरी ग्रहण करण्यासाठी सर्व्हेअर रिसिव्हरचा वापर करतो. एकाच वेळी अनेक उपग्रहांचे संदेश एकामागोमाग एक या प्रकारे ग्रहण करण्याची त्याची क्षमता असते.

जीपीएसद्वारे स्थाननिश्चिती

अशा सर्वेक्षणासाठी उपग्रह, कंट्रोल स्टेशन आणि रिसिव्हर या प्रमुख गोष्टींची आवश्यकता असते. प्रत्येक उपग्रह आपली अंतराळातील स्थिती, तेथील वेळ संदेश लहरीद्वारे पृथ्वीवर पाठवत असतो. असे संदेश वातावरणातून पृथ्वीपर्यंत पोहोचण्यास काही सेकंदांचा कालावधी लागतो. सर्व्हेअरजवळील रिसिव्हर अशा संदेश लहरी ग्रहण करतो. वेळेतील फरकानुसार संदेश पृथ्वीपर्यंत पोहोचण्यासाठी लागणारा वेळ आपण काढू शकतो. प्रकाशाचा वेग एक लक्ष शहाऐंशी हजार मैल प्रतिसेकंद इतका असतो. प्रकाशाचा वेग आणि लहरी पोहोचण्यास लागणारा वेळ यांच्या गुणाकाराने उपग्रहाचे रिसिव्हरपासूनचे अंतर समजते. असे अंतर म्हणजे उपग्रह केंद्रबिंदू असणाऱ्या एका काल्पनिक वर्तुळाची त्रिज्या असते. या वर्तुळाच्या परिघावर आपले स्थान कोठे तरी असते. याच प्रकारे इतर दोन उपग्रहांपासूनचे अंतर आपण मिळवतो. अशी तीन वर्तुळे ज्या ठिकाणी एकत्रितपणे छेदतात, तेच आपल्या रिसिव्हरचे पृथ्वीवरील अचूक स्थान असते. वेळेच्या अचूकतेसाठी चौथ्या उपग्रहाची मदत घेतली जाते. सर्व अंतरांच्या मदतीने x, y, z आणि time ही माहिती कळते. विविध स्थानांवर सर्वेक्षण करून अशी माहिती संगणक प्रणालीला पुरवली जाते. त्याच्या मदतीने जागेचे संगणकीकृत नकाशे बनवता येतात. जीपीएस सर्वे क्षणाची अचूकता १ मि.मी.पासून १ मीटर अंतरापर्यंत असते. भूकंपाचा वैज्ञानिक अभ्यास, दळणवळण, हवामानाचे अंदाज, ट्रॅफिक कंट्रोल, देशाची सीमा निश्चिती, पर्यटन, क्रीडा, विदेश संचार, भू-तबके आणि ज्वालामुखीचा अभ्यास, अतिमहत्त्वाची धरणे, पूल, उंच इमारती यांची देखभाल यासाठी जीपीएस तंत्रज्ञान अत्यंत उपयुक्त ठरत आहे.

♦♦♦

फ्लायओव्हर बांधण्यासाठी प्रीकास्ट तंत्रज्ञान

शहरातील अथवा महामार्गावरील वाहतूक सुरळीतपणे होण्यासाठी फ्लायओव्हर बांधले जातात. आर.सी.सी. पद्धतीने फ्लायओव्हर दोन प्रकारे बांधता येतो. पहिल्या प्रकारात पाया, कॉलम बीम, स्लॅब यांचे काम प्रत्यक्ष जागेवर केले जाते. त्यासाठी फॉर्मवर्क, स्टील बांधणी, काँक्रीटिंगसाठी लागणारे बांधकाम साहित्य आणि मनुष्यबळ जागेवर आणावे लागते. यामुळे या पद्धतीत बांधकामासाठी जास्त कालावधी लागू शकतो.

दुसऱ्या पद्धतीमध्ये प्रीकास्ट तंत्रज्ञानाचा वापर केला जातो. पाया आणि कॉलम यांचे काम प्रत्यक्ष जागेवर केले जाते. उर्वरित काम करताना प्रीकास्टचे तयार भाग जागेवर आणून त्यांची जोडणी करण्यात येते. त्यामुळे या पद्धतीने बांधकाम पूर्ण होण्यास कमी कालावधी लागतो.

पायासाठी पाइल फाउंडेशन

मजबूत पाया बनवण्यासाठी पाइल फाउंडेशनची पद्धत वापरता येते. रोटरी पाइल मशिनरीच्या साहाय्याने मोठ्या व्यासाच्या खोलपर्यंतच्या पाइल्स अत्यंत कमी कालावधीमध्ये पूर्ण करता येतात. अशा मशिनरीद्वारे माती, मुरूम आणि कठीण खडक फोडून खोदकाम करता येते. पाइल्स बनवण्यासाठी उच्च दर्जाचे स्टील आणि काँक्रीट वापरले जाते. पाया बनवताना अनेकदा पूर्वीच्या अंतर्गत चालू अथवा बंद वाहिन्या अडथळा आणू शकतात. त्यांचा मार्ग तातडीने बदलणे अथवा काढून टाकणे गरजेचे असते. याच ठिकाणी एकत्रित समन्वय साधण्याची आवश्यकता असते. पायाचे काम जेवढ्या लवकर होईल, तेवढे पुढील काम जलद गतीने करता येते. जमिनीखालील पाइल्सचे काम पूर्ण झाल्यानंतर त्याची पाइल कॅप फुटिंग भरून कॉलमचे (pier) काम सुरू होते. दोन कॉलममधील अंतर, त्याचा आकार, फ्लायओव्हरची रुंदी हे सर्व डिझाईनद्वारे ठरवले जाते. अशा वेळी फ्लायओव्हरमुळे शहराच्या सौंदर्यामध्ये वाढ कशी होईल याकडे प्रथम लक्ष दिले जाते.

प्रीकास्ट व पोस्ट टेन्शनचे तंत्रज्ञान

पाया आणि कॉलम यांचे काम प्रत्यक्ष जागेवर चालू असताना दुसरीकडे कास्टिंग यार्डमध्ये सेगमेंट बनविण्याचे काम सुरू होते. सेगमेंट म्हणजे फ्लायओव्हरचे विविध भाग. त्यांची लांबी, रुंदी, उंचीनुसार स्टीलचे फॉर्मवर्क तयार केले जाते. त्यामध्ये स्टीलची जाळी बांधून उच्च दर्जाचे काँक्रीट केले जाते. या वेळी केबलसाठी आवश्यक असणारी छिद्रे (Holes) ठेवली जातात. योग्य दिवसांचे क्युरिंग केल्यानंतर सर्व सेगमेंट सुरक्षितपणे ठेवली जातात. त्यांना योग्य क्रमांक दिला जातो. आकारानुसार सेगमेंटचे वजन ३५ ते ५५ टन असू शकते. प्रत्यक्ष कामावर सेगमेंटच्या आधारासाठी दोन कॉलममध्ये तात्पुरता लोखंडी फॅब्रिकेशन प्लॅटफॉर्म बनवला जातो.

कॉलमच्या सर्वात वरच्या भागात बेअरिंग बसवली जातात. सेगमेंटचे वजन बेअरिंगमार्फत कॉलमद्वारे पायापर्यंत पोचवले जाते. मुख्य फ्लायओव्हरची बांधणी करण्यासाठी कास्टिंग यार्डमधून एक एक तयार सेगमेंट ट्रॉली ट्रकद्वारे प्रत्यक्ष कामावर आणले जातात. लाँचिंग ट्रसच्या साहाय्याने उचलून प्लॅटफॉर्मवर

एकापुढे एक ठेवले जातात. प्राथमिक कच्ची जोडणी करून पुन्हा वेगळे केले जातात. त्यानंतर बाजूच्या दोन्ही पृष्ठभागांवर इपॉक्सिचे आवरण दिले जाते. लगेचच त्यांना एकत्र आणून नटबोल्टच्या साहाय्याने पक्की जोडणी केली जाते. पोकळ छिद्रांमधून केबल ओवून त्यांना ताण (post tensioning) दिला जातो. लोखंडी प्लॅटफॉर्म त्यानंतर विलग केला जातो. अशा प्रकारे संपूर्ण फ्लायओव्हरची बांधणी केली जाते. वेळेची बचत, कामाचा योग्य दर्जा, ध्वनी आणि हवेचे प्रदूषण नियंत्रित करणे या पद्धतीमुळे शक्य होते. पुढील काळात अशा तंत्रज्ञानाची बहुमूल्य मदत होणार आहे.

♦♦♦

चारचाकी पार्किंगसाठी अद्ययावत यंत्रणा

अद्ययावत पार्किंग यंत्रणेमुळे कमीत कमी जागेमध्ये अधिकाधिक चारचाकी वाहनांची पार्किंगची सोय होऊ शकते. चारचाकी वाहनांना दुचाकी वाहनांपेक्षा अधिक जागा लागते. त्यांची सोय अशा वाहनतळांमध्ये झाली, तर उर्वरित मोकळ्या राहणाऱ्या जागेत दुचाकी वाहनांसाठी अधिक जागा उपलब्ध होऊ शकते. इंधनाचा अपव्यय टळून प्रदूषणाची पातळी नियंत्रित करण्यास मदत होते. अद्ययावत पार्किंग योजनेचे पुढील प्रकार आहेत :

अवलंबित पार्किंग यंत्रणा (Dependable Parking)

अद्ययावत पार्किंग योजनेच्या पहिल्या प्रकाराला 'अवलंबित पार्किंग' योजना असे म्हणतात. मारुती, इंडिका, असेंट, सॅन्ट्रो अशा गाड्यांची उंची सर्वसाधारणपणे १.६ मीटर एवढी असते, तर टाटा सुमो, इनोव्हा, बलेरो यांसारख्या मोठ्या गाड्या २ मीटर उंचीच्या असतात. पार्किंग यंत्रणेची उंची ४ मीटर ठेवून त्यामध्ये एक लहान व एक मोठी अशा दोन गाड्यांसाठी दुमजली पार्किंग करता येते. एका रांगेत कितीही, परंतु एकावर एकच गाडी बसेल अशी ही दुमजली यंत्रणा असते. ५.५ मीटर लांबी, २.५ मीटर रुंदी, तर ४ मीटर उंची कायम धरली, तर ५५ मीटर लांब जागेमध्ये २० गाड्यांचे दुमजली पार्किंग करता येते.

यंत्रणेच्या उभारणीसाठी लोखंडी सुट्या भागांना गंजू नये म्हणून पावडर कोटिंग, तर कार प्लॅटफॉर्मसाठी गॅल्व्हनायझिंग करण्यात येते. पार्किंगसाठी फ्रेम उभारताना काँक्रीटच्या भिंती व फ्लोअरिंगमध्ये १५० मि.मी. व्यासाचे अँकर बोल्टिंग केले जाते. प्लॅटफॉर्मची क्षमता अंदाजे २ ते २.५ टन वजन पेलण्याइतकी असते. प्लॅटफॉर्मवरून गाडी वर नेण्यासाठी हायड्रॉलिक सिस्टिम वापरण्यात येते, तर गाडी खाली आणण्यासाठी हायड्रॉलिक ऑईलचा दाब कमी करून गुरुत्वाकर्षणाचा (Gravity) सिद्धांत उपयोगी ठरतो.

२० गाड्यांची यंत्रणा कार्यान्वित करण्यासाठी १.५ KW विद्युतऊर्जेची गरज असते. जादा गाड्यांसाठी अधिक ऊर्जा लागते. विद्युतप्रवाह खंडित झाला, तर मॅन्युअल ओव्हर राईडरचा वापर करून ही यंत्रणा चालवता येते. प्रथम येणारी गाडी तळातील प्लॅटफॉर्मवरून वरच्या मजल्यावर उचलण्यात येते. त्यानंतर येणारी गाडी तळामध्ये पार्क केली जाते. दोन्ही गाड्यांच्या किल्ल्या यंत्रणेची देखभाल करणाऱ्या निरीक्षकाकडे असतात. वरच्या मजल्यावरील गाडी पार्किंगमधून बाहेर काढण्यासाठी तळातील गाडीला तात्पुरते बाजूला काढावे लागते. म्हणून या यंत्रणेला अवलंबित असे म्हणतात. एक निरीक्षक ४० गाड्यांवर सहजपणे नियंत्रण ठेवू शकतो.

पझल पार्किंग यंत्रणा (Puzzle Parking)

पार्किंगच्या दुसऱ्या पद्धतीला 'स्वयंचलित' (Automatic) अथवा 'पझल' असे म्हणतात. ही यंत्रणा दुमजली ते पाच मजल्यांपर्यंत करता येते. दुमजली यंत्रणेसाठी ४ मीटर, तर तीन मजल्यांसाठी ६ मीटर उंचीची आवश्यकता असते. वरच्या प्रत्येक मजल्यासाठी २ मीटर अधिक उंची लागते. गाड्या वरखाली नेण्यासाठी हायड्रॉलिक सिस्टिम, तर गाड्या आजूबाजूला सरकवण्यासाठी (Slide) विद्युतमोटरचा उपयोग केला जातो. यंत्रणेचे फ्रेमिंग अवलंबित पार्किंगप्रमाणेच असते.

२० गाड्यांची यंत्रणा चालविण्यासाठी ३ KW विद्युतऊर्जेची आवश्यकता असते. नऊ गाड्यांच्या फ्रेममध्ये आठ गाड्या पार्क करता येतात. एक गाळा सदैव रिकामा ठेवलेला असतो. ज्यामधून कोणतीही गाडी बाहेर काढता येते. पार्किंगच्या दर्शनी भागात सर्व गाळ्यांचे नंबर दर्शविणारा ऑपरेशन बॉक्स असतो. ज्या गाळ्यामध्ये आपली गाडी पार्क केली असेल, तो नंबर बॉक्समध्ये कार्यान्वित केल्यावर सरकत्या पाळण्याप्रमाणे प्लॅटफॉर्मची हालचाल होऊन आपली गाडी तळातील रिकाम्या गाळ्यात येऊन उभी राहते. स्वयंचलित यंत्रणेमध्ये संगणक प्रणालीचे साहाय्य घेतले जाते. यंत्रणेमध्ये जर काही दोष निर्माण झाले, तर ही यंत्रणा स्वतःहून तसे दर्शविते. नियमित देखभाल केली, तर दोन्ही यंत्रणा वर्षानुवर्षे निर्दोषपणे कार्यान्वित राहू शकतात. व्यापारी अथवा निवासी संकुले, मल्टिप्लेक्स, शॉपिंग मॉल, आयटी पार्क, सार्वजनिक पार्किंग अशा सर्व ठिकाणी या दोन्ही यंत्रणा उपयुक्त ठरू शकतात. इमारतीच्या सभोवताली असणाऱ्या मोकळ्या जागेमध्येसुद्धा या यंत्रणा बसवता येतात.

अमेरिका, युरोप, कोरिया, जपानप्रमाणेच भारतातील प्रमुख शहरांमध्ये या यंत्रणेचा वापर मोठ्या प्रमाणात होत आहे. सर्व महानगरांमध्ये भेडसावणारी पार्किंगची समस्या यामुळे सुलभ होऊ शकते.

♦♦♦

'काँक्रीट वेस्ट'चा पुनर्वापर

इमारती पाडण्याची विविध कारणे असतात. नवनिर्माण करण्यासाठी, नियमांचे उल्लंघन घडले तर अथवा नैसर्गिक आपत्तीमुळे होणारी पडझड, चुकीच्या बांधकाम पद्धतीचा वापर यांचा यामध्ये समावेश असतो. आज जागेच्या कमतरतेमुळे अगदी २० ते २५ वर्षांपूर्वी बांधण्यात आलेली चांगली आर.सी.सी. अथवा जुन्या दगडी इमारती जमीनदोस्त होत आहेत. एखादी आर.सी.सी. पद्धतीने बांधलेली इमारत ज्या वेळी

पाडली जाते, तेव्हा त्यामधून ७५ टक्के जुने काँक्रीट, २० टक्के विटा अथवा दगड आणि इतर साहित्य ५ टक्के निर्माण होते. आपल्याकडे असे उपयुक्त साहित्य राडारोडा म्हणून मोकळ्या जागेत अथवा नदी, नाले, ओढे यामध्ये फेकून दिले जाते. परंतु प्रगत देशांमध्ये असे प्रकार सहसा घडत नाहीत. त्या ठिकाणी अशा काँक्रीट वेस्टचा पुनर्वापर केला जातो. एखादी वस्तू फेकून देण्यापेक्षा त्याचा पुनर्वापर करणे म्हणजे नवनिर्मिती करण्यासारखे असते.

काँक्रीट वेस्ट - जागतिक दृष्टिक्षेप

दुसऱ्या महायुद्धाच्या काळात जर्मनीमध्ये मोठ्या प्रमाणावर घरांची हानी झाली. जागोजागी कोसळलेल्या घरांचे ढिगारे निर्माण झाले. अशा प्रचंड ढिगाऱ्यांची विल्हेवाट लावणे ही मोठा समस्या होती. दुसरीकडे पुनर्बांधणीसाठी नवीन बांधकाम साहित्याची मोठी गरज निर्माण झाली. त्याची पूर्तता कशी करावी हा यक्ष प्रश्न होता. त्या वेळी जर्मनीने काँक्रीट वेस्टचा पुनर्वापर नवीन घरे बांधण्यासाठी करून जगात प्रगतीचे पहिले पाऊल टाकले. जर्मनीपाठोपाठ अमेरिका, जपान, इंग्लंड, फ्रान्स, डेन्मार्क इ. देशांमध्ये काँक्रीट वेस्टचा पुनर्वापर करण्यास सुरुवात झाली. अमेरिकेमध्ये आजही रस्ते बांधणीसाठी बेस, सबबेस, भराव आणि मुख्य डांबरीकरणाकरता काँक्रीट वेस्टचा वापर केला जातो. हाँगकाँगमध्ये प्रतिवर्षी १४ दशलक्ष टन काँक्रीट वेस्ट तयार होते. तेथे पुनर्प्रक्रिया करणाऱ्या प्रतिदिनी २४०० टन क्षमतेच्या पायलट प्लॅन्टची उभारणी केली आहे. जपानमध्ये १९००पासूनच काँक्रीट वेस्टचा पुनर्वापर होत आहे.

त्या वापराचे प्रमाण आज ९८ टक्क्यांपर्यंत पोहोचले आहे. युरोपियन देशांमध्येही प्रतिवर्षी ३५० दशलक्ष टन काँक्रीट वेस्ट निर्माण होते. तेथील विविध देशांमध्ये त्याचा पुनर्वापर ५० ते ९० टक्क्यांपर्यंत केला जातो. आशिया खंडामध्ये प्रतिवर्षी अंदाजे ७६० दशलक्ष टन कन्स्ट्रक्शन वेस्ट तयार होते.

काँक्रीट वेस्ट - भारतातील सद्य:स्थिती

केंद्रीय प्रदूषण नियंत्रण बोर्ड (CPCB), दिल्ली यांच्या सर्वेक्षणानुसार भारतात प्रतिवर्षी अंदाजे ४८ दशलक्ष टन सॉलिड वेस्ट म्हणजेच घनकचरा निर्माण होतो. यामध्ये बांधकाम क्षेत्रामधून निर्माण होणाऱ्या वेस्टचे प्रमाण अंदाजे १४ दशलक्ष टन आहे. त्यामध्ये काँक्रीट वेस्टचे प्रमाण ४ दशलक्ष टन असते. असे काँक्रीट वेस्ट कोणतीही पुनर्प्रक्रिया न करता जागोजागी फेकून दिल्यामुळे देशात अनेक ठिकाणी पर्यावरणाचा गंभीर प्रश्न निर्माण झाला आहे. मोकळ्या दिसणाऱ्या जमिनीवर, नदी, नाले, ओढे, तलाव इ. ठिकाणी टाकलेल्या ढिगाऱ्यांमुळे मौल्यवान नैसर्गिक साधनसंपत्ती, पर्यावरण यांचा ऱ्हास होत आहे. बांधकामातील घनकचऱ्यामध्ये काँक्रीट, माती, मुरूम, खडक, वाळू, विटा, दगड, खडी, धातू, ग्रॅव्हल, कागद, मॉर्टर इ. गोष्टी असतात. त्याचप्रमाणे डांबर, लाकूड, काचा, टाइल्स, बिटूमेन, पाइप, रंग, थर्मोस्टेट, क्लोराईड, विजेचे बल्ब, ट्यूब, बॅटरीज, पारा इ. अपायकारक घटक असतात. या सर्वांचे वर्गीकरण करता येते. काँक्रीटमधील लोखंड वेगळे करून त्यापासून नवीन स्टील पुनर्प्रक्रिया करून करता येते. काँक्रीट आणि अपायकारक घटकांव्यतिरिक्त असणारा भाग रस्त्याच्या भरावासाठी अथवा दलदलीच्या ठिकाणी योग्य प्रकारे वापरता येतो. घनकचऱ्यातील काँक्रीट वेगळे करून प्रक्रिया करून त्याचा पुनर्वापर करता येतो.

पुनर्प्रक्रिया आणि पुनर्वापर

काँक्रीट वेस्टचा पुनर्वापर करण्यासाठी क्रशिंग, प्रोसेसिंग आणि स्क्रिनिंग प्रक्रिया केली जाते. क्रशर मशिनद्वारे काँक्रीट वेस्ट बारीक करून त्याची वेगवेगळ्या आकारामध्ये चाळणी केली जाते. पुनर्प्रक्रिया केलेल्या घटकांची प्रयोगशाळेत घनता, ताकद, सच्छिद्रता, पाणी शोषण करण्याची क्षमता यासाठी चाचणी परीक्षा केली जाते. असे निष्कर्ष नैसर्गिक घटकांपेक्षा थोड्या फार प्रमाणात वेगळे असण्याची शक्यता असते. सर्वसाधारणत: पुनर्प्रक्रिया केलेल्या घटकांमध्ये सच्छिद्रता आणि पाणी शोषण करण्याची क्षमता थोडी अधिक असते. त्यामुळे या घटकांपासून नवीन काँक्रीट तयार करताना नेहमीपेक्षा ५ टक्के पाणी अधिक लागते. मात्र पुनर्प्रक्रिया केलेल्या घटकांपासून संपूर्णत: उत्तम दर्जाचे नवीन काँक्रीट तयार करता येते. पारंपरिक काँक्रीटप्रमाणेच या काँक्रीटचे मिक्सिंग, ट्रान्सपोर्ट, कॉम्पॅक्शन आणि क्युरिंग केले जाते. रस्त्यासाठी लागणारा सबबेस, भराव, गटारे, बिटूमिनस काँक्रीट, पादचारी मार्ग, नैसर्गिक जलस्रोतांची तटबंदी इ.साठी हे काँक्रीट वापरता येते.

रस्तेबांधणीसाठी प्लॅस्टिक वेस्टचा पुनर्वापर

प्लॅस्टिकचा घनकचऱ्यामध्ये समावेश होतो. प्लॅस्टिकचे विविध प्रकार आहेत. त्यापैकी काहींवर पुनर्प्रक्रिया करता येते; परंतु उर्वरित प्रकारांचे विघटन होत नसल्यामुळे त्यांची विल्हेवाट लावणे कठीण बनले आहे. उदा. प्लॅस्टिक पिशव्या, बाटल्या यांमुळे पर्यावरण धोक्यात आले आहे. प्लॅस्टिक आणि डांबर हे दोन्ही पेट्रोजन्य पदार्थ आहेत. प्लॅस्टिक वेस्ट वापरून डांबरी रस्ते बनवण्याचे नवीन तंत्रज्ञान आज उपलब्ध झाले आहे. त्यामुळे निरुपयोगी प्लॅस्टिक वेस्टचा पुनर्वापर घडून प्रदूषण नियंत्रणात मदत होणार आहे.

प्लॅस्टिकची निर्मिती

अलेक्झांडर पर्क यांनी १८६२च्या सुमारास इंग्लंडमध्ये प्लॅस्टिकचा शोध लावला. आपण निर्माण केलेली वस्तू भविष्यात कोणता चमत्कार करणार आहे, याची त्यांना त्या वेळी कल्पना नव्हती. पुढील काळात प्लॅस्टिकवर मोठ्या प्रमाणात संशोधन घडले. त्यातूनच रेऑन, पीव्हीसी, पॉलिइथेलिन, टेफ्लॉन, नायलॉन, पॉलिस्टर इ. प्रकार निर्माण झाले. प्लॅस्टिक हे पॉलिमरपासून बनते. भूगर्भातील नैसर्गिक वायू अथवा क्रूड ऑइलचा शोध घेताना उष्णतेची प्रक्रिया घडत असते. त्या वेळी हायड्रोकार्बनचे विघटन होऊन पॉलिमर तयार होतात. पॉलिमर म्हणजे कार्बन, हायड्रोजन, ऑक्सिजन, सिलिकॉन, क्लोरिन, नायट्रोजन, फॉस्फरस, सल्फर इ. जोडणारी एक साखळी असते. पीव्हीसीमध्ये क्लोरिन, नायलॉनमध्ये नायट्रोजन; तर पॉलिस्टरमध्ये ऑक्सिजनचे प्रमाण प्रमुख असते. काही प्रकारचे प्लॅस्टिक उष्णतेने कठीण बनते, तर काही प्रसरण आणि आकुंचन पावते. प्लॅस्टिकवर रसायनांचा परिणाम होत नाही. ते वजनाला हलके असते. धातूंप्रमाणे गंजत नाही आणि बॅक्टेरियांची वाढ रोखते. अशा उपयुक्त गुणधर्मांमुळे पाइप, खेळणी, खिडकी, दरवाजे, वाहनांचे डॅशबोर्ड, बाटल्या, बरण्या, बुलेटप्रुफ जॅकेट, हेल्मेट, बांधकामातील फॉर्मवर्क, पिशव्या इ. अनेक गोष्टींसाठी त्याचा वापर होत आहे.

डांबरीकरणासाठी प्लॅस्टिक वेस्टचा वापर

वेस्ट प्लॅस्टिकचे वर्गीकरण करून त्यामधील पिशव्या, कप, बाटल्या इ. गोष्टी विलग केल्या जातात. त्यांचे बारीक तुकडे करून पावडर बनवली जाते. डांबरीकरणाच्या पहिल्या टप्प्यामध्ये खडी १७० अंश तापमानापर्यंत उष्ण केली जाते. त्यामध्ये डांबराच्या एकूण प्रमाणाच्या ५ ते ८ टक्के प्लॅस्टिक वेस्टची पावडर मिसळली जाते. उष्णतेने प्लॅस्टिक वितळून खडीच्या पृष्ठभागाभोवती त्याचे तेलकट आवरण तयार होते. याच वेळी उष्ण डांबर त्यामध्ये मिसळले जाते. प्लॅस्टिक, खडी, आणि डांबर यांचे एकत्रित मिश्रण प्रत्यक्ष कामावर आणून त्याचा रस्तेबांधणीसाठी उपयोग केला जातो. केंद्रीय प्रदूषण नियंत्रण बोर्ड, दिल्लीने (PCB) या पद्धतीला मान्यता दिली आहे. प्रयोगशाळेतील चाचणी निष्कर्ष आणि प्रत्यक्ष कामावरील रस्त्याची गुणवत्ता योग्य दर्जाची आढळली आहे. रस्त्याच्या गुणवत्तेमध्ये अधिक टिकाऊपणा, ताकद, खड्डे व तडे पडण्याचे कमी प्रमाण, उन्हाळ्यात डांबर न वितळणे असे अनुकूल बदल जाणवतात. प्लॅस्टिक वेस्टचा पुनर्वापर होणे ही काळाची गरज आहे.

पाणी शुद्धीकरणासाठी 'फायटोरीड' प्रणाली

सांडपाणी शुद्धीकरणाची गरज

नॅशनल एन्व्हायरन्मेंटल इंजिनिअर्स रिसर्च इन्स्टिट्यूट ऑफ इंडिया (NEERI) या भारत सरकारच्या संस्थेने सांडपाण्याच्या शुद्धीकरणासाठी 'फायटोरीड' ही पर्यावरणपूरक प्रणाली विकसित केली आहे. त्यासाठी संस्थेला जागतिक पेटंट प्राप्त झाले आहे. जलशुद्धीकरणासाठी झाडांचा वापर या प्रणालीत केला आहे. म्हणून या प्रणालीस 'फायटोरीड' असे नाव देण्यात आले आहे.

फायटोरीडची कार्यपद्धती

या प्रणालीसाठी तीन वेगवेगळे टँक तयार केले जातात. त्यांच्या बांधकामासाठी आर.सी.सी. अथवा विटा, ब्लॉक्समधील बांधकाम केले जाते. पहिल्या टँकमध्ये जाळीच्या साहाय्याने सांडपाण्यातील घनकचरा उदा. प्लॅस्टिक, कागद, पालापाचोळा इ. वेगळा केला जातो. ज्या ठिकाणी सेप्टिक टँक आहे. तेथे अशा टँकची गरज नसते. दुसऱ्या टँकला प्रायमरी ट्रीटमेंट टँक म्हणतात. याचे तीन उपविभाग असतात. या सर्व विभागांत तीन इंच ते सहा इंच आकाराचे गोलाकार गोटे तीन थरांमध्ये अंथरून त्यांचा फिल्टर तयार केला जातो. त्यामध्ये 'निरी' संस्थेने तयार केलेले द्रवरूपातील सूक्ष्म रोगजंतू (Bacteria) सोडले जातात. या द्रवाचे आवरण सर्व गोट्यांच्या पृष्ठभागावर तयार होते. सर्वांत वरच्या भागात देखभालीसाठी झाकणे ठेवली जातात.तिसऱ्या टँकची रचना ही दुसऱ्या टँकप्रमाणेच केली जाते. यासाठी टायफा, स्क्रीपस, एलिफंट ग्रास, विशिष्ट जातीचे बांबू अशा पाण्यावर जगणाऱ्या आणि मुळातून प्राणवायू सोडणाऱ्या वनस्पतींचा वापर केला जातो. या वनस्पतींच्या मुळांवर विशिष्ट प्रक्रिया केली जाते. वनस्पतींसाठी मातीचा वापर केला जात नाही.

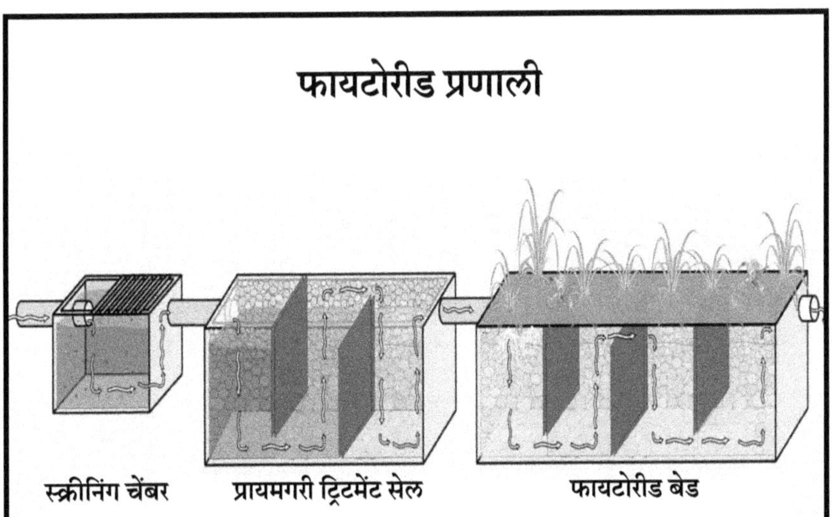

अशुद्ध सांडपाणी टँकमधून वाहताना त्यामध्ये मिसळलेले अन्नकण आणि इतर गोष्टी बॅक्टरिया नष्ट करतात आणि वनस्पतींच्या मुळांमार्फत पाण्यामध्ये ऑक्सिजन मिसळला जाऊन त्याचे शुद्धीकरण होते. अशा प्रकारे सांडपाण्याचे ९५ टक्के शुद्धीकरण करता येते. शुद्धीकरण झालेले पाणी शेती, निवासी इमारतींची टॉयलेट, बाग, वाहने धुणे इ.साठी वापरता येते. सांडपाण्याचा अशा प्रकारे पुनर्वापर केला गेला, तर धरणातील पाणीसाठा जास्त प्रमाणात पिण्यासाठी उपलब्ध होऊ शकतो.

फायटोरीड प्रणालीचे फायदे

'फायटोरीड' प्रणालीसाठी विजेचा पंप, एअरेटर अशा कोणत्याही यंत्रसामग्रीचा वापर केला जात नाही. त्यामुळे ऊर्जेची मोठ्या प्रमाणात बचत होती. ही प्रणाली स्वयंपूर्णतेने कार्य करते. त्यासाठी कोणत्याही मनुष्यबळाची गरज नसते. देखभालीचा खर्चही नगण्य असतो. सांडपाण्याच्या क्षमतेनुसार प्रणालीचे डिझाईन बदलता येते. आपल्या नेहमीच्या सेप्टिक टँकला ही प्रणाली जोडली असता टँक स्वच्छ करण्याचा कालावधी तीन पटींनी वाढतो. सांडपाणी शुद्धीकरणाची प्रक्रिया संपूर्णत: जमिनीखाली होत असते. त्यामुळे डास, दुर्गंधी, ध्वनिप्रदूषण इ.पासून मानवी आरोग्य सुरक्षित राहते. या प्रणालीसाठी वेगळ्या स्वतंत्र जागेची गरज नसते. इमारतीच्या सभोवतालची बाग, लॉन, लँडस्केपिंग, जॉगिंग ट्रॅक येथे आटोपशीर प्रणाली आणि वरील भागात झाडे या रचनेमुळे वेगळे अस्तित्व दिसून येत नाही.

ही प्रणाली केंद्रीय आणि राज्य स्तरीय प्रदूषण नियंत्रण बोर्डाचे निकष पूर्ण करते. पर्यावरणाशी बांधिलकी राखल्यामुळे या प्रणालीला इंडियन ग्रीन बिल्डिंग कौन्सिलने (IGBC) मान्यता दिली आहे. कमीत कमी ५०० लिटर्सपासून लाखो लीटर पाण्याचे शुद्धीकरण या पद्धतीने करता येते.

♦♦♦

रस्तेबांधणीसाठी रबराचा प्रभावी पुनर्वापर

भारतामध्ये रस्ते बांधणीसाठी प्रामुख्याने अॅस्फाल्ट आणि काँक्रीट यांचा वापर केला जातो. या दोन्ही पद्धतींमध्ये सातत्याने संशोधन व नवीन प्रयोग होत असतात. टाकाऊ रबरी टायरच्या तुकड्यांचा पुनर्वापर करून दर्जेदार डांबरी रस्ते बनवण्यात आपला देश यशस्वी झाला आहे. पुढील काळात देशातील लक्षावधी निरुपयोगी झालेले रबरी टायर रस्ते बांधणीसाठी उपयुक्त होणार आहेत.

रबरी टायरचा पुनर्वापर

आज देशात अंदाजे ४० प्रमुख टायर निर्मिती उद्योग कार्यरत असून, त्यांची वार्षिक उलाढाल कित्येक कोटींची आहे. नवीन टायर निर्मिती करताना कार्बन, नायलॉन, स्टील याबरोबरच नैसर्गिक आणि कृत्रिम रबराचा वापर केला जातो. जुन्या रबरी वस्तूंचा पुनर्वापर करून नवीन वस्तूही बनवणारे मोठे औद्योगिक क्षेत्र देशात कार्यरत आहे. जुन्या रबराच्या पुनर्वापरातून सायकल, दुचाकी आणि चारचाकींचे टायर, चपला, बूट, बेल्ट, बंपर्स, वॉशर्स, गॅसकीट, मॅट इ. अनेक वस्तू बनवल्या जातात. आता रबरी टायर्सची पावडर आणि बिटूमेन यांच्या मिश्रणात डांबरी रस्ते तयार होत आहेत.

बिटूमेनची निर्मिती

भूगर्भातील खनिजतेलाचे शुद्धीकरण करताना त्यामधील हायड्रोकार्बनचे विघटन होते. या शुद्धीकरण प्रक्रियेतून गॅसोलिन, केरोसीन, डिझेल, नॅप्था, नैसर्गिक वायू इ. पेट्रोजन्य पदार्थ तयार होतात. अशा प्रक्रियेत उर्वरित राहणारा घटक म्हणजेच बिटूमेन. बिटूमेन हे गडद काळ्या रंगाचे तेलकट आणि चिकट असते. उत्तर अमेरिकेत बिटूमेनला अॅस्फाल्ट सिमेंट अथवा अॅस्फाल्ट असे संबोधले जाते. जगात प्रतिवर्षी अंदाजे १०० दशलक्ष मेट्रिक टन बिटूमेन निर्मिती होते. त्यापैकी ८५ टक्के बिटूमेनचा रस्ते बांधणीसाठी बाइंडर म्हणून वापर होतो. वॉटर प्रूफिंगसाठी १० टक्के आणि सीलंट, इन्शुलेशन, पाइप कोटिंग, पेंट इ. साठी ५ टक्के वापर होतो. आपल्याकडे बिटूमेन हे व्हिजी (व्हिस्कॉसिटी ग्रेड) १०, २०, ३०, ४० श्रेणीचे उपलब्ध असते. डांबरी रस्ते बनवताना उष्ण बिटूमेन, बारीक खडी, खडी पावडर यांचे प्रमाणित मिश्रण अॅस्फाल्ट प्लॅन्टमध्ये तयार केले जाते. प्रत्यक्ष कामावर तयार मिश्रण आणून अद्ययावत पेव्हरच्या साहाय्याने रस्ते बनवले जातात. डांबरीकरणाच्या विविध प्रकारांनुसार थराची जाडी, खडीचे वर्गीकरण आणि आकारमान, बिटूमेनचे प्रमाण वेगवेगळे असते.

क्रम्ब रबर मॉडिफाईड बिटूमेन (CRMB)

बिटूमेनमध्ये नैसर्गिक आणि कृत्रिम रबर मिसळून त्याचे मूलभूत गुणधर्म बदलण्याचा प्रयोग सर्वप्रथम १९२३मध्ये अमेरिकेत झाला. बनवलेले नवीन बिटूमेन रस्त्याचे सांधे भरणे, पॅचवर्क, मेंब्रेन यासाठी वापरण्यात आले. पुढील काळात यामध्ये सातत्याने संशोधन केले गेले. आजच्या नवीन पद्धतीत टाकाऊ रबरी टायर्सचे बारीक तुकडे केले जातात व त्यामधील फायबर, स्टील विलग केले जाते. अशा रबरी तुकड्यांना क्रम्ब (crumb) म्हणतात. त्यांची चाळणी करून वेगवेगळ्या आकारांत वर्गीकरण

केले जाते. त्यानंतर ग्राइंडिंग करून पावडर बनवली जाते. ही पावडर बिटूमेनमध्ये मिसळली जाते. रबरमिश्रित बिटूमेनला क्रम्ब रबर मॉडिफाइड बिटूमेन (CRMB) म्हणतात. सर्वसाधारणत: रबराचे प्रमाण बिटूमेनच्या वजनाच्या १० ते १२ टक्के असते. CRMB ५०, ५५, ६० अशा श्रेणीमध्ये नवीन बिटूमेन उपलब्ध आहे. असे बिटूमेन वापरून तयार झालेल्या डांबरी रस्त्याचे प्रत्यक्ष जागेवरील आणि प्रयोगशाळेतील निष्कर्ष अनुकूल आले आहेत.

आपल्याकडील रस्ते सर्वसाधारणत: पाण्याचा शिरकाव, तापमानातील बदल, वाहनांची वाढती संख्या, अतिरिक्त वजन, देखभालीकडे दुर्लक्ष यांमुळे लवकर खराब होतात. सुधारित बिटूमेनच्या वापराने असे प्रमाण कमी होणार आहे. भविष्यातील राष्ट्रीय महामार्ग, राज्यमार्ग, अंतर्गत रस्ते, सी पोर्ट, रन वे, हेलिपॅड इ. ठिकाणी CRMB उपयुक्त ठरणार आहे.

♦♦♦

शब्दसूची

लेख : सिमेंट

क्लिन्कर : सिलिका, ॲल्युमिना, आयर्न, चुना यांचे मिश्रण.

लेखः स्टील

बिलेट : कच्च्या लोखंडाचा चौकोनी साचा.

लीन्टेल : दरवाजा किंवा खिडकी यांच्या चौकटीवरील आडवी तुळई– कॉंक्रीट, लाकूड इ.मधील.

गर्डर : मध्यभागातील मोठी तुळई.

क्लॅडिंग : इमारतीच्या भिंतीवरील बाह्यावरण ॲल्युमिनिअम, दगड, टाइल्स इ.

रिटेनिंग वॉल : भरावाचा दाब रोखणारी भिंत.

फ्लँज : बाहेरील कडी, रिंग इ.

शटरिंग : कॉंक्रीटला विविध आकार देणारे साचे. प्लायवूड, ॲल्युमिनिअम, प्लॅस्टिक, लोखंड, इ.

लेखः रंगाचे मूलमंत्र

कोर्नीस : भिंतीचा कोपरा.

सायलोज : हवाबंद कोठार सिमेंट, फ्लाय ॲश इ.साठी.

पर्लीन : छताचे पत्रे अथवा कौले यांना आधार देणारा एक भाग. लाकूड, लोखंड इ.चा.

लेखः कॉंक्रीट

संक : स्लॅबमधील खोलगट भाग.

व्हील बॅरो : बांधकाम साहित्याची ने–आण करणारी ढकलगाडी.

गनायटिंग : खडकातील भेगा, चिरे, पोकळी इ.जागा कॉंक्रीटने यांत्रिकरीत्या दाब देऊन भरण्याची पद्धत.

सबग्रेड : रस्तेबांधणीतील भरावाचा एक विशिष्ट थर.

ट्रस : छताला आधार देणारी कैची. लाकूड, स्टील इ.

लेखः सेल्युलोज कॉंक्रीट

LEED : लीडरशीप इन एनर्जी ॲन्ड एनव्हायर्नमेन्टल डिझाईन.

RCC : रिइनफोर्स्ड सिमेंट कॉंक्रीट, सलोह सिमेंट कॉंक्रीट.

SCC : सेल्फ कॉम्पॅक्टिंग कॉंक्रीट.

VMA : व्हिस्कॉसिटी मॉडिफाइंग एजंट, काँक्रीटला प्रवाही करणारे रसायन.

लेखः छतगळती

लिफ्ट पिट : उद्वाहकाचा जमिनीलगत असणारा खड्डा.
आय.पी.एस. : इंडिअन पेटंट स्टोन, फरशी कामातील एक प्रकार.

लेखः प्रीइंजिनिअर्ड

IS : इंडियन स्टॅन्डर्ड्स.
ISI : इंडियन स्टॅन्डर्ड इन्स्टिट्यूट.
TMT : थर्मो मेकॅनिकली ट्रीटेड. लोखंडी सळईवर उष्णतेची प्रक्रिया.

लेखः काच

DGU : डबल ग्लास युनिट. दोन काचांमध्ये पोकळी ठेवलेली खिडकी.
फ्लाय ॲश : उष्णतेच्या भट्टीतील सूक्ष्म तरंगती राख.

लेखः अग्निप्रतिबंधक यंत्रणा

MCB : मिनिएचर सर्किट बोर्ड. शॉर्टसर्किटमुळे आलेला विद्युत प्रवाह नियंत्रित करणारे स्विच
ELCB : अर्थ लीकेज सर्किट ब्रेकर.
स्कॅफोल्डिंग : परांची, पहाड बांबू ,लोखंड इ.
डॅडो : भिंतीच्या खालच्या भागातील टाईल्सचा पट्टा.
MW : मेगा वॅट.
GW : गेगा वॅट.
PW : पेटा वॅट.
सुअर ट्रॅप : अंतर्गत ड्रेनेज पाईपलाईनमधील शेवटचा ट्रॅप.
फेल्ट : एक विशिष्ट जातीचे लोकरीचे कापड.
P : प्रेशर पाईप. दाब असणारा पाईप.
NP : नॉन प्रेशर. दाबविरहित पाईप.
PCC : प्लेन सिमेंट काँक्रीट. साधे सिमेंट काँक्रीट.
UPVC : अनप्लॅस्टिसाइज्ड पॉलिव्हिनाइल क्लोराईड.
PEX : क्रॉसलिंक पॉलिइथेलीन.
HDPE : हायडेन्सिटी पॉलिइथेलीन.
PPR : पॉलीप्रोपेलीन रॅन्डम.
CPVC : क्लोरिनेटेड पॉलीव्हिनाइल क्लोराईड.
ISO : इंटरनॅशनल स्टॅन्डर्ड ऑर्गनाइझेशन. आंतरराष्ट्रीय मानांकन संस्था.
डेसिबल : आवाजांच्या तुलनात्मक मोठेपणाचे परिमाण.

BS : उच्च दर्जाचे प्लॅस्टिक

लेखः फायबर कॉंक्रीट

FRC : फायबर रिइनफोर्स्ड कॉंक्रीट.

लेखः फेरोक्रीट

Mpa : मेगा पास्कल. कॉंक्रीटची ताकद मोजण्याचे परिमाण.

लेखः ग्लास फायबर कॉंक्रीट

SBR : स्टरलाईन ब्यूटाडीन रबर. एक प्रकारचे कृत्रिम रबर.

लेखः टॉवर क्रेन

क्लायंबिंग युनिट : क्रेनची उंची वाढवणारी यंत्रणा.
KV : किलो वॅट ॲम्पिअर.
HP : हॉर्स पॉवर. अश्वशक्ती.

लेखः भरावाच्या धुमसणीसाठी संयंत्रे

फीड ट्रॅक : पोलादी सळई नेणारा सरकता पट्टा.
अल्को पॅनलिंग : इमारतीच्या बाह्यभागात ॲल्युमिनिअमचे आवरण.
स्ट्रक्चरल ग्लेझिंग : खिडक्या, जिने येथील काचकाम.

लेखक परिचय

प्रकाश मेढेकर, स्थापत्य अभियंता

जन्म : ३० सप्टेंबर १९६१

शिक्षण : बी.ई .(स्थापत्य), १९८२. प्रथम वर्ग विशेष प्राविण्यासह.

विविध संस्थाचे सभासदत्व : द इन्स्टिट्यूशन ऑफ इंजिनीअर्स (इंडिया), द इन्स्टिट्यूशन ऑफ ब्रीज इंजिनीअर्स (मुंबई), द इन्स्टिट्यूशन ऑफ व्हॅल्युअर्स (दिल्ली). ॲप्रूव्हड व्हॅल्युअर (दिल्ली), चार्टर्ड इंजिनीअर (दिल्ली), गव्हर्नमेन्ट रजिस्टर्ड व्हॅल्युअर (पुणे). लाईफ मेंबर ॲल्युमिनी असोसिएशन ऑफ कॉलेज इंजिनिअरींग, पुणे.

ई-मेल : prakash.5956@gmail.com **मो. ९१४६१३३७९३**

स्थापत्य अभियांत्रिकी विभागातील विशेष कार्य : भारतातील आणि इराक, ओमान, मलेशिया या देशांतील विविध प्रकारच्या बांधकामांचा गेली ३० वर्षे प्रत्यक्ष अनुभव क्वालिटी कंट्रोल विषयक कार्य.

विविध प्रकारच्या वास्तू, पायाभूत योजनांचे बांधकाम, मरीनविषयक बांधकाम.

अभियांत्रिकी विषयक लेखन : अभियांत्रिकीतील अद्ययावत तंत्रज्ञान, नवनवीन बांधकाम साहित्य, पर्यावरणपूरक बांधकाम पद्धती, अत्याधुनिक यंत्रप्रणाली या विषयी अभ्यासपूर्ण १४० लेख सकाळ वृतपत्राच्या वास्तू /प्रॉपर्टीमध्ये प्रसिद्ध

एम.आय.टी कॉलेज, पुणे : प्रोजेक्ट्स ॲन्ड कन्स्ट्रक्शन मॅनेजमेंट विषयांसाठी अभ्यागत व्याखाता

मानसन्मान विविध पुरस्कार :

भारताचे माजी राष्ट्रपती मा. ए.पी.जे. अब्दुल कलाम यांच्याकडून मलेशियातील मेट्रो कामाबद्दल प्रशंसा (२००९)

स्थापत्य अभियांत्रिकीतील निर्भीड, निष्पक्ष लेखनाबद्दल मानवी हक्क संरक्षण आणि जागृती या संस्थेच्यावतीने मानव अधिकार पुरस्कार (२०१४)

स्थापत्य क्षेत्रातील उल्लेखनीय कार्याबद्दल देशस्थ ऋग्वेदी ब्राह्मण शिक्षणोत्तेजक संस्थेच्यावतीने 'आदर्श स्थापत्य शास्त्रज्ञ' पुरस्कार (२०१५)

पुस्तकासाठी समाजातील विविध मान्यवरांनी पाठवलेल्या शुभेच्छा

पर्यावरणविषयक लेखांनी जनतेत अधिक जागृती निर्माण होत असते. आपला त्याबाबतचा अभ्यास, कळकळ व तळमळ लक्षात येते. मी पर्यावरण मंत्री असताना प्लॅस्टिक, जैव चिकित्सा आणि बांधकामातून निर्माण होणारा कचरा यांच्या विल्हेवाटीसाठीचे नियम अधिसूचित करून घेतले होते. आपले कार्य आपण असेच चालू ठेवावे. भविष्यात आपल्याकडून अशीच समाजाची सेवा घडो हीच सदिच्छा.

प्रकाश जावडेकर
मानव संसाधन विकास मंत्री,
भारत सरकार

आपण लिहिलेले सर्व लेख ज्ञान व माहितीपूर्ण आहेत. पुढील पिढीतील अभियंत्यांना ते निश्चितच मार्गदर्शक ठरतील. सुट्या लेखांचा एक ग्रंथ असावा असा विचार मूर्तरूपात होणार याचा मनस्वी आनंद वाटतो आहे.

डॉ. सुनील कुटे
सदस्य विद्यापरिषद व अधिसभा,
अध्यक्ष, सिव्हिल इंजिनीअरिंग अभ्यासमंडळ
सावित्रीबाई फुले विद्यापीठ, पुणे

आपल्या स्थापत्य अभियांत्रिकी मधल्या दांडग्या कार्यानुभावाचा उपयोग सर्वांनाच विशेषतः विद्यार्थी, अभियांत्रिकी शिक्षकगण, अभियंते, सल्लागार यांना होईल.

प्रा.डॉ. समीर शास्त्री
स्थापत्य विभाग प्रमुख ,
सिंहगड अभियांत्रिकी महाविद्यालय, पुणे

आपले 'वास्तू' पुरवणीमधील लेख सामान्य माणसांपासून सर्व स्तरांमधील वाचकांना मनन, चिंतन व तद्वत स्थापत्य अभियांत्रिकीमध्ये संशोधन करण्याची प्रेरणा देतात.

प्रा.डॉ. सुनील पिंपळीकर
स्थापत्य विभाग प्रमुख,
अभियांत्रिकी एम.आय.टी., पुणे

'सकाळ वास्तू'मधून वेळोवेळी प्रकाशित होणाऱ्या लेखांचे पुस्तक व्हावे अशी आमची इच्छा आता पूर्ण होत आहे. आपले प्रकाशित होणारे पुस्तक महाराष्ट्रातील आमच्या बहुसंख्य शाखांत नेण्यास आम्ही उत्सुक आहोत.

अमिश बिसने
तांत्रिक सेवा प्रमुख ,
अंबुजा सिमेंट लि.,
महाराष्ट्र आणि मध्य प्रदेश

'दै. सकाळ'च्या वास्तू पुरवणीतील आपली उत्कृष्ट लेखमाला सर्व व्यावसायिक, शिक्षक व विद्यार्थी यांना अनमोल ठरली आहे. लेखमालेचे संकलित पुस्तक बांधकामक्षेत्रास दिशादर्शक होईल आणि राष्ट्राच्या उभारणीस हातभार लागेल.

श्री. सतिश केरकळ
प्राचार्य, शासकीय तंत्रनिकेतन,
अवसरी (खुर्द)

'दिशा बांधकाम नवनिर्मितीची' या पुस्तकामार्फत स्थापत्य अभियंत्यांना बांधकामक्षेत्रातील बदल साध्या आणि सोप्या भाषेत उपलब्ध झाले आहेत. महाराष्ट्रातील आमच्या प्रत्येक शाखेतील अभियंत्यांपर्यंत हे पुस्तक पोहोचविण्यासाठी आम्ही प्रयत्नशील राहू.

प्रवीण अरुण मुंडे
संस्थापक
सिव्हिल इंजिनीअरिंग आयआयटी,
पुणे

'दिशा बांधकाम नवनिर्मितीची' हे पुस्तक स्थापत्य शाखेतील अभियंत्यांचा आत्मविश्वास वाढवून त्यांना आत्मनिर्भर होण्यास खूपच उपयुक्त आहे. पाचही विभागांतील विस्तृत व सुलभ शब्दप्रणालीमुळे अभियंत्यांच्या मनावर ते कायमचे कोरले जाईल.

महादेव ई. पंडित
भूतंत्र सल्लागार
पायोनियर इंजिनीयर्स,
मुंबई

www.ingramcontent.com/pod-product-compliance
Lightning Source LLC
LaVergne TN
LVHW082036051026
849532LV00011B/3372

* 9 7 8 9 3 8 6 2 0 4 3 9 4 *